சங்க இலக்கியம்

பதினெண்கீழ்க்கணக்கு நூல்

முன்றுறையரையனார் இயற்றிய

பழமொழி நானூறு

மூலமும் உரையும்

D1679813

சாரதா பதிப்பகம்
சென்னை - 600 014.
☎ 9790706548 / 9943428994

தலைப்பு :	பழமொழி நானூறு PAZHAMOZHI NANOORU
ஆசிரியர் :	முன்றுறையரையனார் MOONDRURAIYARAIANAAR
பொருள் :	இலக்கணம் LITERATURE
பதிப்பாசிரியர் :	எஸ்.கௌமாரீஸ்வரி எம்.ஏ.,எம்.எல்.ஐ.எஸ்., S.Gowmareeswari M.A.,M.L.I.S.,
உரிமை :	பதிப்பகத்திற்கே copyrights@publications
வெளியீடு :	சாரதா பதிப்பகம் G4, சாந்தி அடுக்ககம், 3, ஸ்ரீ கிருஷ்ணாபுரம் தெரு, ராயப்பேட்டை, சென்னை - 600014. sarathapathippagam@gmail.com
அச்சிட்டோர் :	A.S.X. PRINTERS, CHENNAI.
பதிப்பு :	முதற் பதிப்பு - 2006 11ஆம் பதிப்பு - 2025/07
பக்கம் :	208
ஒளி அச்சு :	ஜெய் ஜீனா
ISBN :	978-93-91167-87-5

விலை : ரூ.**160**

Code : **0032**

நூல் கிடைக்குமிடம் :

கௌரா ஏஜென்ஸீஸ்
1, சாமி தெரு, திருவல்லிக்கேணி,
சென்னை - 600005.
9790706548 / 044 28443791.
gowra09@gmail.com

கௌரா புத்தக மையம்
9, செயிண்ட் ஜான் சர்ச் காம்ப்ளக்ஸ்,
ராக்கின்ஸ் சாலை, திருச்சி - 620001.
9952034876 / 9943428994.
gowraputhagamaiyam@gmail.com

www.gowrabookfair.com

அம்மாவுக்கு...

கௌரா பதிப்பகக் குழுமம்

தமிழ்த்தாய் வாழ்த்து

நீராருங் கடலுடுத்த நிலமடந்தைக் கெழிலொழுகும்
சீராரும் வதனமெனத் திகழ்பரதக் கண்டமிதில்
தெக்கணமும் அதிற்சிறந்த திராவிடநல் திருநாடும்
தக்கசிறு பிறைநுதலும் தரித்தநறுந் திலகமுமே!
அத்திலக வாசனைபோல் அனைத்துலகும் இன்பமுற
எத்திசையும் புகழ்மணக்க இருந்தபெருந் தமிழணங்கே!
தமிழணங்கே!
உன் சீரிளமைத் திறம்வியந்து செயல்மறந்து
வாழ்த்துதுமே!
வாழ்த்துதுமே!
வாழ்த்துதுமே!

- **'மனோன்மணீயம்' பெ. சுந்தரனார்.**

பதிப்புரை

பழமொழி நானூறு என்பது பதினெண் கீழ்க்கணக்கு நூல்களுள் ஒன்று. செம்மொழித் தமிழ் இலக்கியங்களுள் இடம் பெற்றுள்ளது. வழக்கத்திலிருந்த பழமொழிகளில் தேர்ந்தெடுத்த நானூறு பழமொழிகளை இடம்பெறச் செய்யும் வகையில் அமைந்த வெண்பாக்களை உடையது. அவையடக்கம் கடவுள் வாழ்த்து உட்பட 401 பாடல்களைக் கொண்டுள்ளது. ஐந்து பகுதிகளாக வகைப்படுத்தப்பட்டுள்ளது. இப்பிரிப்புகள் பொருண்மை அடிப்படையில் அமைக்கப்பட்டிருப்பதாகத் தெரிகிறது. ஒவ்வொரு வெண்பாவின் இறுதியிலும் ஒரு பழமொழி இடம் பெற்றிருப்பதைக் காணலாம். கல்வி, சான்றோர் இயல்பு, பொருளைப் போற்றுதல், அரசியல், இல்வாழ்க்கை என அமைந்திருப்பதை எண்ணிப் பார்க்கலாம்.

கடவுள் வாழ்த்தும் அவையடக்கமும் அருகதேவியினைப் போற்றுவதால் இந்த நூலை எழுதிய ஆசிரியர் முன்றுறையரையனார் சமண சமயத்தைச் சார்ந்தவர் என அறிகிறோம். அறம்பொருள் இன்பம்வீடு எனநாற்பொருளையும் வலியுறுத்துவதாக இந்த நூலை அமைத்துள்ளார். இந்நூலில் அமைந்துள்ள பழமொழிகளை அகர வரிசைப்படுத்தி இறுதியில் அளித்திருப்பது தனிச்சிறப்புடையது. பொருள் எளிதில் அனைவர்க்கும் புலப்படும் வகையில் இந்நூல் எமது ஆசிரியர் குழு வரைந்த எளிய உரையுடன் அமைந்துள்ளது. மாணவர்க்கும், மற்றவர்க்கும் பயன்படும் வகையில் இப்பதிப்பு அமைந்துள்ளது. இந்நூலிலிருந்து பழமொழிகளின் பயன்பாடுகள், மக்களின் பயன்பாடுகள், அறங்களின் அருமை, அவற்றைப் பின்பற்றுவதால் விளையும் பயன் என வாழ்க்கையின் மேம்பாட்டுக்கான வழிகள் உரைப்பதைப் படித்து உணர்வாராக.

இந்த அரிய நூல் மறுபதிப்பாக எமது பதிப்பகத்தின் வழியே வெளியிடுவதில் மகிழ்ச்சியடைகிறோம்.

வாசக அன்பர்கள் வாங்கிப் படித்துப் பயனடைவார்களாக.

பதிப்பகத்தார்

நூல் விளக்கம்

பழமொழி அல்லது பழமொழி நானூறு என்பது இந்நூலின் பெயர். நானூறு பாட்டுகளைக் கொண்டது. ஒவ்வொரு பாட்டும் ஒரு பழமொழியை வைத்துக் கொண்டு பாடப்பட்டது. எல்லாம் வெண்பாக்களே. ஒவ்வொரு பாட்டின் முடிவும் ஒரு பழமொழியைக் கொண்டு முடிகிறது.

இப் பழமொழிகளிலே பல இக்காலத்தில் விளங்கவில்லை; அவை வழக்கிழந்து விட்டன. ஆயினும் பல பழமொழிகள் இன்றும் வழக்கத்தில் உள்ளவை.

இந்நூலாசிரியர் பெயர் முன்றுறையர் என்பது. இவர் வரலாற்றைப் பற்றி ஒன்றும் தெரியவில்லை.

பதினெண் கீழ்க்கணக்கு நூல்களிலே மூன்று நூல்கள் சிறந்தனவென்று கருதப்படுகின்றன. அவை முப்பால், நாலடி, பழமொழி என்பன. இம்மூன்றும் மற்ற நூல்களைவிட உருவில் பெரியவை; பாட்டுகளின் தொகை அதிகம். அறம், பொருள், இன்பம், வீட்டு நெறி இவற்றைப் பற்றி விரிவாகக் கூறுகின்றன. இம்மூன்று நூல்களில் பழமொழியை மூன்றாவதாகக் கூறலாம்.

பழமொழியைப் பற்றி வழங்கும் கதை ஒன்று உண்டு. அது நாலடியாரோடு ஒட்டிய கதை. சமண முனிவர்களின் பாடல்களிலே சிறந்த நானூறு வெண்பாக்களை நாலடியாராகத் தொகுத்தனர். ஏனைய நானூறு வெண்பாக்களைப் பழமொழி யாகத் தொகுத்தனர். இவ்வரலாற்றை நாலடியாரைப் பற்றிக் கூறும் இடத்திலே காணலாம். சிறப்பிலே நாலடியாருக்கு அடுத்தபடிதான் பழமொழி என்பதைக் காட்டுவதற்கே இக் கதை வழங்குகின்றது.

பழமொழிப் பாடல்கள் அனைத்தும் ஒருவரால் பாடப்பட்ட பாடல்கள் போலவே காணப்படுகின்றன. இதன் ஆசிரியர் பெயரும் முன்றுரையர் என்று குறிக்கப்பட்டுள்ளது. ஆதலால் பழமொழி நூலைப்பற்றி வழங்கும் அக்கதை புனைந்துரையே ஆகும்.

இந்நூலின் வெண்பாக்கள் கொஞ்சம் கடினமானவை; பல வெண்பாக்களுக்கு எளிதிலே பொருள் தெரிந்து கொள்ள முடியாது. முயன்றுதான் பொருள் கண்டுபிடிக்க வேண்டும். நாலடியார் வெண்பாக்களைப் போல நயமுள்ளவை அல்ல. ஆகையால்தான் இந்நூல் நாலடியாரைப்போல் அவ்வளவு பெருமை யடையவில்லை.

திருக்குறளில் கூறப்படுவது போலவே சிறந்த பல அறங்கள் இந்நூலிலே கூறப்படுகின்றன. திருக்குறளின் கருத்துகளும் நிரம்பக் காணப்படுகின்றன. பல பாடல்களிலே கதைகளும் உதாரணமாகக் காட்டப்படுகின்றன. இராமாயணம், பாரதம் முதலிய கதைக்குறிப்புகளை இந் நூலிலே காணலாம். தமிழ் நாட்டு வரலாறுகள் பலவற்றைக் காணலாம்.

கதைகள்

மாபலிச் சக்கரவர்த்தி, அகங்காரத்தால் தன் அரசை யிழந்தான். ‘வாமனனுக்கு மூன்றடி மண் கொடுக்காதே; அது உன்னால் முடியாத காரியம்’ என்று அவனுடைய குரு தடுத்தும் கேட்கவில்லை; என்னால் ஆகும் என்று அகங்காரம் கொண்ட தால் அழிந்து போனான்.

கண்ணனைப் பற்றிய குறிப்பும், பலராமனைப் பற்றிய குறிப்பும் இந்நூலிலே காணப்படுகின்றன. இந்நூலிலே பாரதக் கதைகள் குறிக்கப்பட்டிருக்கின்றது. ‘துரியோதனாதியரும், பாண்டவர்களும் சூதாடினார்கள்; தங்கள் தாயபாகத்தையே பணையப் பொருளாக வைத்துச் சூதாடினார்கள். இதன் காரணமாகச் சகோதரர்களான, நூற்றுவரும், ஐவரும் பகைவர்களாயினர்; போர் செய்தனர். ஆதலால் உறவினருடன் சூதாடக்கூடாது’ என்று கூறுகிறது ஒரு செய்யுள்.

பெரியோரைச் சேர்ந்தவர்கள் கட்டாயம் பயன் பெறுவார்கள். இக்கருத்தை விளக்க இராமாயணம் வரலாறு குறிப்பிடப்பட்டிருக்கின்றது.

பொலந்தார் இராமன் துணையாகப் போதந்து
இலங்கைக் கிழவற்கு இளையான் - இலங்கைக்கே
போந்து இறை ஆயதூஉம் பெற்றான்; பெரியாரைச்
சார்ந்து கெழீஇ இலார் இல்.

இலங்கைக்குரியவன் இராவணன்; அவன் தம்பி விபீஷணன்; அவன் இராமனே தனக்குத் துணையாவான் என்று எண்ணி அவனிடம் வந்தான். பின்பு இலங்கைக்கே அந்த இளையவன் மன்னவனாகி விட்டான். ஆகையால் பெரியோரைச் சார்ந்து பயன் பெறாதவர்கள் யாரும் இல்லை.

இச் செய்யுள் இராமாயணத்தின் ஒரு பகுதி. இதிலே விபீஷணன் இராமனைச் சேர்ந்ததன் நோக்கம் இன்னதென்று குறிக்கப்பட்டிருப்பதைக் காணலாம். இத்தகைய கதைக் குறிப்புகள் பல பழமொழிப் பாடல்களிலே காணப்படுகின்றன.

சாமி சிதம்பரனார்

உள்ளே...

பகுதி -1

1. கல்வி 13
2. கல்லாதார் 18
3. அவையறிதல் 22
4. அறிவுடைமை 26
5. ஒழுக்கம் 31
6. இன்னா செ யாமை 35
7. வெகுளாமை 40
8. பெரியாரைப் பிழையாமை 44
9. புகழ்தலின் கூறுபாடு 47

பகுதி - 2

1. சான்றோ ரியல்பு 50
2. சான்றோர் செ கை 56
3. கீழ்மக்களியல்பு 61
4. கீழ்மக்கள் செ கை 70
5. நட்பின் இயல்பு 79
6. நட்பில் விலக்கு 85
7. பிறரியல்பைக் குறிப்பாலறிதல் 89

பாகம் - 3

1. முயற்சி 93
2. மறை பிறரறியாமை 108
3. தெரிந்து செ தல் 111
4. பொருள் 118
5. பொருளைப் போற்றுதல் 123
6. நன்றியில் செல்வம் 128
7. ஊழ் 136

பகுதி - 4

1. அரசியல்பு 144
2. அமைச்சர் 153
3. மன்னரைச் சேர்ந்தொழுகல் 158
4. பகைத்திறம் 168
5. பகையறுக்கும் (உபாயம்) திறம் 177
6. படை வீரர் 182

பகுதி - 5

1. இல்வாழ்க்கை 192
2. உறவினர் 203
3. அறஞ்செ தல் 208
4. ஈகை 216
5. வீட்டு நெறி 225

முன்றுறையரையனார் இயற்றிய
பழமொழி நானூறு
மூலமும் உரையும்

தற்சிறப்புப் பாயிரம்

பிண்டியின் நிழல் பெருமான் அடிவணங்கிப்
பண்டைப் பழமொழி நானூறும் - கொண்டினிதா
முன்றுறை மன்னன் நான்கடியும் செய்தமைத்தான்
இன்துறை வெண்பா இவை.

(பதவுரை) பிண்டியின் நிழல் பெருமான் அடி வணங்கி - அசோக மரத்து நிழலில் எழுந்தருளியிருக்கும் அருகக் கடவுளின் திருவடிகளைத் தொழுது, பண்டைப் பழமொழி நானூறும் கொண்டு - பழைய பழமொழிகள் நானூறுந் தழுவி, முன்றுறை மன்னன் - முன்றுறையரசர், இன்துறை வெண்பா இவை - இனிய பொருட்டுறைகள் அமைந்த வெண்பாக்களாகிய இந்நூற் பாட்டுக்களின், நான்கடியும் இனிதா(க) - நான்கு அடிகளையும் சுவை தோன்ற, செய்தமைத்தான் - யாத்தமைத்தார்

இறைவனை வணங்கி, இப்பழமொழி நானூறும் பாடப் பெற்றன.

(தெளிவுரை) பிண்டியின் நிழற் பெருமானை வழுத்துலால் ஆசிரியர் சைன சமயத்தனர் என்பது தெளிவு. பண்டைப் பழமொழிகளின் கருத்துகளைத் தழுவி என்பதற்கு, 'இவை நான்கடியும் செய்தமைத்தான்' என்று கூட்டிக் கொள்க, இனிய பொருட்டுறை களாவன. அறம், பொருள், இன்பம், வீடு என்றவற்றின் கூறுபாடுகள். இந்நூலாசிரியரான முன்றுறையனாரே இப்பாயிரமும் இயற்றினாரென் பாருமுளர்.

கடவுள் வணக்கம்

1. **அரிவித்(து) ஆசின்(று) உணர்ந்தவன் பாதம்**
விரிகடல் சூழ்ந்த வியன்கண்மா ஞாலத்(து)
உரியதனிற் கண்டுணர்ந்தார் ஓக்கமே போலப்
பெரியதன் ஆவி பெரிது.

(பதவுரை) அரிது அவித்து - முக்குற்றங்களையும் அருமையாகக் கெடுத்தலான், ஆசு இன்று - குற்றமின்றி, உணர்ந்தவன் பாதம் - முற்ற அறிந்த கடவுளின் திருவடிகளையே, விரிகடல் சூழ்ந்த வியன்கண்மா ஞாலத்து - அகன்ற கடலால், சுற்றப்பட்ட அகன்ற இடத்தினையுடைய பெரிய இவ்வுலகில், உரிய தனிற்கொண்டு - உரிமைப் பொருளைப்போலக் கருதி, உணர்ந்தார் ஓக்கமே - அறிந்தவர்களது உயர்வே, பெரியதன் ஆவிபோல பெரிது - பேருடன்பினையுடைய ஆவியைப் போன்று பெரியது.

கடவுளின் தி*ருவடிகளை உரிமையாக வணங்கினார்களது உயர்வே மிகச் சிறந்தது.*

(பொழிப்புரை) முக்குற்றங்கள் - காமம், வெகுளி, மயக்கம், கெடுத்தல் அருமைதோன்ற அரிதவித்து என்றார். குற்றமற உணர்தலாவது - ஐயந்திரிபின்றி அறிதல். பெரிது - குறிப்பு வினைமுற்று. முக்குற்றங்களையும் கெடுத்தாலன்றிக் குற்றமற உணரலாகாமையின் அவித்து என்பது ஏதுப் பொருட்கண் வந்த வினையெச்சம். பெரிய உடம்பின்கண் உள்ள ஆவி பெரியதாய்ப் பிரவியிருக்கும், கண்டுணர்ந்தார் ஓக்கமே போலப் பெரியதன் ஆவி என்றாரேனும், பெரியதன் ஆவிபோல ஓக்கமே பெரிது என்பது கருத்தாகக் கொள்க. பின் வருவனவற்றிற்கும் இஃதொக்கும். 'பெரியதன் ஆவி பெரியது' என்பது இச் செய்யுளில் வந்த பழமொழி. (1)

பகுதி -1

1. கல்வி

2. இளமையிற் கற்றல்

ஆற்றும் இளமைக்கண் கற்கலான் மூப்பின்கண்
போற்று மெனவும் புணருமோ? - ஆற்றச்
சுரம்போக்கி உல்குகொண்டார் இல்லையே இல்லை
மரம்போக்கிக் கூலிகொண் டார்.

(பதவுரை) சுரம் ஆற்ற போக்கி – ஆயத்துறையின் வழியை மிகவும் கடக்கவிட்டு, உல்கு கொண்டார் – (வாணிகச் சரக்குகளின் மீது ஒருவனிடம்) கடமை கொண்டவர், இல்லை – இலர், மரம் போக்கி – ஓடத்தினின்றும் போக்கி (கரையேற்றி நின்று), கூலிகொண்டார் – (ஓடத்தில் ஏறி வந்தவரிடம்) கூலி கொண்டவரும், இல்லை – இலர். (அங்ஙனமே,) ஆற்றும் இளமைக்கண் – கற்கக்கூடிய இளமைப் பருவத்தில், கற்கலான் – கல்வி கற்காதவன், மூப்பின்கண் – மூப்பு வந்த காலத்தில், போற்றும் எனவும் – கல்வியைக் கற்றுப் போற்றுவான் என்று சொல்லப்படுவதும், புணருமோ – ஒருவருக்குக் கூடுமோ? (ஏ– அசை)

(பொழிப்புரை) ஆயத்துறையின் வழியை மிகவும் கடக்கவிட்டு வாணிகச் சரக்குகளின் மீது ஒருவனிடம் கடமை கொண்டவர் ஓடத்தினின்றும் போக்கிக் கரையேற்றி நின்று ஓடத்தில் ஏறி வந்தவரிடம் கூலி கொண்டவரும் இலர். அங்ஙனமே, கற்கக்கூடிய இளமைப்பருவத்தில் கல்வி கற்காதவன் மூப்பு வந்த காலத்தில் கல்வியைக் கற்றுப் போற்றுவான் என்று சொல்லப்படுவதும் ஒருவருக்குக் கூடுமோ? (2)

3. மேன்மேற் கற்றல்

சொற்றொறும் சோர்வு படுதலால் சோர்வின்றிக்
கற்றொறும் கல்லாதே னென்றுவழியிரங்கி,
உற்றொன்று சிந்தித் துழன்றொன் றறியுமேல்,
கற்றொறுந்தான் கல்லாத வாறு.

(ப–ரை) சொல் தொறும் – (ஆசிரியன்) சொல்லுந்தோறும், சோர்வு படுதலால் – மறதி உண்டாதலால், சோர்வு இன்றி – சோம்பலின்றி, கல்தொறும் – (ஒருவன்) கற்குந்தோறும், கல்லாதேன் என்று – நான் கல்லாதவனென்று கருதி, வழி இரங்கி – பின்னையும் பரிந்து, உற்று – அதன் கண்ணே மனம் பொருந்தி, ஒன்று சிந்தித்து – ஒருமைப்படச் சிந்தித்து, உழன்று – முயன்று வருந்தி, ஒன்று – முன்பு அறிந்திராத ஒரு பொருளை, அறியுமேல் – அறிவானாயின், கல்தொறும் தான் கல்லாத ஆறு – (அது) கற்குந்தோறும் தான் கல்லாதவாறாகவே கருதுமாறு போலும்.

(பொ–ரை) ஆசிரியன் சொல்லுந்தோறும் மறதி உண்டாதலால் சோம்பலின்றி ஒருவன் கற்குந்தோறும் நான் கல்லாதவனென்று கருதிப் பின்னையும் பரிந்து

அதன் கண்ணே மனம் பொருந்தி ஒருமைப்படச் சிந்தித்து முயன்று வருந்தி முன்பு அறிந்திராத ஒரு பொருளை அறிவானாயின் அது கற்குந்தொறும் தான் கல்லாதவாறாகவே கருதுமாறு போலும். (3)

4. ஞானநூல் கற்றல்

விளக்கு விலைகொடுத்துக் கோடல் விளக்குத்
துளக்கமின் றென்றனைத்தும் தூக்கி - விளக்கு
மருள்படுவ தாயின், மலைநாட! என்னை?
பொருள்கொடுத்துக் கொள்ளா ரிருள்.

(ப—ரை) மலைநாட — மலைநாடனே! விளக்கு துளக்கம் இன்றென்று தூக்கி — விளக்கினால் (ஒன்றைக் காணுமிடத்து) ஐயம் உண்டாகாதென்று கருதியே ஆகும். அனைத்தும் — விளக்கிற்குக் காரணமாகிய நெய் முதலாயினவற்றை, விலைகொடுத்து — விலைகொடுத்துக் கொண்டு, விளக்கு கோடல் — விளக்கினை ஒருவர் உண்டாக்குவது. விளக்கு மருள்படுவது ஆயின் — அவ்விளக்கானது (தெளிவாகக் காட்டாமல்) மயக்கத்தைச் செய்வதாயின், என்னை — அதனால் என்ன பயன் உண்டாகும்? இருள் பொருள் கொடுத்து கொள்ளார் — இருளை (எவரும்) பொருள்கொடுத்து வாங்கார்.

(பொ—ரை) மலைநாடனே! விளக்கினால் ஒன்றைக் காணுமிடத்து ஐயம் உண்டாகாதென்று கருதியே ஆகும். விளக்கிற்குக் காரணமாகிய நெய் முதலாயினவற்றை விலை கொடுத்துக் கொண்டு விளக்கினை ஒருவர் உண்டாக்குவது. அவ்விளக்கானது தெளிவாகக் காட்டாமல் மயக்கத்தைச் செய்வதாயின் அதனால் என்ன பயன் உண்டாகும்? இருளை எவரும் பொருள்கொடுத்து வாங்கார். (4)

5. கல்வியின் சிறப்பு

ஆற்றவும் கற்றார் அறிவுடையார், அஃதுடையார்
நாற்றிசையும் செல்லாத நாடில்லை, அந்நாடு
வேற்றுநா டாகா: தமவேயாம், ஆயினால்
ஆற்றுணா வேண்டுவதில்.

(ப—ரை) அறிவுடையார் — அறிவுடையராவார், ஆற்றவும் கற்றார் — மிகவும் கற்றவர், அஃது உடையார் — அக்கல்வியாலாகிய அறிவினை உடையாருக்கு, செல்லாத — சொல் செல்லாத, நாடு — நாடு, நால் திசையும் — நான்கு திசையின்கண்ணும், இல்லை — இல்லை. அந் நாடு — சென்ற நாடுகள், வேறு நாடு ஆகா — வேற்று நாடுகள் ஆகா, தமவே ஆம் — தம்முடைய நாடுகளே யாம், ஆயினால் — அங்ஙனமானால், ஆறுஉணா — அவ்வழிக்கு உணவு, வேண்டுவது — அவர்கள் கொண்டுபோக வேண்டுவது, இல் — இல்லை.

(பொ—ரை) அறிவுடையராவார் மிகவும் கற்றவர். அக்கல்வி யாலாகிய அறிவினை உடையாருக்குச் சொல் செல்லாத நாடு நான்கு திசையின்கண்ணும் இல்லை. சென்ற நாடுகள் வேற்று நாடுகள் ஆகா; தம்முடைய நாடுகளேயாம்.

அங்ஙனமானால் அவ்வழிக்கு உணவு அவர்கள் கொண்டு போக வேண்டுவது, இல்லை. (5)

6. கேள்வியின் சிறப்பு

உணற்கினிய இன்னீர் பிரிதுழி இல் லென்னும்
கிணற்றகத்துத் தேரைபோல் ஆகார்: - கணக்கினை
முற்றப் பகலும் முனியா தினிதோதிக்
கற்றலிற் கேட்டலே நன்று.

(ப—ரை) உணற்கு இனிய இன் நீர் – உண்ணுதற்கினிய நன்னீர், பிறிது உழி இல் என்னும் – (தானுள்ள இடம் தவிர) வேறோரிடத்தில் இல்லை என்றெண்ணும், கிணறு அகத்துத் தேரைபோல் – கிணற்றினுள்ளே வாழும் தவளைபோல், ஆகார் – ஒருவர் ஒழுகாது, கணக்கினை – நூலொன்றினையே, முற்ற – முடியும்படி, பகலும் – நாள்தோறும், முனியாது – வெறாமல், இனிது ஓதி – இனிதாக ஓதி, கற்றலின் – கற்றலைக் காட்டிலும், கேட்டலே (பல நூற் பொருள்களைக்) கேட்டறிதலே, நன்று – நன்றாம்.

(பொ—ரை) உண்ணுதற்கினிய நன்னீர் தானுள்ள இடம் தவிர வேறோரிடத்தில் இல்லை என்றெண்ணும் கிணற்றினுள்ளே வாழும் தவளைபோல் ஒருவர் ஒழுகாது நூலொன்றினையே முடியும்படி நாள்தொறும் வெறாமல் இனிதாக ஓதிக் கற்றலைக் காட்டிலும், பல நூற்பொருள்களைக் கேட்டறிதலே நன்றாம். (6)

7. குலவித்தை கல்லாமல் வருதல்

உரைமுடிவு காணான் இளமையோன் என்ற
நரைமுது மக்கள் உவப்ப - நரைமுடித்துச்
சொல்லால் முறைசெய்தான் சோழன். குலவிச்சை
கல்லாமல் பாகம் படும்.

(ப—ரை) உரைமுடிவு காணான் இளமையோன் – உரைத்துக் கொண்ட வழக்கினது வார்த்தை முடிவைக் கண்டறியக் கூடாதவனான பாலியன், என்ற – என்றிகழ்ந்த, நரைமுது மக்கள் – நரைமயிருள்ள முதியோர், உவப்ப – உவக்கும் வகை, நரை முடித்து – நரைமயிரை முடித்து வந்து, சொல்லால் – வழக்குரைத்தவர்களுடைய சொற்களைக் கொண்டே ஆராய்ந்தறிந்து, முறைசெதான் – முறைசெய்தான், சோழன் – கரிகாற் பெருவளத்தான் என்னும் சோழன், குலவிச்சை – தத்தம் குலத்துக்குரிய வித்தைகள், கல்லாமல் பாகம் படும் – கற்பதற்கு முன்னே செம்பாகமாக உளவாம்.

(பொ—ரை) உரைத்துக் கொண்ட வழக்கினது வார்த்தை முடிவைக் கண்டறியக் கூடாதவனான பாலியன் என்றிகழ்ந்த நரைமயிருள்ள முதியோர் உவக்கும் வகை நரைமயிரை முடித்து வந்து வழக்குரைத்தவர்களுடைய சொற்களைக் கொண்டே ஆராய்ந்தறிந்து முறைசெய்தான் கரிகாற் பெருவளத்தான் என்னும் சோழன். தத்தம் குலத்துக்குரிய வித்தைகள் கற்பதற்கு முன்னே செம்பாகமாக உளவாம். (7)

8. கற்றோ ரருமை கற்றோ ரறிதல்

புலமிக் கவரைப் புலமை தெரிதல்
புலமிக் கவர்க்கே புலனாம்; - நலமிக்க
பூம்புன லூர! பொதுமக்கட் காகாதே.
பாம்பறியும் பாம்பின கால்.

(ப—ரை) நலம் மிக்க பூ புனல் ஊர – நன்மை மிக்க அழகிய நீர் வளம் உள்ள ஊரனே! பாம்பின கால் பாம்பு அறியும் – பாம்பினுடைய கால்களைத் தமக்கு இனமாகிய பாம்புகள் அறியும். (அதுபோல), புலமை மிக்கவரை புலமை தெரிதல் – அறிவுமிக்கவரது அறிவினை ஆராய்ந்தறிதல், புலமை மிக்கவர்க்கே புலன் ஆம் – அறிவுமிக்கவர்க்கே உளதாம், பொதுமக்கட்கு ஆகாது – சிறப்பில்லாத மக்களுக்கு அது முடியாது. (ஆகாதே என்பதில் ஏ அசை).

(பொ—ரை) நன்மை மிக்க அழகிய நீர் வளம் உள்ள ஊரனே! பாம்பினுடைய கால்களைத் தமக்கு இனமாகிய பாம்புகள் அறியும். அதுபோல அறிவுமிக்கவரது அறிவினை ஆராந்தறிதல் அறிவுமிக்கவர்க்கே உளதாம்; சிறப்பில்லாத மக்களுக்கு அது முடியாது. (8)

9. கற்றார் நலத்தைக் கற்றார் உணர்தல்

நல்லார் நலத்தை உணரின் அவரினும்
நல்லார் உணர்ப; பிறருணரார், நல்ல
மயிலாடு மாமலை வெற்ப! மற் றென்றும்
அயிலாலே போழ்ப அயில்.

(ப—ரை) நல்ல மயில் ஆடும் மாமலை வெற்ப – அழகிய மயில்கள் கலாபம் விரித்தாடும் பெரியமலை வெற்பனே! என்றும் – எக்காலத்தும், அயில் அயிலாலே போழ்ப – இரும்பைக் கூரிய இரும்பாலே பிளப்பர் (ஆகவே), நல்லார் நலத்தை உணரின் – கற்று நல்லவராயினார் நன்மையை உணர்வதாயின், அவரினும் நல்லார் உணர்ப – அவரினும் கற்ற நல்லாரே உணரவல்லார்; பிறர் உணரார் – பிறர் உணரமாட்டார். (மற்று – அசை.)

(பொ—ரை) அழகிய மயில்கள் கலாபம் விரித்தாடும் பெரிய மலை வெற்பனே! எக்காலத்தும் இரும்பைக் கூரிய இரும்பாலே பிளப்பர், ஆகவே, கற்று நல்லவராயினார் நன்மையை உணர்வதாயின் அவரினும் கற்ற நல்லாரே உணரவல்லார்; பிறர் உணர மாட்டார். (9)

10. கற்றா ரடக்கம்

கற்றறிந்தார் கண்ட அடக்கம், அறியாதார்
பொச்சாந்து தம்மைப் புகழ்ந்துரைப்பர் - தெற்ற
அறைகல் அருவி அணிமலை நாட!
நிறைகுடம் நீர் தளும்ப லில்.

(ப—ரை) அறைகல் அருவி அணி மலைநாட — பாறைக் கல்லிலே அருவி வந்து வீழும் அழகிய மலை நாடனே! கற்றறிந்தார் கண்ட அடக்கம் — நூல்களைக் கற்றறிந்தார் தங்கள் அறிவால் கண்டனவே அடக்கத்துக்குக் காரணம். அறியாதார் — கற்றறியாதார், பொச்சாந்து — மறந்து, தம்மை — தங்களை, தெற்ற — தெளிவாக, புகழ்ந்துரைப்பார் — தாங்களே புகழ்ந்துரைப்பார், நிறைகுடம் நீர் தளும்பல் இல் — நிறைந்த குடம் நீர் தளும்புதல் இல்லை. (குறைகுடமே தளும்புவது)

(பொ—ரை) பாறைக் கல்லிலே அருவி வந்து வீழும் அழகிய மலைநாடனே! நூல்களைக் கற்றறிந்தார் தங்கள் அறிவால் கண்டனவே அடக்கத்துக்குக் காரணம். கற்றறியாதார் மறந்து தங்களைத் தெளிவாகத் தாங்களே புகழ்ந்துரைப்பர். நிறைந்த குடம் நீர் தளும்புதல் இல்லை; குறைகுடமே தளும்புவது. (10)

11. கற்றவர் பழியாய செய்தல்

விதிப்பட்ட நூலுணர்ந்து வேற்றுமை யில்லார்
கதிப்பவர் நூலினைக் கையிகந்தா ராகிப்
பதிப்பட வாழ்வார் பழியாய செய்தல்
மதிப்புறுத்துப் பட்ட மறு.

(ப—ரை) விதிப்பட்ட நூல் உணர்ந்து வேற்றுமை இல்லார் — நெறிப்பட்ட நூலின் பயனை உணர்ந்து (உற்றறியின்) வேறுபடாத வராய், கதிப்பவர் நூலினை கையிகந்தார் ஆகி — அந்நூலுக்கு மாறா எழுதுவோரது. நூலைத் தேறாது அகன்று நின்று, பதிப்பட வாழ்வார் — நிலைமைப் பட்டொழுகுமவர், பழியாய செதல் — பழியாயினவற்றையே செ—தல், மதி புறத்து பட்ட மறு — சந்திரனிடத்துள்ள களங்கம்போல் விளங்கித் தோன்றும்.

(பொ—ரை) நெறிப்பட்ட நூலின் பயனை உணர்ந்து உற்றறியின் வேறுபடாதவராய் அந்நூலுக்கு மாறா எழுவோரது நூலைத் தேறாது அகன்று நின்று நிலைமைப் பட்டொழுகுமவர் பழியாயினவற்றையே செய்தல் சந்திரனிடத்துள்ள களங்கம்போல் விளங்கித் தோன்றும். (11)

2. கல்லாதார்

12. கல்லாதான் கண்ட மெய்ப்பொருள்

கற்றானும் கற்றார்வாய்க் கேட்டானும் இல்லாதார்
தெற்ற உணரார் பொருள்களை - எற்றேல்,
அறிவில்லான் மெய்தலைப் பாடு பிறிதில்லை;
நாவற்கீழ்ப் பெற்ற கனி.

(ப—ரை) கற்றானும் கற்றார்வாய்க் கேட்டானும் இல்லாதார் — தானே கற்றவனும் கற்றவரிடம் கேட்டவனும் அல்லாதவர், பொருள்களை தெற்ற உணரார் — நூற்பொருள்களைத் தெளிவாக அறியார். அறிவு இல்லான் — நூற்பொருளை அறிதலில்லாதவன், தலைப்பாடுமெய் — தானே பெறுதலாகிய மெய்பொருள், ஏற்றேல் — எத்தன்மையதெனில், நாவல் கீழ்பெற்ற கனி — நாவல்

மரத்தின் அடியில் (ஒருவன்) பெறுதலான பழம் போல்வதன்றி, பிறிது இல்லை – வேறொன்றில்லை.

(பொ–ரை) தானே கற்றவனும் கற்றவரிடம் கேட்டவனும் அல்லாதவர் நூற்பொருள்களைத் தெளிவாக அறியார். நூற்பொருளை அறிதலில்லாதவன் தானே பெறுதலாகிய மெய்ப்பொருள் எத்தன்மையதெனில் நாவல் மரத்தின் அடியில் ஒருவன் பெறுதலான பழம் போல்வதன்றி வேறொன்றில்லை. (12)

13. கல்வி முந்துறாத கழிநுட்பம் இல்லை

கல்லாதான் கண்ட கழிநுட்பம் கற்றார்முன்
சொல்லுங்கால் சோர்வு படுதலால், – நல்லா!
வினாமுந் துறாத உரையில்லை, இல்லை
கனாமுந் துறாத வினை.

(ப–ரை) நல்லா – நலமுடையாளே! கல்லாதான் கண்ட கழிநுட்பம் – கல்லாதவன் ஆராய்ந்து கண்ட மிக்க நுண்பொருளை, கற்றார்முன் சொல்லுங்கால் – கற்றவ ரெதிரில் சொல்லும்போது, சோர்வுபடுதலால் – அப்பொருள் வலியிழத்தலால்; வினா முந்துறாத உரை இல்லை – வினா முன்னர் உளதாகாத விடை இல்லை, கனா முந்துறாத வினை இல்லை – கனா முன்னர் உளதாகாத செயலும் இல்லை (ஆதலால் அவை போலக் கல்வி முந்துறாத நுண்ணுணர்வு இல்லை).

(பொ–ரை) நலமுடையாளே! கல்லாதவன் ஆராய்ந்து கண்ட மிக்க நுண்பொருளைக் கற்றவ ரெதிரில் சொல்லும் போது அப்பொருள் வலியிழத்தலால்; வினா முன்னர் உளதாகாத விடை இல்லை. கனா முன்னர் உளதாகாத செயலும் இல்லை. ஆதலால், அவை போலக் கல்வி முந்துறாத நுண்ணுணர்வும் இல்லை. (13)

14. கல்லாதான் கண்ட கழிநுட்பத்தைக் காட்டுத லரிது

கல்லாதான் கண்ட கழிநுட்பம் காட்டரிதால்,
நல்லேம்யாம் என்றொருவன் நன்கு மதித்தலென்?
சொல்லால் வணக்கி வெகுண்டடு கிற்பார்க்கும்
சொல்லாக்கால் செல்லுவ தில்.

(ப–ரை) கல்லாதான் கண்ட கழி நுட்பம் – (பல நூல்களையும்) கல்லாதவன் தானாகக் கண்ட மிகவும் நுண்ணியதொரு பொருளை, காட்டு – பிறருக்கு விளங்கும்படி காட்டுதல், அரிதால் – அரிதாகையால், ஒருவன் – சொல்வன்மை யில்லாத ஒருவன், நல்லேம் யாம் என்று நன்குமதித்தல் – நல்ல பொருள் விளக்கம் உடையேம் என்று (ஒருவரையும் மதியாமல்) தன்னைத் தானே நன்கு மதித்தல், என் – என்ன பயனைச் செய்யும்? வணக்கி வெகுண்டு சொல்லால் அடுகிற்பார்க்கும் – (தம்மை இகழ்ந்தவரைத்) தாழ்வித்துக் கோபித்துத் தமது சொல்லால் கெடுக்கவல்ல முனிவருக்கும், சொல்லாக்கால் – சொல்லக் கருதியதைப் பிறருக்கேற்பச் சொல்லாவிடத்து, சொல்வது இல் – (சொல்லும் சொல்லால்) உண்டாவதான பயன் இல்லை.

(பொ–ரை) பல நூல்களையும் கல்லாதவன் தானாகக் கண்ட மிகவும்

நுண்ணியதொரு பொருளைப் பிறருக்கு விளங்கும்படி காட்டுதல் அரிதாகையால் சொல்வன்மையில்லாத ஒருவன் நல்ல பொருள் விளக்கம் உடையேம் என்று (ஒருவரையும் மதியாமல்) தன்னைத் தானே நன்கு மதித்தல் என்ன பயனைச் செ-ய்யும்? தம்மை இகழ்ந்தவரைத் தாழ்வித்துக் கோபித்துத் தமது சொல்லால் கெடுக்க வல்ல முனிவருக்கும் சொல்லக் கருதியதைப் பிறருக்கேற்பச் சொல்லாவிடத்துச் சொல்லும் சொல்லால் உண்டாவதான பயன் இல்லை. (14)

15. கல்லார்முன் சொல்லிய கழிநுட்பம்

கல்வியா னாய கழிநுட்பம் கல்லார்முன்
சொல்லிய நல்லவும் தீயவாம், - எல்லாம்
இவர்வரை நாட! தமரையில் லார்க்கு
நகரமும் காடுபோன் றாங்கு.

(ப—ரை) எல்லாம் இவர்வரை நாட – எல்லாப் பொருள்களும் விரும்புதலான மலைநாடனே! தமரை இல்லார்க்கு – உறவினரைப் பெற்றிலார்க்கு, நகரமும் – நகரமும், காடு போன்றாங்கு – காடு போன்றது போல; கல்வியான் ஆய கழி நுட்பம் – கல்வியாலாகிய மிக்க நுண்மையறிவால், கல்லார்முன் சொல்லிய நல்லவும் – கல்லாதார் முன்பு சொல்லிய நல்ல பொருள்களும், தீயவாம் – தீயனவாம்.

(பொ—ரை) எல்லாப் பொருள்களும் விரும்புதலான மலை நாடனே! உறவினரைப் பெற்றிலார்க்கு நகரமும் காடு போன்றது போல; கல்வியாலாகிய மிக்க நுண்மை யறிவால் கல்லாதார் முன்பு சொல்லிய நல்ல பொருள்களும் தீயனவாம்.(15)

16. கல்லாரிடம் கட்டுரைத்தல் பொல்லாதாம்

கல்லா தவரிடைக் கட்டுரையின் மிக்கதோர்
பொல்லாத தில்லை ஒருவற்கு - நல்லா!
இழுக்கத்தின் மிக்க இழிவில்லை: இல்லை
ஒழுக்கத்தின் மிக்க உயர்வு.

(ப—ரை) நல்லா – நல்லா! ஒருவற்கு – ஒருவனுக்கு, இழுக்கத்தின் மிக்க இழிவு இல்லை – இழுக்கத்தைப் பார்க்கிலும் மிக்கதோர் இழிவும் இல்லை. ஒழுக்கத்தின் மிக்க உயர்வு இல்லை – ஒழுக்கத்தைப் பார்க்கிலும் மிக்கதோர் உயர்வும் இல்லை (ஆதலால்), கல்லாதவரிடை கட்டுரையின் – கல்லாதார் முன்பு சொல்லும் கட்டுரையைப் பார்க்கிலும், மிக்கது ஓர் பொல்லாதது – மிக்கதொரு பொல்லாமை, இல்லை – இல்லை.

(பொ—ரை) நல்லா! ஒருவனுக்கு இழுக்கத்தைப் பார்க்கிலும் மிக்கதோர் இழிவும் இல்லை; ஒழுக்கத்தைப் பார்க்கிலும் மிக்கதோர் உயர்வும் இல்லை. ஆதலால் கல்லாதார் முன்பு சொல்லும் கட்டுரையைப் பார்க்கிலும் மிக்கதொரு பொல்லாமை இல்லை. (16)

17. கல்லார் கற்றவரைக் கறுப்பித்தல்

கற்றாற்று வாரைக் கறுப்பித்துக் கல்லாதார்
சொற்றாற்றுக் கொண்டு சுனைத்தெழுதல் - எற்றெனின்

தானு நடவான் முடவன் பிடிப்பூணி
யானையோ டாடல் உறவு.

(ப—ரை) கற்று ஆற்றுவாரை – கற்றுவல்லராக் கல்வியை நடத்த வல்லவரை, கறுப்பித்து – கோபமூட்டி, கல்லாதார் – கல்லாதவர், சொல் தாற்றுக் கொண்டு – சொற்களைக் கொழித்துக் கொண்டு, சுனைத்து எழுதல் – மனவெழுச்சியால் மிக்கெழுதல், எற்று எனின் – எத்தன்மைய தென்றால், தானும் நடவான் முடிவன் – தானும் நடக்கமுடியாத முடவனா, பிடிப்பூணி – கைப்பாணிகொண்டு தவழ்வா னொருவன், யானையோடு ஆடல் உறவு – யானையொடு விளையாட லுறுதலோ டொக்கும்.

(பொ—ரை) கற்றுவல்லராக் கல்வியை நடத்த வல்லவரைக் கோபமூட்டிக் கல்லாதவர் சொற்களைக் கொழித்துக் கொண்டு மனவெழுச்சியால் மிக்கெழுதல் எத்தன்மைய தென்றால்; தானும் நடக்கமுடியாத முடவனாக் கைப்பாணிகொண்டு தவழ்வா னொருவன் யானையொடு விளையாடலுறுதலோ டொக்கும். (17)

3. அவையறிதல்

18. அவையின் செவ்வி யறிதல்

கேட்பாரை நாடிக் கிளக்கப் படும்பொருட்கண்
வேட்கை அறிந்துரைப்பார் வித்தகர் - வேட்கையால்
வண்டு வழிபடரும் வாட்கண்ணா! தோற்பன
கொண்டு புகாஅரவை.

(ப—ரை) வேட்கையால் வண்டு வழிபடரும் வான் கண்ணா – (தம்முடைய) விருப்பத்தாலே வண்டுகள் (பூவென்று) பின் செல்லா நின்ற ஒளியினையுடைய கண்ணா! கேட்பாரை நாடி – தாம் உரைக்கின்ற பொருளைக் கேட்கத் தக்கவரை நாடி, விளக்கப்படும் பொருள் கண் வேட்கை அறிந்து – தம்மால் சொல்லப் படும் பொருளின்கண் அவருக்கு விருப்பம் இருப்பதை அறிந்து, உரைப்பார் – சொல்லுவர், வித்தகர் – அறிஞர், தோற்பன கொண்டு அவை புகார் – தோற்பதற்குக் காரணமானவைகளைக் கொண்டு சபையின்கண் புகார்.

(பொ—ரை) தம்முடைய விருப்பத்தாலே வண்டுகள் பூவென்று பின் செல்லா நின்ற ஒளியினையுடைய கண்ணா! தாம் உரைக்கின்ற பொருளைக் கேட்கத் தக்கவரை நாடித் தம்மால் சொல்லப்படும் பொருளின் கண் அவருக்கு விருப்பம் இருப்பதை அறிந்து சொல்லுவர் அறிஞர் தோற்பதற்குக் காரணமானவைகளைக் கொண்டு சபையின்கண் புகார். (18)

19. வாதக்கிரமம்

ஒருவ ருரைப்ப உரைத்தால், அதுகொண்
டிருவரா வாரும் எதிர்மொழியற் பாலா.
பெருவரை நாட! சிறிதேனும் இன்னா
திருவர் உடனாடல் நாய்.

(ப–ரை) பெருவரை நாட – பெரிய மலைமேல் உண்டாகிய நாடனே!, இருவர் நாய் உடனாடல் (இன்னாது) – இருவர் தனித்தனியே யன்றி ஏககாலத்தில் ஒரு நாயைக் கொண்டு வேட்டையாடுதல் பொல்லாதாம். (அதுபோல), ஒருவர் உரைப்ப – ஒருவர் ஒரு பொருளை இத் தன்மைத்தென உரைப்ப, உரைத்தால் – அப்பொருளை அஃது இத்தன்மைய தென்று மற்றொருவர் உரைப்பனவெல்லாம் உரைத்தால், அது கொண்டு – அந்தப் பொருளை உட்கொண்டு (அது முடிந்தபோது), இருவராவாரும் எதிர்மொழியல் – வாதம் செயலுற்ற இருவரும் தம் முன் ஏககாலத்தில் எதிர்மொழியல், பாலா – தகுதியாகுமா? சிறிதேனும் – அது சிறியதாயினும், இன்னாது – பொல்லாது.

(பொ–ரை) பெரிய மலைமேல் உண்டாகிய நாடனே! இருவர் தனித்தனியேயன்றி ஏககாலத்தில் ஒரு நாயைக் கொண்டு வேட்டையாடுதல் பொல்லாதாம். அதுபோல ஒருவர் ஒரு பொருளை இத்தன்மைத்தென உரைப்ப அப்பொருளை அஃது இத்தன்மையதென்று மற்றொருவர் உரைப்பனவெல்லாம் உரைத்தால் அந்தப் பொருளை உட்கொண்டு அது முடிந்தபோது வாதம் செயலுற்ற இருவரும் தம் முன் ஏககாலத்தில் எதிர்மொழியல்; தகுதியாகுமா? அது சிறியதாயினும் பொல்லாதது. (19)

20. வார்த்தையில் விடைவழு

துன்னி இருவர் தொடங்கிய மாற்றத்திற்
பின்னை உரைக்கப் படற்பாலான், - முன்னி
மொழிந்தால், மொழியறியான் கூறல், முழந்தாள்
கிழிந்தானை மூக்குப் பொதிவு.

(ப–ரை) இருவர் துன்னி தொடங்கிய மாற்றத்தின் – வினாவுவானும் விடைகொடுப்பானுமாகிய இருவரும் தம்முன் கூடிச் சொல்லத் தொடங்கிய வார்த்தையின் கண், பின்னை உரைக்கப்படற்பாலான் – பின்னாக விடைகூறத் தக்கவன், முன்னி மொழிந்தால் மொழி அறியான் கூறல் – முன்னுரைத்து வினாவினால் அந்த வார்த்தையின் தன்மையை அறியாமல் தான் மற்றொன்றை விடையாகக் கூறுதலானது, முழந்தாள் கிழிந்தானை மூக்குப் பொதிவு – முழந்தாள் கிழிந்து புண்பட்டவனுக்கு மூக்கை இழைகொண்டு கட்டுவதோ டொக்கும்.

(பொ–ரை) வினாவுவானும் விடைகொடுப்பானு மாகிய இருவரும் தம்முன் கூடிச் சொல்லத் தொடங்கிய வார்த்தையின் கண் பின்னாக விடைகூறத் தக்கவன் முன்னுரைத்து வினாவினால் அந்த வார்த்தையின் தன்மையை அறியாமல் தான் மற்றொன்றை விடையாகக் கூறுதலானது முழந்தாள் கிழிந்து புண்பட்டவனுக்கு மூக்கை இழைகொண்டு கட்டுவதோ டொக்கும். (20)

21. கற்றா ரவையில் கல்லார் சொல்லாடுதல்

கல்லாதும் கேளாதும் கற்றா ரவைநடுவண்
சொல்லாடு வாரையும் அஞ்சற்பாற் - றெல்லருவி
பாவரை நாட! பரிசழிந் தாரொடு

தேவரு மாற்ற லிலர்.

(ப—ரை) எல் அருவி பா வரைநாட – விளங்கிய அருவி பாயும் மலைநாடனே! பரிசு அழிந்தாரொடு – பண்பழிந்தாரொடு, தேவரும் – தேவர்களும், மாற்றல் இலர் – ஒரு வார்த்தை சொல்லார். (ஆதலால்) கற்றார் அவை நடுவண் – கற்றுவல்லவர் இருக்கும் சபையின் நடுவிலிருந்து, கல்லாதும் கேளாதும் சொல்லாடு வாரையும் – ஒரு நூலையும் கற்பதும் செவியாராக் கற்றாரிடம் கேட்டுணராருமாச் சில வார்த்தை சொல்லும் தன்மையுடையாரையும், அஞ்சல் பாற்று – அஞ்சுதல் தகுதியுடையது.

(பொ—ரை) விளங்கிய அருவி பாயும் மலைநாடனே! பண்பழிந்தாரொடு, தேவர்களும் ஒரு வார்த்தை சொல்லார். கற்றுவல்லவர் இருக்கும் சபையின் நடுவிலிருந்து ஒரு நூலையும் கற்பதும் செவியாராக் கற்றாரிடம் கேட்டுணராருமாச் சில வார்த்தை சொல்லும் தன்மையுடையாரையும் அஞ்சுதல் தகுதியுடையது. (21)

22. கற்றோரவையில் கல்லார் புன்சொல் விளம்பல்

அகல முடைய அறிவுடையார் நாப்பண்
புலரியார் புக்கவர் தாமே – இகலினால்
வீண்சேர்ந்த புன்சொல் விளம்பல் அதுவன்றோ
பாண்சேரிப் பற்கிளக்கு மாறு.

(ப—ரை) அகல முடைய அறிவு உடையார் நாப்பண் – விரிந்தகன்ற அறிவினை யுடையார் நடுவிலே, புகல் அரியார் புக்கு – புகுதற்குத் தகாதவர் புகுந்து, இகலினால்–விரோதத்தால், வீண் சேர்ந்த புன்சொல் – பயனில்லாத அற்பமான வார்த்தைகளை, அவர்தாமே விளம்பல் அது – அவர் வலியத் தாமே சொல்லுதலாகிய அச்செய்கை, பாண்சேரி பல் கிளக்கும் ஆறு அன்றோ – பாணரிருந்த சேரியில் புகுந்து வேறொருவன் தான் பாடுவதாகப் பல்தோன்ற வாயைத் திறந்து பாடும் விதமன்றோ.

(பொ—ரை) விரிந்தகன்ற அறிவினையுடையார் நடுவிலே புகுதற்குத் தகாதவர் புகுந்து விரோதத்தால் பயனில்லாத அற்பமான வார்த்தைகளை அவர் வலியத் தாமே சொல்லுதலாகிய அச்செய்கை பாணரிருந்த சேரியில் புகுந்து வேறொருவன் தான் பாடுவதாகப் பல்தோன்ற வாயைத் திறந்து பாடும் விதமன்றோ. (22)

23. கற்றாரவையில் கல்லார் ஞானம் வினாவி யுரைத்தல்

மானமும் நாணும் அறியார் மதிமயங்கி,
ஞான மறிவா ரிடைப்புக்குத் தாமிருந்து
ஞானம் வினாஅ யுரைத்தல், நகையாகும்,
யானைப்பல் காண்பான் பகல்.

(ப—ரை) மானமும் நாணும் அறியார் – தம்முடைய மானம் அழிதலையும் நாணம் அழிதலையும் அறியாராய், மதிமயங்கி – புத்தி மயங்கி, ஞானம் அறிவாரிடை தாம் புக்கு இருந்து – பல நூல்களையும் அறிவார் நடுவில் தாம் புகுந்திருந்து, ஞானம்

வினா உரைத்தல் – (அவர் அறிவின் அளவை அறியாது) நூல்களை வினாவி யுரைத்தலானது, பகல் யானைப்பல் காண்பான் – பகலே யானையைப் பல் பிடித்துப் பார்ப்பார் போல், நகையாகும் – யாவர்க்கும் நகை தருவதாகும்.

(பொ–ரை) தம்முடைய மானம் அழிதலையும் நாணம் அழிதலையும் அறியாராய் புத்தி மயங்கிப் பல நூல்களையும் அறிவார் நடுவில் தாம் புகுந்திருந்து அவர் அறிவின் அளவை அறியாது நூல்களை வினாவி யுரைத்தலானது பகலே யானையைப் பல் பிடித்துப் பார்ப்பார் போல் யாவர்க்கும் நகை தருவதாகும். (23)

24. கற்றாரைக் கல்லார் எள்ளிக் கூறல்

அல்லவையுள் தோன்றி அலவலைத்து வாழ்பவர்
நல்லவையுள் புக்கிருந்து நாவடங்கக் - கல்வி
அளவிறந்து மிக்கா ரறிவெள்ளிக் கூறல்,
மிளகுளு வுண்பான் புகல்.

(ப–ரை) அல் அவையுள் தோன்றி – நல்லதல்லாத சபையுள் புகுந்து, அலவலைத்து வாழ்பவர் – நாணங் கெட்டு வாழ்பவர், நல் அவையுள் புக்கிருந்து – நன்றாகிய சபையிலே புகுந்திருந்து, நாஅடங்க கல்வி அளவிறந்து மிக்கார் அறிவு – பிறர்நா அடங்கும்படி கல்வியால் அளவினைக் கடந்து மிக்கோருடைய அறிவை, எள்ளிக் கூறல் – இகழ்ந்து சொல்லுதல், மிளகு உளு உண்பான் புகல் – (நன்றாக விளைந்த விளைவினை உண்ணாமல்) மிளகின் உளுவை உண்ணப் புகுவதனோ டொக்கும். (உளு–புழு)

(பொ–ரை) நல்லதல்லாத சபையுள் புகுந்து நாணங்கெட்டு வாழ்பவர் நன்றாகிய சபையிலே புகுந்திருந்து பிறர்நா அடங்கும்படி கல்வியால் அளவினைக் கடந்து மிக்கோருடைய அறிவை இகழ்ந்து சொல்லுதல் நன்றாக விளைந்த விளைவினை உண்ணாமல் மிளகின் உளுவை உண்ணப் புகுவதனோ டொக்கும். (உளு–புழு) (24)

25. புல்லவையுள் கல்லார் புகழ்ந்துகொள்ளல்

நல்லவை கண்டக்கால் நாச்சுருட்டி, நன்றுணராப்
புல்லவையுள் தம்மைப் புகழ்ந்துரைத்தல்; - புல்லார்
புடைத்தறுகண் அஞ்சுவான், இல்லுள்வில் லேற்றி
இடைக்கலத் தெய்து விடல்.

(ப–ரை) நல்லவை கண்டக்கால் நாசுருட்டி – கற்றறிந்தவருடைய நல்ல சபையைக் கண்டால் ஒன்றும் சொல்லாமல் தம்முடைய நாவை மடக்கி, நன்று உணரா புல்லவையுள் – நன்றறியாத கேவலமானவருடைய சபையில், தம்மைப் புகழ்ந்துரைத்தல் – தம்மைத் தாமே புகழ்ந்து பேசுதலானது, புல்லார் புடை தறுகண் அஞ்சுவான் – தன் பகைவரிடத்துள்ள தறுகண்மையை அஞ்சுவா னொருவன், இல்லுள் – தன் மனையின்கண் நின்று, வில் ஏற்றி – தன் வில்லை ஏற்றி, கலத்து இடை எய்துவிடல் – கருங்கலங்களின் இடையே அம்பை எய்வதனோ டொக்கும்.

(பொ—ரை) கற்றறிந்தவருடைய நல்ல சபையைக் கண்டால் ஒன்றும் சொல்லாமல் தம்முடைய நாவை மடக்கி நன்றறியாத கேவலமானவருடைய சபையில் தம்மைத் தாமே புகழ்ந்து பேசுதலானது தன் பகைவரிடத்துள்ள தறுகண்மையை அஞ்சுவா னொருவன் தன் மனையின்கண் நின்று தன் வில்லை ஏற்றிக் கருங்கலங்களின் இடையே அம்பை எய்வதனோ டொக்கும். (25)

26. கல்லாரவையில் உறுதி யுரைத்தல்

நடலை இலராகி நன்றுணரா ராய
முடலை முழுமக்கள் மொகொ ளவையுள்
உடலா ஒருவற் குறுதி யுரைத்தல்,
கடலுளால் மாவடித் தற்று.

(ப—ரை) நடலை இலராகி – மனத்தில் கவலை இல்லாதவரா, நன்று உணரார் ஆய – நன்மை அறியாராகிய, முடலை முழுமக்கள் – மன வலிமையுள்ள மூடர், மொ–கொள் அவையுள் – நெருங்கியுள்ள சபையில், ஒருவற்கு – ஒருவனுக்கு, உடலா(க) உறுதி உரைத்தல் – உடலாக உறுதிகளை உரைத்தலானது, கடல் உள் மாவடித்தால் அற்று – கடலுள்ளே மாங்கனியை வடித்தாற் போலும். (ஆல்–அசை).

(பொ—ரை) மனத்தில் கவலை இல்லாதவரா நன்மை அறியாராகிய மன வலிமையுள்ள மூடர் நெருங்கியுள்ள சபையில் ஒருவனுக்கு உடலாக உறுதிகளை உரைத்தலானது கடலுள்ளே மாங்கனியை வடித்தாற்போலும். (26)

4. அறிவுடைமை

27. அறிவின் மாண்பு

அறிவினால் மாட்சியொன் றில்லா ஒருவன்
பிறிதினால் மாண்ட தெவனாம்? - பொறியின்
மணிபொன்னும் சாந்தமும் மாலையும் இன்ன
அணியெல்லாம் ஆடையின் பின்.

(ப—ரை) ஆம்–நன்மையாகிய, பொறியின் – பொறிச் செய்கையையுடைய, மணி(யும்) பொன்னும் – இரத்தினா பரணமும் பொன்னா பரணமும், சாந்தமும் மாலையும் – சந்தனக் குழம்பும் பூமாலையும், இன்ன அணியெல்லாம் – என்று சொல்லப்பட்ட இவைபோன்ற அணிகளெல்லாம், ஆடையின் பின் – (உடுக்கும்) ஆடைக்குப் பின்னே விரும்பப்படுவன (ஆதலால்), அறிவினால் ஒன்று மாட்சி இல்லாத ஒருவன் – அறிவினால் ஒரு பெருமையும் இல்லாத ஒருவன், பிறிதினால் மாண்டது எவன் – மற்ற செல்வம் குலம் முதலானவற்றால் மாட்சிமைப்படுதல் இல்லை.

(பொ—ரை) பொறிச் செய்கையையுடைய இரத்தினாபரணமும் பொன்னாபரணமும் சந்தனக் குழம்பும் பூமாலையும் என்று சொல்லப்பட்ட இவைபோன்ற அணிகளெல்லாம் உடுக்கும் ஆடைக்குப் பின்னே விரும்பப்படுவன. ஆதலால் அறிவினால் ஒரு பெருமையும் இல்லாத ஒருவன் மற்றச் செல்வம் குலம்

முதலானவற்றால் மாட்சிமைப்படுதல் இல்லை. (27)

28. அறிவினர் மாண்பு

ஆயிரவ ரானும் அறிவிலார் தொக்கக்கால்
மாயிரு ஞாலத்து மாண்பொருவன் போல்கலார்
பாயிருள் நீக்கும் மதியம்போல் பன்மீனும்
காய்கலா வாகு நிலா.

(ப—ரை) பல்மீனும் (தொக்கக்கால்) – பல நக்ஷத்திரங்கள் திரண்டாலும், பா இருள் நீக்கும் மதியம்போல் – பரந்த இருளை நீக்கும் சந்திரனைப் போல, நிலா காய்ளாகலாவாகும் – நிலவை எறிக்கமாட்டா (அதுபோல), மா இரு ஞாலத்து – மிகவும் பெரிய பூமியில், அறிவிலார் ஆயிரவரானும் தொக்கக்கால் – அறிவில்லாதவர் ஆயிரம்பேர் திரண்டாராயினும், மாண்பு ஒருவன் போல்கலார் –அறிவால் மாட்சிமைப் பட்ட ஒருவன்போல் விளங்கமாட்டார்.

(பொ—ரை) பல நக்ஷத்திரங்கள் திரண்டாலும் பரந்த இருளை நீக்கும் சந்திரனைப்போல நிலவை எறிக்கமாட்டா. அதுபோல, மிகவும் பெரிய பூமியில் அறிவில்லாதவர் ஆயிரம்பேர் திரண்டா ராயினும் அறிவால் மாட்சிமைப்பட்ட ஒருவன்போல் விளங்க மாட்டார். (28)

29. இயற்கை யறிவின் சிறப்பு

நற்கறி வில்லாரை நாட்டவு மாட்டாதே
சொற்குறி கொண்டு துடிபண் ணுறுத்துவபோல்,
வெற்பறைமேல் தாழும் இலங்கருவி நன்னாட!
கற்றறிவு போகா கடை.

(ப—ரை) வெற்பு அறைமேல் தாழும் இலங்கு அருவி நாட – மலையினின்றும் பாறைமேல் விழாநின்ற விளங்கும் அருவிகளையுடைய நல்ல நாடனே! கற்றறிவு கடைபோகா(து) – (இயற்கையால் உண்டான அறிவன்றிக்) கல்வியான் வந்த அறிவு கடைபோக நில்லாது (ஆதலால்), துடி – (பண்ணினியல்பு அமையாத) உடுக்கையில், சொல்குறி கொண்டு – (சொல்லவல்லவர் சொல்லும்) சொற்குறிகளைக் கொண்டு, பண்ணுறுத்தவ போல் – சிலர் பண்ணுறுத்தல் போல, நன்கு அறிவு இல்லாரை – மிகவும் இயற்கையறிவு இல்லாதவரை, நாட்டவும் மாட்டாது – அறிவுடையாராக்கவும் முடியாது. (ஏ—அசை)

(பொ—ரை) மலையினின்றும் பாறைமேல் விழாநின்று விளங்கும் அருவிகளையுடைய நல்ல நாடனே! இயற்கையால் உண்டான அறிவன்றிக் கல்வியான் வந்த அறிவு கடைபோக நில்லாது. ஆதலால் பண்ணினியல்பு அமையாத உடுக்கையில் சொல்லவல்லவர் சொல்லும் சொற்குறிகளைக் கொண்டு சிலர் பண்ணுறுத்தல் போல மிகவும் இயற்கையறிவு இல்லாதவரை அறிவுடையாராக்கவும் முடியாது. (29)

30. அறிவுடையாரிடம் அறிவுடையார் சேர்தல்

ஆணமுடைய அறிவினார் தந்தல

மானும் அறிவி னவரைத் தலைப்படுத்தல்,
மானமர் கண்ணா! மறங்கெழு மாமன்னர்
யானையால் யானையாத் தற்று.

(ப—ரை) மான் அமர் கண்ணா – மான் கண் வைத்திருந்தாற் போன்ற கண்ணா! ஆணம் உடைய அறிவினார் – உள்ளத்தில் நயப்புடைத்தாகிய அறிவினையுடையார், தம் நலம் மானும் அறிவினவரை – தமது நலத்தை ஒத்த அறிவாளிகளை, தலைப்படுத்தல் – தம்மொடு சேர்த்தலானது, மறம் கெழு மா மன்னர் – வீரம்பொருந்திய பேரரசர், யானையால் – தங்கள் யானைகளால், யானை – காட்டு யானைகளை, யாத்தற்று – கட்டிக் கொண்டதனோ டொக்கும்.

(பொ—ரை) மான் கண் வைத்திருந்தாற் போன்ற கண்ணா! உள்ளத்தில் நயப்புடைத்தாகிய அறிவினை யுடையார் தமது நலத்தை ஒத்த அறிவாளிகளை தம்மோடு சேர்த்தலானது வீரம்பொருந்திய பேரரசர் தங்கள் யானைகளால் காட்டு யானைகளைக் கட்டிக் கொண்டதனோ டொக்கும். (30)

31. அறிவிலாரிடம் அறிவுடையார் புகாமை

தெரிவுடையா ரோடு தெரிந்துணர்ந்து நின்றார்
பரியா ரிடைப்புகார் பண்பறிவார் மன்ற
விரியா இமிழ்திரை வீங்குநீர்ச் சேர்ப்ப!
அரிவாரைக் காட்டார் நரி.

(ப—ரை) விரியா இமிழ்திரை வீங்குநீர்சேர்ப்ப – பரந்தொலிக்கும் அலைகளுள்ள கடலின் கரையை உடையானே! அரிவாரை நரி காட்டார் – நெல்லரி வார்க்கு நரியைக் காட்டி அவ்வேலை கெடும்படி செய்வார் இல்லை (அதுபோல), தெரிந்து உணர்ந்து நின்றார் பண்பறிவார் – ஆராய்ந்துணர்ந்து நின்ற பண்பறிவார், பரியார் இடை – நுண்ணறிவில்லாரிடம், தெரிவுடையாரோடு – ஆராய்ச்சியுடையாரொடு கூடி, புகார் – புகமாட்டார். (மன்ற – தேற்றப் பொருளில் வந்த இடைச்சொல்)

(பொ—ரை) பரந்தொலிக்கும் அலைகளுள்ள கடலின் கரையை உடையானே! நெல்லரிவார்க்கு நரியைக் காட்டி அவ்வேலை கெடும்படி செய்வார் இல்லை. (அதுபோல) ஆராய்ந்துணர்ந்து நின்ற பண் பறிவார் நுண்ணறிவில்லாரிடம் ஆராய்ச்சியுடை யாரொடு கூடிப் புகமாட்டார். (31)

32. அறிவுடையோர் தம் குணாகுணங்களைத் தாமே அறிதல்

பொற்பவும் பொல்லாதனவும் புனைந்திருந்தார்
சொற்பெய் துணர்த்துதல் வேண்டுமோ? - விற்கீழ்
அரிபா பரந்தகன்ற கண்ணா! அறியும்
பெரிதாள் பவனே பெரிது.

(ப—ரை) வில்கீழ் அரி பா பரந்தகன்ற கண்ணா – வில்போன்ற புருவத்தின்கீழ்ச்

செவ்வரி பரந்த மிகவும் அகன்ற கண்ணையுடையா! பொற்பவும் பொல்லா தனவும் – (ஒருவனிடத்து அமைந்துள்ள) நல்லவற்றையும் தீயவற்றையும், இருந்தார் – அருகில் இருந்தவர், சொல் பெய்து புனைந்து உணர்த்துதல் – சொற்களில் அமைத்து அலங்கரித்து உணர்த்துதல், வேண்டுமோ – அவசியமோ? பெரிது ஆள்பவனே – பெரிதும் முதன்மையை உடையவனா ஆளுமவனே, பெரிது அறியும் – மிகவும் அறிந்துகொள்வான்.

(பொ—ரை) வில்போன்ற புருவத்தின்கீழ்ச் செவ்வரி பரந்த மிகவும் அகன்ற கண்ணையுடையா! ஒருவனிடத்து அமைந்துள்ள நல்லவற்றையும் தீயவற்றையும் அருகில் இருந்தவர் சொற்களில் அமைத்து அலங்கரித்து உணர்த்துதல் அவசியமோ? பெரிதும் முதன்மையை உடையவனா ஆளுமவனே மிகவும் அறிந்து கொள்வான்.(32)

33. பரந்த திறலாரைக் கரந்து மறைக்க லாகாமை

பரந்த திறலாரைப் பாசிமே லிட்டுக்
கரந்து மறைக்கலும் ஆமோ? - நிரந்தெழுந்து
வேயிற் றிரண்டதோள் வேற்கண்ணா! விண்ணியங்கும்
ஞாயிற்றைக் கைம்மறைப்பா ரில்.

(ப—ரை) நிரந்து எழுந்து – தசை நிரம்பி உயர்ந்து, வேயின் திரண்ட தோள் – மூங்கில்போல் திரண்ட தோளையும், வேல் கண்ணா – வேல் போன்ற கண்ணையும் உடையாளே! விண் இயங்கும் ஞாயிற்றை – ஆகாயத்தில் செல்லும் சூரியனை, கைம்மறைப்பார் – தமது கையால் மறைப்பவர், இல் – இல்லை (ஆகவே), பரந்த திறலாரை – எங்கும் பரவி வெளிப்பட்ட வலிமையுடையவரை, பாசி மேல் இட்ட – பாசி போலே இருக்கும் சில சொற்களையும் செயல்களையும் இட்டு, கரந்து மறைத்தலும் – தெரியாது ஒளித்துவைத்தலும், ஆமோ – கூடுமோ?

(பொ—ரை) தசை நிரம்பி உயர்ந்து மூங்கில்போல் திரண்ட தோளையும் வேல் போன்ற கண்ணையும் உடையாளே! ஆகாயத்தில் செல்லும் சூரியனைத் தமது கையால் மறைப்பவர் இல்லை. ஆகவே எங்கும் பரவி வெளிப்பட்ட வலிமையுடையவரைப் பாசி போலே இருக்கும் சில சொற்களையும் செயல்களையும் இட்டுத் தெரியாது ஒளித்துவைத்தலும் கூடுமோ? (33)

34. அறிவு செல்வத்தினும் சிறத்தல்

அருவிலை மாண்கலனும் ஆன்ற பொருளும்
திருவுடைய ராயின் திரிந்தும் - வருமால்
பெருவரை நாட! பிரிவின் றதனால்
திருவினும் திட்பம் பெறும்.

(ப—ரை) பெரு வரைநாட – பெரிய மலைநாடனே! திரு உடைய ராயின் – ஒருவர் புண்ணியம் உடைய ரானால், அருவிலை மாணகலனும் – அரிய விலையுள்ள சிறந்த ஆபரணமும், ஆன்ற பொருளும் – நிரம்பிய பொருளும், திரிந்தும் – இடம் மாறியும் (அதாவது தகுதியில்லா தவரிடத்தும்), வரும் –

வராநிற்கும், அதனால் – தகுதியில்லாமையால், பிரிவின்று – அவை அவரைவிட்டுப் பிரிதல் இல்லை, திருவினும் – இத்தமையுள்ள செல்வத்தைக் காட்டிலும், திட்பம் – மனங்கலங்காத அறிவின் செல்வமே, பெறும் – நன்று. (ஆல்–அசை)

(பொ–ரை) பெரிய மலைநாடனே! ஒருவர் புண்ணியம் உடையரானால் அரிய விலையுள்ள சிறந்த ஆபரணமும் நிரம்பிய பொருளும் இடம் மாறியும் (அதாவது தகுதியில்லாதவரிடத்தும்) வராநிற்கும்; தகுதியில்லாமையால் அவை அவரைவிட்டுப் பிரிதல் இல்லை இத்தமையுள்ள செல்வத்தைக் காட்டிலும். மனங்கலங்காத அறிவின் செல்வமே நன்று. (34)

5. ஒழுக்கம்

35. குடிப்பிறந்தோ ரொழுக்கம்

விழுத்தொடைய ராகி விளங்கித்தொல் வந்தார்
ஒழுக்குடைய ராகி ஒழுகல் - பழத்தெங்கு
செய்த்தலை வீழும் புனலூர! அஃதன்றோ
நெய்த்தலைப்பாலுக்கு விடல்.

(ப–ரை) பழத்தெங்கு செய்த் தலை வீழும் புனல் ஊர – தெங்கம் பழம் புலத்தின்கண்ணே விழும் புனலூரனே! விழு தொடையர் ஆகி விளங்கி – சிறந்த தொடர்ச்சியை உடையராய் விளங்கி, தொல்வந்தார் – பழைய குடியுள்ளே தோன்றிவந்தவர், ஒழுக்கு உடையராகி – ஒழுக்கம் உடையவராகி, ஒழுகல் அஃது – ஒழுகும் தன்மை, நெய்யின்கண்ணே பால் உக்குவிடல்–பால் சிந்திவிடும் தன்மையோ டொக்கும்.

(பொ–ரை) தெங்கம் பழம் புலத்தின்கண்ணே விழும் புனலூரனே! சிறந்த தொடர்ச்சியை உடையராய் விளங்கிப் பழைய குடியுள்ளே தோன்றிவந்தவர் ஒழுக்கம் உடையவராகி ஒழுகும் தன்மை, நெய்யின்கண்ணே பால் சிந்திவிடும் தன்மையோ டொக்கும். (35)

36. பிறருரைக்கும் நல்லுரையை இகழாமை

கள்ளி யகிலும் கருங்காக்கைச் சொல்லும்போல்
எள்ளற்க யார்வாயின் நல்லுரையைத் - தெள்ளிதின்
ஆர்க்கும் அருவி மலைநாட! நாய்கொண்டால்
பார்ப்பாரும் தின்பர் உடும்பு.

(ப–ரை) தெள்ளிதின் ஆர்க்கும் அருவி மலைநாட – மிகவும் ஒலிக்கும் அருவியையுடைய மலைநாடனே! பார்ப்பாரும் – பார்ப்பாரும், நாய் கொண்டால் – நாய் கொண்டதாயினும், உடும்பு – உடும்பினை, தின்பர் – தின்பர். (அதுபோல), கள்ளி அகிலும் – கள்ளியினிடம் உண்டாகும் அகிலையும், கருங்காக்கைச் சொல்லும் போல் – கருங்காக்கை வாயின்கண் உண்டாகும் சொல்லையும்போல், யார் வாயின் நல்லுரையை – கீழாயினார் வாயிற் பிறந்ததே யாயினும் நல்லுரை யாயின் அதனையும், எள்ளற்க – இகழா தொழிக.

(பொ—ரை) மிகவும் ஒலிக்கும் அருவியையுடைய மலைநாடனே! பார்ப்பாரும் நாய் கொண்டதாயினும் உடும்பினைத் தின்பர். அதுபோலக் கள்ளியினிடம் உண்டாகும் அகிலையும் கருங்காக்கை வாயின்கண் உண்டாகும் சொல்லையும்போல், கீழாயினார் வாயிற் பிறந்ததேயாயினும் நல்லுரையாயின் அதனையும் இகழாதொழிக. (36)

37. தத்தம் இயல்பின்படி ஒழுகுதல்

தந்நடை நோக்கார், தமர்வந்த வாறறியார்,
செந்நடை சேராச் சிறியார்போல் ஆகாது,
நின்னடை யானே நடஅத்தா! நின்னடை
நின்னின் றறிகிற்பா ரில்.

(ப—ரை) அத்தா – அத்தனே! நின் நடை – உனக்கு இயல்பாகிய ஒழுக்கங்களை, நின்னின்று – உன்னிடத்தில் நின்றும், அறிகிற்பார் – அறியக்கூடியவர், இல் – பிறர் இல்லை (நீயே அறிவாய் ஆதலால்), தம் நடை நோக்கார் – தம்முடைய முன்புள்ள ஒழுக்கத்தைப் பாராது, தமர் வந்தவாறு அறியார் – தம் சுற்றத்தார் வரலாற்றையும் பாராது, செம்நடை சேரா சிறியார் போல் ஆகாது – செவ்விய நடையைச் சேராத சிறியாரைப் போல ஒழுகாது, நின் நடையானே நட –உனக்கு இயல்பாகிய ஒழுக்கத்தின்படியே நடப்பாயாக.

(பொ—ரை) அத்தனே! உனக்கு இயல்பாகிய ஒழுக்கங்களை உன்னிடத்தில் நின்றும் அறியக் கூடியவர் பிறர் இல்லை; நீயே அறிவாய். ஆதலால்; தம்முடைய முன்புள்ள ஒழுக்கத்தைப் பாராது தம் சுற்றத்தார் வரலாற்றையும் பாராது செவ்விய நடையைச் சேராத சிறியாரைப் போல ஒழுகாது உனக்கு இயல்பாகிய ஒழுக்கத்தின்படியே நடப்பாயாக. (37)

38. குற்றம்படாமல் ஒழுகுதல்

நீர்த்தன் றொருவர் நெறியன்றிக் கொண்டக்கால்,
பேர்த்துத் தெருட்டல் பெரியார்க்கும் ஆகாதே
கூர்த்தநுண் கேள்வி யறிவுடையார்க் காயினும்
ஓர்த்த திசைக்கும் பறை.

(ப—ரை) நீர்த்து அன்று நெறியன்றி ஒருவர் கொண்டக்கால் – குணமுடையதாக வன்றியே நெறியன்றி ஒருவர் தம்மை மனத்தின்கண் கொண்டக்கால், பேர்த்து தெருட்டல் – அக்கொண்ட கொள்கையினின்றும் மீட்டும் தெளிவித்தல், பெரியார்க்கும் – தவத்தால் பெரியார்க்கும், ஆகாது – முடியாது, கூர்த்த கேள்வி நுண் அறிவுடையார்க்கு ஆயினும் – மிக்க கேள்வியால் நுண்ணறி வுடையார்க்கே ஆயினும், ஓர்த்தது பறை இசைக்கும் – தாம் கருதிய அனுகரணத்தைப் பறை ஒலிக்கும்.

(பொ—ரை) குணமுடையதாக வன்றியே நெறியன்றி ஒருவர் தம்மை மனத்தின்கண் கொண்டக்கால், அக்கொண்ட கொள்கையினின்றும் மீட்டும் தெளிவித்தல் தவத்தால் பெரியார்க்கும் முடியாது மிக்க கேள்வியால்

நுண்ணறிவுடையார்க்கே ஆயினும் தாம் கருதிய அனுகரணத்தைப் பறை ஒலிக்கும். (38)

39. தம்குற்றம் நீக்கல்

தங்குற்றம் நீக்கல ராகிப் பிறர்குற்றம்
எங்கேனும் தீர்த்தற் கிடைப்புகுதல், - எங்கும்
வியனுலகின் வெள்ளாடு தன்வளி தீரா
தயல்வளி தீர்த்து விடல்.

(ப—ரை) தம் குற்றம் நீக்கலார் ஆகி – தாம் செய்யும் குற்றத்தை நீக்காமல், பிறர் குற்றம் தீர்த்தற்கு – பிறர் செய்யும் குற்றத்தைக் கற்பித்து நீக்குதற்கு, எங்கேனும் இடைப்புகுதல் – எங்கெங்கும் இடைப்புகுதலானது; வியன் உலகின் எங்கும் – பெரிய உலகின்கண் எங்கும், வெள்ளாடு – வெள்ளாடு, தன் வளி தீராது – தன் வாதத்தைத் தீர்க்க மாட்டாது, அயல்வளி – வேற்றுயிரின் வாதநோயை, தீர்த்துவிடல் – பால் முதலியவற்றால் தீர்க்குமதனோ டொக்கும்.

(பொ—ரை) தாம் செய்யும் குற்றத்தைப் பிறர் செய்யும் குற்றத்தைக் கற்பித்து நீக்குதற்கு எங்கெங்கும் இடைப்புகுதலானது; பெரிய உலகின்கண் எங்கும் வெள்ளாடு தன் வாதத்தைத் தீர்க்க மாட்டாது வேற்றுயிரின் வாதநோயைப் பால் முதலியவற்றால் தீர்க்குமதனோ டொக்கும். (39)

40. வடுவல்ல செய்தல்

கெடுவல் எனப்பட்ட கண்ணும் தனக்கோர்
வடுவல்ல செய்தலே வேண்டும் - நெடுவரை
முற்றுநீ ராழி வரையகத் தீண்டிய
கற்றேயும்; தேயாது சொல்.

(ப—ரை) நெடு வரை – பெரிய சக்கரவாளமாகிய மலை, முற்று – சூழ்ந்த, ஆழிநீர் வரையகத்து – வட்டமாகிய எல்லையிடத்து, ஈண்டிய – தொக்க, கல் – மகமேரு முதலாகிய மலைகள், தேயும் – தேய்வடையும்; சொல் – வடுப்பட்ட சொல், தேயாது – தேயாது. (ஆதலால்) கெடுவல் எனப்பட்ட கண்ணும் – (இவர்க்கு இந்த வடுவைச் செய்யா தொழிந்தால்) யான் கெடுவேன் என்பது கருதப்பட்டவிடத்தும், தனக்கு ஓர் வடுவல்ல ஏ—தனக்கு அதனால் யாதொரு வடுவும் உண்டாகாதன வற்றையே, செய்தல் வேண்டும் – செய்தல் வேண்டும்.

(பொ—ரை) பெரிய சக்கரவாளமாகிய மலை சூழ்ந்த வட்டமாகிய எல்லையிடத்துத் தொக்க மகமேரு முதலாகிய மலைகள் தேய்வடையும்; வடுப்பட்ட சொல் தேயாது. ஆதலால், இவர்க்கு இந்த வடுவைச் செய்யாதொழிந்தால் யான் கெடுவேன் என்பது கருதப்பட்டவிடத்தும் தனக்கு அதனால் யாதொரு வடுவும் உண்டாகாதனவற்றையே செய்தல் வேண்டும். (40)

41. பழியை ஒழுக்கத்தால் பரிகரித்தல்

பொருந்தாப் பழியென்னும் பொல்லாப் பிணிக்கு

மருந்தாகி நிற்பதாம் மாட்சி - மருந்தின்
தணியாது விட்டக்கால், தண்கடல் சேர்ப்ப!
பிணியீ டழித்து விடும்.

(ப—ரை) தண்கடல் சேர்ப்ப— தண்கடல் சேர்ப்பனே! மருந்தின் தணியாது விட்டக்கால் — மருந்தினால் தணிக்காவிட்டால், பிணி — ஒருவர் கொண்ட பிணி, ஈடழித்துவிடும் — தம்மை ஈடழித்துவிடும் (ஆதலால்), பொருந்தா பழி என்னும் பொல்லா பிணிக்கு – (தமது தலைமைக்குப்) பொருந்தாத பழியென்று சொல்லப்படும் பொல்லாத வியாதிக்கு, மருந்தாகி நிற்பது — மருந்தின் தன்மையா நடப்பதே, மாட்சி ஆம் — மாட்சிமையாகும்.

(பொ—ரை) தண்கடல் சேர்ப்பனே! மருந்தினால் தணிக்காவிட்டால் ஒருவர் கொண்ட பிணி தம்மை ஈடழித்துவிடும். ஆதலால், தமது தலைமைக்குப் பொருந்தாத பழியென்று சொல்லப்படும் பொல்லாத வியாதிக்கு மருந்தின் தன்மையா நடப்பதே மாட்சிமையாகும். **(41)**

42. பழியை அஞ்சிப் பாதுகாவாதவர்

உரிஞ்சி நடப்பாரை உள்ளடி நோவ
நெருஞ்சியும் செவதொன் றில்லை.- செருந்தி
இருங்கழித் தாழும் எறிகடல் தண்சேர்ப்ப!
பெரும்பழியும் பேணாதார்க் கில்.

(ப—ரை) செருந்தி — செருந்தி மரங்கள், இரு கழி தாழும் — பெரிய கழியிலே வந்து தாழத்தழைக்கும், எறிகடல் தண் சேர்ப்ப — எறிகடல் தண் சேர்ப்பனே! உரிஞ்சி நடப்பாரை — தம் அடியினால் உராய்ந்து நடப்பவரை, உள்ளடி நோவ — உள்ளடி நோவும்படி, நெருஞ்சியும் — நெருஞ்சிமுள்ளும், செ—ய்வது ஒன்று இல்லை — ஊறுசெய்வது ஒன்றும் இல்லை. பெரும்பழியும் — பெரும்பழியும், பேணாதார்க்கு — அஞ்சிப் பாதுகாவாதார்க்கு, இல்லை — இல்லை.

(பொ—ரை) செருந்தி மரங்கள் பெரிய கழியிலே வந்து தாழத் தழைக்கும் எறிகடல் தண் சேர்ப்பனே! தம் அடியினால் உராய்ந்து நடப்பவரை உள்ளடி நோவும்படி நெருஞ்சி முள்ளும் ஊறுசெய்வது ஒன்றும் இல்லை. பெரும் பழியும் அஞ்சிப் பாதுகாவாதவர்க்கு இல்லை. (42)

43. பழிப்பவர்க்குச் சொன்முட் டில்லை

ஆவிற் கரும்பனி தாங்கிய மாலையும்
கோவிற்குக் கோவல னென்றுலகம் கூறுமால்
தேவர்க்கு மக்கட் கெனல்வேண்டா. தீங்குரைக்கு
நாவிற்கு நல்குர வில்.

(ப—ரை) ஆவிற்கு அரும்பனி தாங்கிய மாலையும் — ஆநிரைகளுக்கு வந்த அரிய துன்பத்தைக் கெடுத்த திருமாலையும், கோவிற்கு கோவலன் என்று — பசுநிரைக்கே தக்க இடையனென்று. உலகம் கூறும் — உலகத்தார் கூறா நிற்பர். (ஆதலால்) தேவர்க்கு மக்கட்கு எனல் வேண்டா — தேவர்க்கு உரைக்கும் வார்த்தை

இது மக்கட்கு உரைக்கும் வார்த்தை இது என்று வேறு படுக்க வேண்டுவதில்லை. தீங்கு உரைக்கு – ஒருவரைத் தீங்குரைக்கு மிடத்து, நாவிற்கு –நாவினுக்கு, நல்குரவு – சொல் முட்டுப்பாடு, இல் – இல்லை (ஆல்–அசை).

(பொ–ரை) ஆநிரைகளுக்கு வந்த அரிய துன்பத்தைக் கெடுத்த திருமாலையும் பசுநிரைக்கே தக்க இடையனென்று உலகத்தார் கூறா நிற்பர். ஆதலால், தேவர்க்கு உரைக்கும் வார்த்தை இது மக்கட்கு உரைக்கும் வார்த்தை இது என்று வேறு படுக்க வேண்டுவதில்லை. ஒருவரைத் தீங்குரைக்கு மிடத்து நாவினுக்குச் சொல் முட்டுப்பாடு இல்லை. (43)

6. இன்னா செய்யாமை

44. எளியார்க்கு இன்னா செய்யாமை

பூவுட்கும் கண்ணா! பொறுப்பர் எனக்கருதி
யாவர்க்கே யாயினும் இன்னா செய்யல்வேண்டா
தேவர்க்கும் கைகூடாத் திண்ணன்பி னார்க்கேயும்
நோவச்செய் நோயின்மை யில்.

(ப–ரை) பூ – தாமரைப்பூ, உட்கும் – (ஒப்பாவதற் கில்லையே என்று) உள்ளஞ்சப்பட்ட, கண்ணா – கண்ணையுடையா! தேவர்க்கும்கை கூடாதிண் அன்பினார்க்கேயும் – தேவர்க்கும் இயலாத சிக்கென்ற அன்பினை யுடையார்க்கே யாயினும், நோவச் செய் நோயின்மை – நோவச் செய்தலால் பொறுக்கம் பொறை, இல் – இல்லை (ஆதலால்), பொறுப்பர் எனக் கருதி – இவர் நாம் செய்தனவற்றைப் பொறுப்பரென்று விசாரித்து, யாவர்க்கேயாயினும் – எத்துணையும் எளியராயினாருக்கும், இன்னா – பொல்லாதனவற்றை, செய்யல்வேண்டா – செய்யவேண்டா.

(பொ–ரை) தாமரைப்பூ ஒப்பாவதற் கில்லையே என்று உள்ளஞ்சப்பட்ட கண்ணையுடையா! தேவர்க்கும் இயலாத சிக்கென்ற அன்பினை யுடையார்க்கேயாயினும் நோவச் செய்தலால் பொறுக்கம் பொறை இல்லை. ஆதலால், இவர் நாம் செய்தனவற்றைப் பொறுப்பரென்று விசாரித்து, எத்துணையும் எளியராயினாருக்கும் பொல்லாதனவற்றைச் செய்யவேண்டா. (44)

45. பிறர்க்கு இன்னா செயாமை

வினைப்பயன் ஒன்றின்றி வேற்றுமை கொண்டு
நினைத்துப் பிறர்பனிப்ப செய்யாமை வேண்டும்
புனப்பொன் அவிர்சுணங்கிற் பூங்கொம்ப ரன்னா!
தனக்கின்னா இன்னா பிறர்க்கு.

(ப–ரை) புனம் பொன் – வயலில்படும் பொன்போல, அவிர் – விளங்கும், சுணங்கின் – தேமலையுடைய, பூங்கொம்பர் அன்னா – பூங் கொம்பைப் போன்றாய்! தனக்கு இன்னா – தன்னிடம் வந்த துன்பம், பிறர்க்கு – இன்னா –

பிறர்க்கும் துன்பமாம் (ஆதலால்), வினைப்பயன் ஒன்று இன்றி – தான் செய்யத் தொடங்குகின்ற வினையினாலே ஒரு பயன் காணாது(அதாவது, வீணா), வேற்றுமை கொண்டு – பகைமை கொண்டு, பிறர் பனிப்ப – பிறர் துயருறுவனவற்றை, நினைத்து – ஆராய்ந்து, செய்யாமை வேண்டும் – செய்யாதொழிதல் வேண்டும்.

(பொ–ரை) வயலில்படும் பொன்போல விளங்கும், தேமலையுடைய பூங் கொம்பைப் போன்றாய்! தன்னிடம் வந்த துன்பம் பிறர்க்கும் துன்பமாம். ஆதலால் தான் செய்யத் தொடங்குகின்ற வினையினாலே ஒரு பயன் காணாது அதாவது, வீணாப் பகைமை கொண்டு பிறர் துயருறுவனவற்றை ஆராய்ந்து செயாதொழிதல் வேண்டும். (45)

46. உறவினரை இகழ்ந்து நலியாமை

ஆற்றா ரிவரென் றடைந்த தமரையும்
தோற்றத்தா மெள்ளி நலியற்க - போற்றான்
கடையடைத்து வைத்துப் புடைத்தக்கால் நாயும்
உடையானைக் கௌவி விடும்.

(ப–ரை) போற்றான் – பாதுகாவாது, கடை அடைத்து வைத்து – வாயிலை அடைத்துவைத்து, புடைத்தக்கால் – புடைத்தால், நாயும் – வளர்த்த நாயும், உடையானை – வளர்த்தவனையே, கௌவிவிடும் – கௌவும் (ஆகவே), அடைந்த தமரையும் – தம்மையடைந்த உறவினரையாயினும், இவர் ஆற்றார் என்று – இவர் வலியிலரென்று, தோற்ற – பிறர்க்கு வெளிப்பட, தாம் எள்ளி நலியற்க – தாம் இகழ்ந்துரைத்து நலியாதொழிக.

(பொ–ரை) பாதுகாவாது வாயிலை அடைத்து வைத்துப் புடைத்தால் வளர்த்த நாயும் வளர்த்த வனையே கௌவும். ஆகவே, தம்மையடைந்த உறவினரையாயினும் இவர் வலியிலரென்று பிறர்க்கு வெளிப்படத் தாம் இகழ்ந்துரைத்து நலியாதொழிக. (46)

47. முற்பகல் செய்யிற் பிற்பகல் விளையும்

நெடியது காண்கிலா நீயெளியை: நெஞ்சே!
கொடியது கூறினாய்: மன்ற - அடியுளே
முன்பகல் கண்டான் பிறன்கேடு தன்கேடு
பின்பகல் கண்டு விடும்.

(ப–ரை) நெஞ்சே! நெடியது காண்கிலா – நெஞ்சே பின்பு நெடும் காலத்தில் மிக்குவரும் துன்பத்தை அறியமாட்டாமல், கொடியது கூறினாய் – (பிறரைக் கேடு சூழ்வோமென்று) நமக்குக் கொடியதனைக் கூறினாய், நீ எளியை – நீ ஒன்றும் அறியா. பிறன்கேடு – பிறனொருவன் கெடும் கேட்டை, முன்பகல் கண்டான் – முன்பொழுது கண்டவன், அடியுளே – அந்நிலையுளே, தன்கேடு – தான் கெடும் கேட்டினை, பின்பகல் – பின் பொழுது, மன்ற – நிச்சயமாக, கண்டுவிடும் – காணுவான்.

(பொ—ரை) நெஞ்சே பின்பு நெடும் காலத்தில் மிக்குவரும் துன்பத்தை அறியமாட்டாமல் பிறரைக் கேடு சூழ்வோமென்று நமக்குக் கொடியதனைக் கூறினாய்; நீ ஒன்றும் அறியா. பிறனொருவன் கெடும் கேட்டை முன்பொழுது கண்டவன் அந்நிலையுளே தான் கெடும் கேட்டினைப் பின் பொழுது நிச்சயமாகக் காணுவான். (47)

48. நலியப்பெற்ற எளியார் அழுத கண்ணீர்

தோற்றத்தால் பொல்லார் துணையில்லார் நல்கூர்ந்தார்
மாற்றத்தால் செற்றார் எனவலியார் ஆட்டியக்கால்,
ஆற்றா தவரழுத கண்ணீரவை, அவர்க்குக்
கூற்றமாய் வீழ்ந்து விடும்.

(ப—ரை) தோற்றத்தால் பொல்லார் – பிறந்த குடியால் பொலிவில்லாதவரும், துணையில்லார் – தமக்குத் துணையில்லாதவர், நல்கூர்ந்தார் – வறியாரும், மாற்றத்தால் செற்றார் என– தாம் சொல்லும் வார்த்தைகளால் நமக்குப் பகைவருமாவரென்று கருதி, வலியால் – அவரின் வலியார், ஆட்டியக்கால் – அவரை நலிந்தக் கால், ஆற்றாது – அந்நலிவினைப் பொறுக்கமுடியாமல், அவர் – மற்றவர், அழுத கண்ணீர் அவை – அழுத கண்ணீராகிய அவை, அவர்க்கு – அந்நலிந்தார்க்கு. கூற்றமாய் வீழ்ந்து விடும் – கூற்றமாய் விழும்.

(பொ—ரை) பிறந்த குடியால் பொலிவில்லாதவரும் தமக்குத் துணையில்லாதவர் வறியாரும் தாம் சொல்லும் வார்த்தைகளால் நமக்குப் பகைவருமாவரென்று கருதி, அவரின் வலியார் அவரை நலிந்தக்கால், அந்நலிவினைப் பொறுக்கமுடியாமல் மற்றவர் அழுத கண்ணீராகிய அவை அந்நலிந்தார்க்குக் கூற்றமாய் விழும். (48)

49. மதிப்பு மிக்கவரை அழிக்க முயலுதல்

மிக்குடைய ராகி மிகமதிக்கப் பட்டாரை
ஒற்கப் படமுயறும் என்றல் இழுக்காகும்
நற்கெளி தாகி விடினும், நளிர்வரைமேல்
கற்கிள்ளிக் கையுய்ந்தா ரில்.

(ப—ரை) நற்கு எளிதாகிவிடினும் – மிகவும் சிறிதா எளிதாயிற்றாயினும், நளிர் வரைமேல் – பெரிய மலைமேலுள்ள, கல் – கல்லை, கிள்ளி – கிள்ளி, கை உய்ந்தார் – கைவருந்துதலைத் தப்பினார், இல் – இல்லை. (ஆதலால்), மிக்கு உடையராகி – முதன்மையா மிக்க பொருளுடையராகி, மிக மதிக்கப்பட்டாரை – பிறரால் மிகவும் மதிக்கப்பட்டாரை, ஒற்கப்பட – வறியராம்படி, முயறும் என்றல் – முயல்வோம் என்று நினைத்தல், இழுக்கு ஆகும் – தமக்குக் குற்றமாம்.

(பொ—ரை) மிகவும் சிறிதா எளிதாயிற்றாயினும் பெரிய மலைமேலுள்ள கல்லைக் கிள்ளி கைவருந்துதலைத் தப்பினார் இல்லை. (ஆதலால்) முதன்மையா மிக்க பொருளுடையராகிப் பிறரால் மிகவும் மதிக்கப் பட்டாரை வறியராம்படி

முயல்வோம் என்று நினைத்தல் தமக்குக் குற்றமாம். (49)

50. நலிந்தாரை நலியாமை

நீர்த்தக வில்லார் நிரம்பாமைத் தந்நலியின்,
கூர்த்தவரைத் தாநலிகல் கோளன்றால் சான்றவர்க்குப்
பார்த்தோடிச் சென்று கதம்பட்டு நாய்கவ்வின்
பேர்த்துநாய் கவ்வினா ரில்.

(ப—ரை) நாய் கதம்பட்டு கவ்வின் – நாய் கோபம் பொருந்திக் கவ்வினால், பார்த்து ஓடி சென்று – அதனைப் பார்த்து ஓடிச் சென்று, பேர்த்து – மீண்டும், நாய் – அந்நாயை, கவ்வினார் – கடித்தவர்கள், இல் – இல்லை. (அங்ஙனமே), நீர் தகவு இல்லார் – நற்குணமாகிய தகுதியில்லாதவர், நிரம்பாமை – அறிவு நிரம்பாமையால், தம் நலியின் – தம்மை வருந்தினாராயின், கூர்த்து – மனமிக்கு, தாம் அவரை நலிதல் – தாமும் அவரை வருத்துதல், சான்றவர்க்கு – சான்றோருக்கு, கோள் அன்று – கோட்பாடன்று.

(பொ—ரை) நாய் கோபம் பொருந்திக் கவ்வினால் அதனைப் பார்த்து ஓடிச்சென்று, மீண்டும் அந்நாயைக் கடித்தவர்கள் இல்லை. அங்ஙனமே நற்குணமாகிய தகுதியில்லாதவர் அறிவு நிரம்பாமையால் தம்மை வருந்தினாராயின் மனமிக்குத் தாமும் அவரை வருத்துதல் சான்றோருக்குக் கோட்பாடன்று. (50)

51. தீமைக்குத் தீமை செய்யாமை

காழார மார்ப! கசடறக் கைகாவாக்
கீழாயோர் செய்த பிழைப்பினை மேலாயோர்
உள்ளத்துக் கொண்டுநேர்ந் தூக்கல், குறுநரிக்கு
நல்லநா ராயங் கொளல்.

(ப—ரை) காழ் ஆரம் மார்ப – வடமாகக் கோக்கப்பட்ட முத்தினையுடைய மார்பனே! கசடு அற – குற்றம் அற, கை காவா – ஒழுக்கங்களைப் பாதுகாவாத, கீழாயோர் – கீழ்மக்கள், செய்த பிழைப்பினை – செய்த தவறுகளை, மேலாயோர் – மேன்மக்கள், உள்ளத்து கொண்டு – தம் மனத்தில் கொண்டு, நேர்ந்து – அக்கீழோரை எதிர்த்து, ஊக்கல் – தீங்கு செய்ய முயலுதல், குறுநரிக்கு – சிறிய நரியின்பொருட்டு, நல்ல – திவ்ய சக்தியுள்ள, நாராயம் – நாராயணம் என்னும் அம்பினை, கொளல் – எதற்கு வாங்கிக் கொண்டதனோ டொக்கும்.

(பொ—ரை) வடமாகக் கோக்கப்பட்ட முத்தினையுடைய மார்பனே! குற்றம் அற ஒழுக்கங்களைப் பாதுகாவாத கீழ்மக்கள் செய்த தவறுகளை மேன்மக்கள் தம் மனத்தில் கொண்டு அக் கீழோரை எதிர்த்துத் தீங்கு செய்ய முயலுதல் சிறிய

நரியின் பொருட்டுத் திவ்ய சக்தியுள்ள நாராயணம் என்னும் அம்பினை எதற்கு வாங்கிக்கொண்டதனோ டொக்கும். (51)

7. வெகுளாமை

52. இன்னா செய்யினும் வெகுளாமை

இறப்பச் சிறியவர் இன்னா செய்யினும்,
பிறப்பினால் மாண்டார் வெகுளார் - திறத்துள்ளி
நல்ல விறகின் அடினும் நனிவெந்நீர்
இல்லம் சுடுகலா வாறு.

(ப—ரை) இறப்பச் சிறியவர் – மிகவும் சிறியவர், இன்னா செய்யினும் – பொல்லாது செய்தாராயினும், பிறப்பினால் மாண்டார் – குடிப் பிறப்பின்கண்ணே மாட்சிமைப்பட்டவர், வெகுளார் – அவரைச் சிறிதும் கோபியார் (அது), திறந்து உள்ளி – கூறுபாடாக விசாரித்து, நல்ல விறகின் அடினும் – நல்ல விறகிட்டுக் காய்ச்சினாலும், நனிவெந்நீர் – மிகவும் வெப்பமான நீர், இல்லம் – வீட்டை, சுடுகலா ஆறு – சுடுதலில்லாத தன்மை போலாம்.

(பொ—ரை) மிகவும் சிறியவர் பொல்லாது செய்தாராயினும் குடிப் பிறப்பின்கண்ணே மாட்சிமைப் பட்டவர் அவரைச் சிறிதும் கோபியார். அது கூறுபாடாக விசாரித்து நல்ல விறகிட்டுக் காய்ச்சினாலும் மிகவும் வெப்பமான நீர் வீட்டை சுடுதலில்லாத தன்மை போலாம். (52)

53. ஆறாச் சினத்தனை அகன்றொழுகுதல்

ஆறாச் சினத்தன் அறிவிலன் மற்றவனை
மாறி யொழுகல் தலையென்ப - ஏறி
வளியால் திரையுலாம் வாங்குநீர்ச் சேர்ப்ப!
தெளியானைத் தேற லரிது.

(ப—ரை) வளியால் – காற்றால், திரை – அலைகள், ஏறி – கரை மேல் ஏறி, உலாம் – உலாவாநின்ற, வாங்கு நீர் சேர்ப்ப – வளைந்த நீர்ச் சேர்ப்பனே! ஆறா சினத்தன் அறிவிலன் – ஆறாத கோபத்தையுடையவன் அறிவிலனாவான். அவனை மாறி ஒழுகல் தலை என்ப – அவனை நீங்கியொழுகுதல் சிறந்ததென்று நல்லார் சொல்வர். தெளியானை – மனத்துத் தெளிவில்லாதவனை, தேறல் – எவ்விடத்தும் தேறல், அரிது – அரிதாம். (தேறல் – தெளிதல், நம்புதல்)

(பொ—ரை) காற்றால் அலைகள் கரை மேல் ஏறி, உலாவாநின்ற வளைந்த நீர்ச் சேர்ப்பனே! ஆறாத கோபத்தை யுடையவன் அறிவிலனாவான். அவனை நீங்கியொழுகுதல் சிறந்ததென்று நல்லார் சொல்வர். மனத்துத் தெளிவில்லாத வனை எவ்விடத்தும் தேறல் அரிதாம். (53)

54. கோபத்தை அடக்கலாம் தீமை தானே கெடுதல்

உற்றதற் கெல்லாம் உரஞ்செய்ய வேண்டுமோ?
கற்றறிந்தார் தம்மை வெகுளாமைக் காப்பமையும்,
நெற்செய்யப் புற்றேய்ந்தாற் போல நெடும்பகை
தற்செய்யத் தானே கெடும்.

(ப—ரை) நெல் செய்ய – நெற்பயிர் செய்ய, புல் – வயலில் இருந்த புல், தேய்ந்தாற்போல – தானே அழிந்தாற்போல, தன் செய்ய – (ஒருவன்) தன்னை வலிபண்ண, நெடும்பகை – பெரிய பகை, தானே கெடும் – தானே கெட்டுவிடும் (ஆதலால், உற்றதற்கெல்லாம் – நேரிட்டதற் கெல்லாம், உரம் செய்ய வேண்டுமோ – தனித்தனியே தம்மை வலிசெய்ய வேண்டுமோ? கற்றறிந்தார் – கற்றறிந்தவர்கள், வெகுளாமை – கோபங் கொள்ளாமல், தம்மை காப்பு – தம்மைக் காப்பதே, அமையும் – போதும்.

(பொ—ரை) நெற்பயிர் செய்ய வயலில் இருந்த புல் தானே அழிந்தாற்போல ஒருவன் தன்னை வலிபண்ண பெரிய பகை தானே கெட்டுவிடும். ஆதலால் நேரிட்டதற் கெல்லாம் தனித்தனியே தம்மை வலிசெய்ய வேண்டுமோ? கற்றறிந்தவர்கள் கோபங்கொள்ளாமல் தம்மைக் காப்பதே போதும். (54)

55. அடாது சொன்னவனைக் கோபியாமை

எய்தா நகைச்சொல் எடுத்துரைக்கப் பட்டவர்
வைதாராக் கொண்டு விடுவர்மன் - அஃதால்
புனற்பொய்கை ஊர! விளக்கெலி கொண்டு
தனக்குநோய் செய்து விடல்.

(ப—ரை) புனல் பொய்கை ஊர – நீர் நிறைந்த தடாகங்கள் உள்ள ஊரனே! எய்தா – தமக்குப் பொருந்தியிராத, நகைச்சொல் – இகழ்ச்சி வார்த்தையை, எடுத்துரைக் கப்பட்டவர் – பிறரால் எடுத்துச் சொல்லப்பட்டவர், வைதாரா(க) – (அங்ஙனம் எடுத்துச் சொன்னவர்) தம்மை வைதாராக, கொண்டுவிடுவர் – (அறிவின்மையால்) மனத்திற் கொண்டு கோபிப்பர், அஃது – அச்செய்கை, எலி விளக்கு கொண்டு – எலி விளக்கினைக் கொண்டேறி, தனக்கு நோய்செய்துவிடல் – தனக்கு நோய் செய்ததனோ டொக்கும். (மன் – ஆல் – அசை)

(பொ—ரை) நீர் நிறைந்த தடாகங்கள் உள்ள ஊரனே! தமக்குப் பொருந்தியிராத இகழ்ச்சி வார்த்தையைப் பிறரால் எடுத்துச் சொல்லப்பட்டவர் அங்ஙனம் எடுத்துச் சொன்னவர் தம்மை வைதாராக அறிவின்மையால் மனத்திற் கொண்டு கோபிப்பர். அச்செய்கை எலி விளக்கினைக் கொண்டேறித் தனக்கு நோய் செய்ததனோ டொக்கும். (55)

56. மூடருடைய நிந்தையைப் பொறுத்தல்

தெரியா தவர்தம் திறனில்சொல் கேட்டால்
பரியாதார் போல இருக்க, பரிவில்லா
வம்பலா வாயை அவிப்பான் புகுவாரே
அம்பலம் தாழ்க்கூட்டு வார்.

(ப—ரை) தெரியாதவர் தம் திறனில் சொல் கேட்டால் – அறிவில்லாதவர் தம்மைச் சொல்லும் திறப்பாடில்லாத வார்த்தைகளைக் கேட்டால், பரியாதார்போல இருக்க – அதற்குத் துன்புறாதவராய்ப் பொறுத்திருக்க, பரிவு இல்லா வம்பலர் வாயை அவிப்பான் புகுவார் – பிறன்மேல் அன்பில்லாத அயலார் வாயை அடக்கப் புகுவார், அம்பலம் தாழ்க்கூட்டுவார் – அம்பலம் தாள்கூட்டுவாரோ டொப்பர். (ஏ–அசை.)

(பொ—ரை) அறிவில்லாதவர் தம்மைச் சொல்லும் திறப்பாடில்லாத வார்த்தைகளைக் கேட்டால் அதற்குத் துன்புறாதவராய்ப் பொறுத்திருக்க, பிறன்மேல் அன்பில்லாத அயலார் வாயை அடக்கப் புகுவார் அம்பலம் தாள்கூட்டுவாரோ டொப்பர். (56)

57. பொய்யாக அவதூறு பேசினால் அதைப் பொறுத்தல்

கையார உண்டமையால் காவார் பொருட்டாகப்
பொய்யாகத் தம்மைப் பொருளல்லார் கூறுபவேல்,
மையார உண்டகண் மாணிழா! என்பரிவ?
செய்யாத எய்தா வெனின்.

(ப—ரை) ஆர மை உண்ட கண் மாண் இழா – நிரம்ப மையிட்ட கண்களும் மாட்சிமைப்பட்ட ஆபரணங்களும் உடையா! கை ஆர உண்டமையால் – தம் பகைவருடைய கைப்பொருளை அவர் கொடுக்க நிறையக்கொண்டு உண்டமையால், காவார் பொருட்டாக – அப்பகைவர் நிமித்தமாக, பொருளல்லார்– அற்பர்கள், தம்மைப் பொய்யாக கூறுபவேல் – தம்மீது உண்மையின்றிப் பொய்யாக அவதூறு பேசினால், செய்யாத எய்தா எனின் – ஒருவர் செய்யாத குற்றங்கள் அவரைச் சாரா என்பது உண்மையாயின், பரிவது – அதற்காக மனம் வருந்துவது, என் – என்ன காரணம்? (கை – கைப்பொருள்)

(பொ—ரை) நிரம்ப மையிட்ட கண்களும் மாட்சிமைப்பட்ட ஆபரணங்களும் உடையா! தம் பகைவருடைய கைப்பொருளை அவர் கொடுக்க நிறையக்கொண்டு உண்டமையால் அப்பகைவர் நிமித்தமாக அற்பர்கள் தம்மீது உண்மையின்றிப் பொய்–யாக அவதூறு பேசினால் ஒருவர் செய்யாத குற்றங்கள் அவரைச் சாரா என்பது உண்மையாயின் அதற்காக மனம் வருந்துவது என்ன காரணம்? (57)

58. புல்லுரைக்கு எதிர் சொல்லாமை

ஆய்ந்த அறிவின ரல்லாதார் புல்லுரைக்குக்
காய்ந்தெதிர் சொல்லுபவோ கற்றறிந்தார்? - தீந்தேன்
முசுக்குத்தி நக்கு மலைநாட! தம்மைப்
பசுக்குத்தின் குத்துவா ரில்.

(ப—ரை) தீம்தேன் – இனிய தேன்கூட்டை, முசு குத்தி – மந்திகள் குத்தி, நக்கும் – நக்குகின்ற, மலைநாட – மலைநாடனே! தம்மை பசு குத்தின் – தம்மைப் பசு இடித்தால், குத்துவார் இல் – தாமும் அதனை இடிப்பவர் இல்லை (ஆதலால்), ஆய்ந்த அறிவினர் அல்லாதார் – ஆய்ந்த அறிவினரல்லாத கீழோர், புல் உரைக்கு – தம்மைச் சொல்லிய புல்லுரைக்கு மாறாக, கற்றறிந்தார் – கற்றறிந்த மேலோர், காய்ந்து – கோபித்து, எதிர் சொல்லுபவோ – எதிருரை சொல்லுவரோ (சொல்லார்).

(மந்தி – குரங்கு)

(பொ–ரை) இனிய தேன்கூட்டை மந்திகள் குத்தி நக்குகின்ற மலைநாடனே! தம்மைப் பசு இடித்தால் தாமும் அதனை இடிப்பவர் இல்லை. ஆதலால் ஆய்ந்த அறிவினரல்லாத கீழோர், தம்மைச் சொல்லிய புல்லுரைக்கு மாறாகக் கற்றறிந்த மேலோர் கோபித்து எதிருரை சொல்லுவரோ; சொல்லார். (58)

59. பொறாமல் வைவதின் கெடுதி

நோவ உரைத்தாரைத் தாம்பொறுக்க லாகாதார்
நாவின் ஒருவரை வைதால் வயவுரை,
பூவிற் பொலிந்தகன்ற கண்ணா! அதுவன்றோ
தீயில்லை ஊட்டும் திறம்.

(ப–ரை) பூவின் பொலிந்து அகன்ற கண்ணா – தாமரைபோல் விளங்கி விசாலமான கண்ணை யுடையா! நோவ உரைத்தாரை – தமது மனம் நோகும்படி கோபித்து வைதவரை; தாம் பொறுக்கலாகாதார் – தாம் பொறுக்கமாட்டாதவர், நாவின் – தம்முடைய நாவினால், ஒருவரை வயவுரை வைதால் – தாம் அவரைக் கோபித்து வயவுரை சொல்லி வைதால், அது – அச்செய்கை, இல்லை தீ ஊட்டும் திறம் அன்றோ – தம் இல்லைத் தாமே தீக்குணவாக ஊட்டிய திறத்தோ டொக்கும்.

(பொ–ரை) தாமரைபோல் விளங்கி விசாலமான கண்ணையுடையா! தமது மனம் நோகும்படி கோபித்து வைதவரை; தாம் பொறுக்கமாட்டாதவர் தம்முடைய நாவினால் தாம் அவரைக் கோபித்து வயவுரை சொல்லி வைதால் அச்செய்கை தம் இல்லைத் தாமே தீக்குணவாக ஊட்டிய திறத்தோ டொக்கும். (59)

60. பொறுத்தல் புகழாதல்

கறுத்தாற்றித் தம்மைக் கடிய செய்தாரைப்
பொறுத்தாற்றிச் சேறல் புகழால் - ஒறுத்தாற்றின்,
வானோங்கு மால்வரை வெற்ப! பயனின்றே.
தானோன் றிடவரும் சால்பு.

(ப–ரை) வான் ஓங்கு மால்வரை வெற்ப – வானில் ஓங்கிய பெரிய மூங்கில்களையுடைய வெற்பனே! கறுத்து – கோபித்து, ஆற்றி – மிகவும், தம்மை – தமக்கு, கடிய செய்தாரை – கொடியவைகளைச் செய்தவரையும், பொறுத்து – (கோபியாது) பொறுத்து, ஆற்றி – நன்மை செய்து, சேறல் – ஒழுகுதல், புகழ் – புகழாகும். ஒறுத்து – தாமும் கோபித்து, ஆற்றின் – கொடுமை செய்தால், பயன் இன்று – அதனால் ஒரு பயனும் இல்லை. தான் நோன்றிட – தான் பொறுத்தலினால், சால்பு – சால்பாகிய குணம், வரும் – உண்டாகும். (ஆல் – ஏ – அசை.)

(பொ–ரை) வானில் ஓங்கிய பெரிய மூங்கில்களை யுடைய வெற்பனே! கோபித்து மிகவும் தமக்குக் கொடியவைகளைச் செய்தவரையும் கோபியாது பொறுத்து நன்மை செய்து ஒழுகுதல் புகழாகும். தாமும் கோபித்துக் கொடுமை செய்தால் அதனால் ஒரு பயனும் இல்லை. தான் பொறுத்தலினால் சால்பாகிய குணம்

உண்டாகும். (60)

8. பெரியாரைப் பிழையாமை

61. மன்றூடறுத்துப் போகாமை

அறிவன் றழகன் றறிவதூஉ மன்று,
சிறிய ரெனப்பாடும் செய்யும்; - எறிதிரை
சென்றுலாம் சேர்ப்ப! குழுவத்தார் மேயிருந்த
என்றூ டறுப்பினு மன்று.

(ப—ரை) எறிதிரை சென்றுலாம் சேர்ப்ப – எறியும் அலைகள் சென்று உலாவுதலான கடற்சேர்ப்பனே! என்று ஊடறுப்பினும் – சூரியனை ஊடறுத்துப் போயினாராயினும், குழுவத்தார் மேயிருந்த மன்று – கூட்டத்தார் பொருந்தியிருந்த சபையை ஊடறுத்துப் போதல் ஆகாது (அது), அறிவு அன்று – தமக்கு அறிவும் அன்று; அழகு அன்று – அழகும் அன்று, அறிவதும், அன்று – அறநெறியும் அன்று; சிறியர் எனப்பாடும் செய்யும் – கீழ்மக்கள் எனப்படுதலையும் செய்யும்.

(பொ—ரை) எறியும் அலைகள் சென்று உலாவுதலான கடற்சேர்ப்பனே! சூரியனை ஊடறுத்துப் போயினாராயினும் கூட்டத்தார் பொருந்தியிருந்த சபையை ஊடறுத்துப்போதல் ஆகாது. அது, தமக்கு அறிவும் அன்று; அழகும் அன்று; அறநெறியும் அன்று; கீழ்மக்கள் எனப்படுதலையும் செய்யும்.(61)

62. பெரியாரொடு மாறுகொள்ளல்

ஆமாலோ என்று பெரியாரை முன்னின்று
தாமாச் சிறியார் தறுகண்மை செதொழுகல்,
போமா றறியா புலன்மயங்கி ஊர்புக்குச்
சாமாகண் காணாத வாறு.

(ப—ரை) ஆம் ஓ என்று – நமக்கு இவரொடு மாறுபடல் ஆமோ வென்று, தாமா முன் நின்று – தாமாக வலிய எதிரே நின்று, சிறியார் – சிறியார், பெரியாரை தறுகண்மை செய்து ஒழுகல் – பெரியாரைத் தறுகண்மை சொல்லி மாறுபட்டொழுகுதலானது, போகும் ஆறு அறியா(து) – போம்வழி அறியாவா, புலன் மயங்கி – புலத்தை மயங்க உணர்ந்து, ஊர்புக்கு – ஊரிலே புகுந்து, சாம் மா – சாகக்கடவ மாக்கள், கண் காணாத ஆறு – காணாதவாறு போலும். (ஆல் – அசை.)

(பொ—ரை) நமக்கு இவரொடு மாறுபடல் ஆமோ வென்று தாமாக வலிய எதிரே நின்று சிறியார் பெரியாரைத் தறுகண்மை சொல்லி மாறுபட்டொழுகுதலானது போகும்வழி அறியாவாப் புலத்தை மயங்க உணர்ந்து ஊரிலே புகுந்து சாகக் கடவ மாக்கள் காணாதவாறு போலும். (62)

63. பெரியாரைக் கைப்பித்தல்

எல்லாத் திறத்தும் இறப்ப பெரியாரைக்

கல்லாத் துணையார்தாம் கைப்பித்தல் சொல்லின்,
நிறைந்தார் வளையினாய்! அஃதால் எருக்கு
மறைந்தியானை பாய்ச்சி விடல்.

(ப—ரை) நிறைந்து ஆர் வளையினா – தகுதி நிறைந்து பொருந்திய வளையையுடையா! சொல்லின் – சொல்லுமிடத்து, எல்லா திறத்தும் இறப்ப பெரியாரை – எல்லா வகையாலும் மிகவும் பெரியவரை, கல்லா துணையார் கைப்பித்தல் அது – கல்லாத அளவை யுடையார் வெறுக்கப் பண்ணுதலானது, எருக்கு மறைந்து – எருக்கம் புதரிலே மறைந்து நின்று, யானை பாய்ச்சிவிடல் – யானையை மதம்பாய்ச்சி வெகுள்விப்ப தனோ டொக்கும்.

(பொ—ரை) தகுதி நிறைந்து பொருந்திய வளையை யுடையா! சொல்லுமிடத்து எல்லா வகையாலும் மிகவும் பெரியவரைக் கல்லாத அளவையுடையார் வெறுக்கப் பண்ணுதலானது எருக்கம் புதரிலே மறைந்து நின்று யானையை மதம்பாய்ச்சி வெகுள்விப்பதனோ டொக்கும். (63)

64. சான்றோர் பொறையின் அளவு

முன்னும் ஒருகால் பிழைப்பானை ஆற்றவும்
பின்னும் பிழைப்பப் பொறுப்பவோ? - இன்னிசை
யாழின்வண் டார்க்கும் புனலூர! ஈனுமோ
வாழை இருகால் குலை.

(ப—ரை) இன் இசை யாழின் வண்டு ஆர்க்கும் புனல் ஊர – இனிய இசையையுடைய யாழ்போல வண்டுகள் ஒலிக்கும் புனலையுடைய ஊரனே! முன்னும் ஒருகால் பிழைப்பானை – முன்னும் ஒரு காலத்துக் குற்றம் செய்தவனை, ஆற்றவும் – சான்றோர் பொறுக்கவும், பின்னும் பிழைப்ப – பின்னையும் குற்றம்செய்தால், பொறுப்பவோ – பொறுப்பார்களோ? வாழை இருகால் குலை ஈனுமோ – வாழை இருமுறை குலை ஈனுமோ (ஈனாது).

(பொ—ரை) இனிய இசையையுடைய யாழ்போல வண்டுகள் ஒலிக்கும் புனலையுடைய ஊரனே! முன்னும் ஒரு காலத்துக் குற்றம் செய்தவனைச் சான்றோர் பொறுக்கவும் பின்னையும் குற்றம் செய்தால் பொறுப்பார்களோ? வாழை இருமுறை குலை ஈனுமோ ஈனாது. (64)

65. பெரியார் வருந்த ஒழுகலின் பயன்

நெடுங்காலம் வந்தார் நெறியின்மை கண்டு
நடுங்கிப் பெரிதும் நலிவார் பெரியர்.
அடும்பார் அணிகானற் சேர்ப்ப! கெடுமே
கொடும்பா டுடையான் குடி.

(ப—ரை) அடும்பு அணி ஆர் கானல் சேர்ப்ப – அடும்பைப் பூவால் அழகுபெறும் கானல் சேர்ப்பனே! நெடுங்காலம் நெறியின்மை வந்தார் கண்டு – நெடுங்காலம் தீநெறிக்கண்ணே ஒழுகிப் போந்தாரைக் கண்டு, பெரியர் – பெரியோர்,

பெரிதும் நடுங்கி – மிகவும் நடுங்கி, நலிவார் – ஒரு குறையை மேலிடுவர் (அங்ஙனம் மேலிடுவராகில்), கொடும்பாடு உடையான் – கொடிய தன்மையை உடையான், குடிகெடும் – குடிகெடும்.

(பொ—ரை) அடும்பைப் பூவால் அழகுபெறும் கானல் சேர்ப்பனே! நெடுங்காலம் தீநெறிக்கண்ணே ஒழுகிப் போந்தாரைக் கண்டு பெரியோர் மிகவும் நடுங்கி ஒரு குறையை மேலிடுவர்; அங்ஙனம் மேலிடுவராகில் கொடிய தன்மையை உடையான் குடிகெடும். (65)

9. புகழ்தலின் கூறுபாடு

66. தம்மைப் புகழ்தல் தகுதியன்று

செய்த கருமம் சிறிதானும் கைகூடா
மெய்யா உணரவுந் தாம்படார் - எய்த
நலத்தகத் தம்மைப் புகழ்தல், புலத்தகத்துப்
புள்ளரைக்கால் விற்பே மெனல்.

(ப—ரை) செய்த கருமம் – தாம் செய்யத் தொடங்கிய கருமங்கள், சிறிதானும் – சிறிதாயினும், கைகூடா – கைகூடுவதும் செய்யா, மெயா உணரவும் தாம் படார் – (அவை கைகூடாவாயினும்) அவற்றைச் செய்து முடிக்க வல்லவர் என்று பிறரால் மெய்பாக மதிக்கவும் படார். எத நலம் தக தம்மை புகழ்தல் – (இத்தன்மை யாயுள்ளார்) நிரம்ப நன்மையிலே பொருந்தத் தாமே தம்மைப் புகழ்தலானது, புலத்தகத்துபுள் – தமக்கு அகப்படாமல் புலத்தின்கண் இருக்கின்ற பறவையை, அரைக்கால் விற்பேம் எனல் – அரைக்கால் பொன்னுக்கு விற்பேமென்று சொல்லுமதனோ டொக்கும்.

(பொ—ரை) தாம் செயத் தொடங்கிய கருமங்கள் சிறிதாயினும் கைகூடுவதும் செயா. அவை கைகூடாவாயினும் அவற்றைச் செது முடிக்க வல்லவர் என்று பிறரால் மெயாக மதிக்கவும் படார். இத்தன்மையாயுள்ளார் நிரம்ப நன்மையிலே பொருந்தத் தாமே தம்மைப் புகழ்தலானது தமக்கு அகப்படாமல் புலத்தின்கண் இருக்கின்ற பறவையை அரைக்கால் பொன்னுக்கு விற்பேமென்று சொல்லு மதனோ டொக்கும். (66)

67. அமராத புகழை அகற்றல்

தமரேயும் தம்மைப் புகழ்ந்துரைக்கும் போழ்தில்
அமரா ததனை அகற்றலே வேண்டும்
அமையாரும் வெற்ப! அணியாரே தம்மைத்
தமவேனும் கொள்ளாக் கலம்.

(ப—ரை) அமை ஆரும் வெற்ப – மூங்கில் நிறைந்த வெற்பனே! கொள்ளாகலம் – தமக்குத் தகாத அணிகலங்களை, தம ஏனும் – தாம் உடையரே யாயினும், தம்மை அணியார் – நல்லார் தம்மை அணியார் (அதுபோல), தமரேயும் – தம்மால் உதவி பெற்ற உறவினரே யாயினும், தம்மை புகழ்ந்து உரைக்கும் போழ்தில் – தம்மைப் புகழ்ந்து

சொல்லும் பொழுது, அமராததனை – தம்மொடு பொருந்தாத புகழை, அகற்றலே வேண்டும் – அவர் சொல்லாதபடி நீக்கலே வேண்டும். (அணியாரே – ஏ – அசை)

(பொ–ரை) மூங்கில் நிறைந்த வெற்பனே! தமக்குத் தகாத அணிகலங்களைத் தாம் உடையரேயாயினும் நல்லார் தம்மை அணியார். அதுபோலத் தம்மால் உதவிபெற்ற உறவினரே யாயினும் தம்மைப் புகழ்ந்து சொல்லும் பொழுது தம்மொடு பொருந்தாத புகழை அவர் சொல்லாதபடி நீக்கலே வேண்டும். (67)

68. தம்மைத் தாமே புகழ்வோரைப் பிறர் புகழ்தல்

தாயானும் தந்தையா லானும் மிகவின்றி
வாயின்மீக் கூறு மவர்களை ஏத்துதல்
நோயின் றெனினும் அடுப்பின் கடைமுடங்கும்
நாயைப் புலியா மெனல்.

(ப–ரை) தாயானும் தந்தையானும் – தம்மைப் பெற்ற தாயாலேயாவது தந்தையாலேயாவது, மிகவு இன்றி – யாதுமொரு சிறப்பின்றி, வாயின் – தம் வாயால், மீக்கூறுமவர்களை – தம்மை உயர்த்திச் சொல்வோரை, ஏத்துதல் – பிறர் ஏத்துதலானது, நோ இன்று எனினும் – நோய் இல்லை யாயினும், அடுப்பின்கடை முடங்கும் நாயினை – அடுப்பின் பக்கலில் முடங்கியிருக்கும் நாயை, புலியாம் எனல் – புலியென்று சொல்லுதலோ டொக்கும்.

(பொ–ரை) தம்மைப்பெற்ற தாயாலேயாவது தந்தையாலேயாவது யாதுமொரு சிறப்பின்றித் தம் வாயால் தம்மை உயர்த்திச் சொல்வோரைப் பிறர் ஏத்துதலானது நோ இல்லையாயினும் அடுப்பின் பக்கலில் முடங்கியிருக்கும் நாயைப் புலியென்று சொல்லுதலோ டொக்கும். (68)

69. பலர் நடுவில் ஒருவனைப் புகழுமாறு

பல்கிளையுள் பார்த்துறா னாகி ஒருவனை
நல்குரவான் வேறாக நன்குணரான் - சொல்லின்
உரையுள் வளவியசொல் சொல்லா ததுபோல்
நிரையுள்ளே இன்னா வரைவு.

(ப–ரை) பல்கிளையுள் பார்த்துறான் ஆகி – பல சுற்றத்தார் நடுவே ஆராயானாகி, நன்கு உணரான் – நன்குணராத ஒருவன், ஒருவனை – ஒருவனைப்பற்றி, வேறு ஆக – ஒரு சிறப்பியல்புடையவனாக, சொல்லின் – சொல்லின், நல்குரவான் – தரித்திரத்தால், உரையுள் வளவிய சொல் – சொற்களுள் சிறப்புடையதென்று மதிக்கப்பட்ட நல்ல சொல்லை, சொல்லாதது போல் – சொல்லாதது போலவே, நிறையுள் – பத்தியாயிருந்தோர் பலருள், வரைவு – ஒருவனையே வரைந்து சிறப்புச் செய்தல், இன்னா – இன்னாது.

(பொ–ரை) பல சுற்றத்தார் நடுவே ஆராயானாகி நன்குணராத ஒருவன்

ஒருவனைப்பற்றி ஒரு சிறப்பியல் புடையவனாகச் சொல்லின் தரித்திரத்தால் சொற்களுள் சிறப்புடையதென்று மதிக்கப்பட்ட நல்ல சொல்லை சொல்லாதது போலவே பத்தியாயிருந்தோர் பலருள் ஒருவனையே வரைந்து சிறப்புச் செய்தல் இன்னாது. (69)

பகுதி - 2

1. சான்றோ ரியல்பு

70. சான்றோர் பெருமை

நீறார்ந்தும் ஒட்டாநிகரில் மணியைப்போல்
வேறாகத் தோன்றும் விளக்கம் உடைத்தாகித்
தாறாப் படினும் தலைமகன் தன்னொளி
நூறா யிரவர்க்கு நேர்.

(ப—ரை) வேறாக தோன்றும்விளக்கம் உடைத்தாகி – பொதுப் படாமல் சிறப்புப்படத் தோன்றும் ஒளியை உடைத்தாய், நீறு ஆர்ந்தும் – நீறிலே படிந்தும், ஒட்டா – அந்நீறோடு ஒட்டாத, நிகர்இல் – சமானமில்லாத, மணியே போல் – மாணிக்கமே போல, தலைமகன்தன் ஒளி – தலை மகனுடைய ஒளியானது, தாறா படினும் – தாற்றிப் போகப் பட்டதாயினும், நூறாயிரவர்க்கு – நூறாயிரவர் ஒளிக்கு, நேர் – சமானமாம்.

(பொ—ரை) பொதுப் படாமல் சிறப்புப்படத் தோன்றும் ஒளியை உடைத்தாய் நீறிலே படிந்தும் அந்நீறோடு ஒட்டாத சமானமில்லாத மாணிக்கமே போலத் தலை மகனுடைய ஒளியானது தாற்றிப் போகப் பட்டதாயினும் நூறாயிரவர் ஒளிக்குச் சமானமாம். (70)

71. வறுமையுறினும் நின்ற நிலையில் வழுவாமை

ஒற்கந்தாம் உற்ற விடத்தும் உயர்ந்தவர்
நிற்பவே நின்ற நிலையின்மேல் - வற்பத்தால்
தன்மேல் நலியும் பசிபெரி தாயினும்
புன்மேயா தாகும் புலி.

(ப—ரை) வற்பத்தால் – பஞ்சத்தால், தன்மேல் நலியும் பசி – தன்னிடம் வருத்தும் பசி, பெரிதாயினும் – அதிகரித்தாலும், புலி – புலியானது, புல் மேயாதாகும் – புல்லினை மேயாதாகும் (அது போல), தாம் ஒற்கம் உற்றவிடத்தும் – தாம் வறுமை அடைந்தாலும், உயர்ந்தவர் – பெரியோர், நின்ற நிலையின்மேல் நிற்பவே – நின்ற நிலையின்கண் வழுவாதே நிற்பர்.

(பொ—ரை) பஞ்சத்தால் தன்னிடம் வருத்தும் பசி அதிகரித்தாலும் புலியானது புல்லினை மேயாதாகும். அது போலத் தாம் வறுமை அடைந்தாலும் பெரியோர் நின்ற நிலையின்கண் வழுவாதே நிற்பர். (71)

72. பீடிலாவிடத்தும் பெருந்தகைமையில் வழுவாமை

மாடம் அழிந்தக்கால் மற்றும் எடுப்பதோர்
கூடம் மரத்திற்குத் துப்பாகும் - அஃதேபோல்
பீடிலாக் கண்ணும் பெரியோர் பெருந்தகையர்
ஈடில் லாதற்கில்லை பாடு.

(ப—ரை) மாடம் – வீடு, அழிந்தக்கால் – செய்கைகெட்டு அழிந்தாலும், மரம் –

அதிலுள்ள மரமுதலாயின உறுப்புகள், மற்றும் எடுப்பதோர் கூடத்திற்கு துப்பு ஆகும் – பின்னையும் கட்டுவதான ஒரு வீட்டிற்கு உதவியாகும், அஃது போல் ஏ–அதுபோலவே, பெரியோர் – பெரியோர், பீடு இலாக்கண்ணும் – தம் செல்வம் அழிந்தவிடத்தும், பெருந்தகையர் – தமது பெருந்தகைமையின்கண் வழுவார், ஈடு இல்லாதற்கு பாடு இல்லை – வலியில்லாததற்குப் பெருமை யில்லை.

(பொ–ரை) வீடு செய்கைகெட்டு அழிந்தாலும் அதிலுள்ள மரமுதலாயின உறுப்புகள் பின்னையும் கட்டுவதான ஒரு வீட்டிற்கு உதவியாகும். அதுபோலவே பெரியோர் தம் செல்வம் அழிந்தவிடத்தும். தமது பெருந்தகைமையின்கண் வழுவார் வலியில்லாததற்குப் பெருமையில்லை. (72)

73. இடருற்ற விடத்தும் மதிப்பிற் குறையாமை

இணரோங்கி வந்தாரை என்னுற்ற கண்ணும்
உணர்பவர் அஃதே உணர்ப - உணர்வார்க்
கணிமலை நாட! அளறாடிக் கண்ணும்
மணிமணி யாகி விடும்.

(ப–ரை) அணிமலை நாட – அடுக்கடுக்காக உள்ள மலைகளையுடைய நாடனே! அளறு ஆடியக்கண்ணும் – சேறாடியவிடத்தும், உணர்வார்க்கு – இரத்தின பரீக்ஷை தெரிந்தவர்க்கு, மணி மணியாகிவிடும் – நல்ல மாணிக்கம் மாணிக்கமேயாத் தோன்றும் (அது போல), இணர் ஓங்கி வந்தாரை – தொடர்ச்சி யறாது உயர்ந்து வந்தவரை, என் உற்ற கண்ணும் – அவர்கள் எல்லா இடரும் உற்ற காலத்தும், உணர்பவர் – அறிவுடையார், அஃதே உணர்ப – அப்பெற்றியே அவர்களை உணர்ந்து மதிப்பர்.

(பொ–ரை) அடுக்கடுக்காக உள்ள மலைகளையுடைய நாடனே! சேறாடியவிடத்தும் இரத்தின பரீக்ஷை தெரிந்தவர்க்கு. நல்ல மாணிக்கம் மாணிக்கமேயாத் தோன்றும். அதுபோலத் தொடர்ச்சியறாது உயர்ந்து வந்தவரை அவர்கள் எல்லா இடரும் உற்ற காலத்தும் அறிவுடையார் அப்பெற்றியே அவர்களை உணர்ந்து மதிப்பர். (73)

74. கல்வியில்லாவிடத்தும் மாட்சிமை மிகுதல்

கற்றதொன் றின்றி விடினும் குடிப்பிறந்தார்
மற்றொன் றறிவாரின் மாண்மிக நல்லாரால்:
பொற்ப உரைப்பான் புகவேண்டா கொற்சேரித்
துன்னூசி விற்பவ ரில்.

(ப–ரை) கொல்சேரி – கருமாருடைய சேரியில், துன் ஊசி – தையலூசியை, விற்பவர் – சென்று விற்பவர், இல் – ஒருவரும் இல்லை (அதுபோல), குடி பிறந்தார் – நற்குடிப் பிறந்தார், கற்றது ஒன்று இன்றி விடினும் – கற்றதொன்றில்லையாயினும், மற்றொன்று அறிவாரின் – குடிப்பிறவாமல் கற்றாரைக் காட்டிலும், மாண் மிக்க நல்லார் – மாட்சிமை மிக்க நல்லவராவார் (ஆதலால்), பொற்ப – பொலிவுறும்படி, உரைப்பான் புகவேண்டா – (அவரிடம் ஒன்றை) உரைக்கும்

பொருட்டுச் செல்ல வேண்டா (ஆல் – அசை. மற்று – வினைமாற்று).

(பொ–ரை) கருமாருடைய சேரியில் தையலூசியைச் சென்று விற்பவர் ஒருவரும் இல்லை. அதுபோல நற்குடிப் பிறந்தார் கற்றதொன்றில்லையாயினும் குடிப்பிறவாமல் கற்றாரைக் காட்டிலும் மாட்சிமை மிக்க நல்லவராவார். ஆதலால், பொலிவுறும்படி அவரிடம் ஒன்றை உரைக்கும்பொருட்டுச் செல்ல வேண்டா. (74)

75. அறிமடமும் அணியாதல்

முல்லைக்குத் தேரும் மயிலுக்குப் போர்வையும்
தொல்லை யளித்தாரைக் கேட்டறிதும் - சொல்லின்
நெறிமடற் பூந்தாழை நீடுநீர்ச் சேர்ப்ப!
அறிமடமும் சான்றோர்க் கணி.

(ப–ரை) நெறி மடல் பூ தாழை நீடுநீர் சேர்ப்ப – நெறித்தலான மடல்களையுடைய அழகிய தாழைகள் பொருந்திய கடற்சேர்ப்பனே! முல்லைக்குத் தேரும் – சக்கரத்தில் சிக்கிய முல்லைக் கொடிக்குத் தன் தேரையும், மயிலுக்கு போர்வையும் – குளிரால் ஒடுங்கிநின்ற மயிலுக்கு அருமையான தன் போர்வையையும், தொல்லை – முன்னாளில், அளித்தாரை – கொடுத்தாரை, கேட்டறிதும் – கேட்டறிவோம் (ஆதலால்), சொல்லின் – சொல்லுமிடத்தில், அறிமடமும் – அறிமடமும், சான்றோர்க்கு அணி – சான்றோர்க்கு அழகேயாம்.

(பொ–ரை) நெறித்தலான மடல்களையுடைய அழகிய தாழைகள் பொருந்திய கடற்சேர்ப்பனே! சக்கரத்தில் சிக்கிய முல்லைக்கொடிக்குத் தன் தேரையும் குளிரால் ஒடுங்கிநின்ற மயிலுக்கு அருமையான தன் போர்வையையும் முன்னாளில் கொடுத்தாரைக் கேட்டறிவோம். ஆதலால், சொல்லுமிடத்தில் அறிமடமும் சான்றோர்க்கு அழகேயாம். (75)

76. எவரையும் பழியாமை

பல்லா ரவைநடுவண் பாற்பட்ட சான்றவர்
சொல்லார் ஒருவரையும் உள்ளூன்றப் - பல்லா
நிரைப்புறங் காத்த நெடியோனே யாயினும்
உரைத்தால் உரைபெறுதல் உண்டு.

(ப–ரை) பல் ஆநிரை புறங்காத்த நெடியோனே ஆயினும் – பலவாகிய பசுமந்தையைக் காத்த நெடியோனே யாகினும், உரைத்தால் – (பிறனொருவனை) ஒரு வடுச் சொன்னால், உரைபெறுதல் உண்டு – (தாமும் அவனாலே) வடுச்சொல் பெறுதல் உண்டு (ஆகையால்), பால்பட்ட சான்றவர் – நெறிப்பட் டொழுகும் சான்றவர், பல்லார் அவை நடுவண் – நல்லோர் பலரும் கூடியிருக்கும் சபைநடுவில், ஒருவரையும் – எவரையும், உள் ஊன்ற சொல்லார் – (புன்சொல்) மனத்தின்கண் தங்கும்படி சொல்லார்.

(பொ–ரை) பலவாகிய பசுமந்தையைக் காத்த நெடியோ னேயாகினும்

பிறனொருவனை ஒரு வடுச் சொன்னால் தாமும் அவனாலே வடுச்சொல் பெறுதல் உண்டு. நெறிப்பட் டொழுகும் சான்றவர் நல்லோர் பலரும் கூடியிருக்கும் சபைநடுவில் எவரையும் புன்சொல் மனத்தின்கண் தங்கும்படி சொல்லார். (76)

77. மறைவிலும் தீவினை செய்யாமை

எனக்குத் தகவன்றால் என்பதே நோக்கித்
தனக்குக் கரியாவான் தானாத் தவற்றை
நினைத்துத் தன் கைகுறைத்தான் தென்னவனும். காணார்
எனச்செய்யார் மாணா வினை.

(ப—ரை) தென்னவனும் – பாண்டியனும், எனக்கு தகவு அன்று என்பதே நோக்கி – இது எனக்குத் தகுதியன்று என்பதனைப் பார்த்து, தனக்குக் கரியாவான் தானா – தான் செய்த குற்றத்துக்குச் சாட்சி தானேயா, தவற்றை நினைத்து – (பிறனொருவன் மனையாளைத் தனியிடத்தே பிடித்த) குற்றத்தை நினைத்து, தன் கை குறைத்தான் – (அதற்குத் தண்டமாகத்) தன் கையை வெட்டினான் (ஆதலால்), காணார் என – பிறர் காணாரென்று, மாணா வினை – தீவினைகளை, செய்யார் – (நல்லவர்) செய்யார்.

(பொ—ரை) பாண்டியனும் இது எனக்குத் தகுதியன்று என்பதனைப் பார்த்துத் தான் செய்த குற்றத்துக்குச் சாட்சி தானேயாப் பிறனொருவன் மனையாளைத் தனியிடத்தே பிடித்த குற்றத்தை நினைத்து அதற்குத் தண்டமாகத் தன் கையை வெட்டினான். பிறர் காணாரென்று தீவினைகளை நல்லவர் செய்யார். (77)

78. தீயாரை விட்டு நீங்குதல்

தீப்பால் வினையினைத் தீரவும் அஞ்சாராக்
காப்பாரே போன்றுரைத்த பொய்குறளை எப்பார்முன்
சொல்லோ டொருப்படார் சோர்வின்றி மாறுபவே
வில்லொடு காக்கையே போன்று.

(ப—ரை) தீ பால் வினையினை – தீய தன்மையை யுடைய செய்கையை, தீரவும் அஞ்சாரா – மிகவும் அஞ்சாரா, காப்பாரே போன்று – தம்மைக் காப்பாரே போல, உரைத்த பொய் குறளை எப்பார் – சில உரைத்துப் பொய்யையும் குறளையையும் பொருந்தச் சொல்லுவார். முன் சொல்லோடு – முன்பு சொல்லும் சில இனிய சொற்களால், ஒருப்படார் – அவரைத் தம்மொடு நட்புக்கொள்ளாதே, சோர்வு இன்றியே – மறவியின்றியே, மாறுப – மாறி நீங்குவர் வில்லொடு காக்கையே போன்று – வில்லைவிட்டு நீங்கும் காக்கையைப் போன்று.

(பொ—ரை) தீய தன்மையையுடைய செய்கையை மிகவும் அஞ்சாராத் தம்மைக் காப்பாரே போலச் சில உரைத்துப் பொய்யையும் குறளையையும் பொருந்தச் சொல்லுவார், முன்பு சொல்லும் சில இனிய சொற்களால் அவரைத் தம்மொடு நட்புக்கொள்ளாதே மறவியின்றியே மாறி நீங்குவர் வில்லை விட்டு நீங்கும் காக்கையைப் போன்று. (78)

79. வெஃகாமை

மடங்கிப் பசிப்பினும் மாண்புடை யாளர்
தொடங்கிப் பிறருடைமை மேவார் - குடம்பை
மடலொடு புட்கலாம் மால்கடற் சேர்ப்ப!
கடலொடு காட்டொட்ட லில்.

(ப—ரை) குடம்பை மடலொடு புள் கலாம் மால் கடல் சேர்ப்ப – (தாம் உறையும்) கூடு பொருந்திய (பனை) மடல்களோடு பறவைகள் விரவா நின்ற பெரிய கடற் சேர்ப்பனே.! கடலொடு காடு ஒட்டல் இல் – கடலொடு தூரல் பொருந்துதல் இல்லை (அதுபோல), மடங்கி பசிப்பினும் – (தம்முடைய உடம்பு) ஒடுங்கும்படி பசித்தாராயினும், மாண்புடையாளர் – மாட்சிமையைத் தமக்கு உடைமையாக உடையவர், பிறர் உடைமை தொடங்கி மேவார் – பிறருடைய பொருளைத் தாம் கொள்ளத் தொடங்கி விரும்பார்.

(பொ—ரை) தாம் உறையும் கூடு பொருந்திய பனை மடல்களொடு பறவைகள் விரவா நின்ற பெரிய கடற்சேர்ப்பனே.! கடலொடு துரும்பு பொருந்துதல் இல்லை. அதுபோலத் தம்முடைய உடம்பு ஒடுங்கும்படி பசித்தாராயினும் மாட்சிமையைத் தமக்கு உடைமையாக உடையவர் பிறருடைய பொருளைத் தாம் கொள்ளத் தொடங்கி விரும்பார். (79)

80. உயர்ந்தோரிடத்துக் குற்றம்

நிரைதொடி தாங்கிய நீடோள்மாற் கேயும்
உரையொழியா வாகும் உயர்ந்தோர்கட் குற்றம்,
மரையாகன் றூட்டும் மலைநாட மாயா;
நரையான் புறத்திட்ட சூடு.

(ப—ரை) மரை ஆ கன்று ஊட்டும் மலைநாட – பெண்மான் கன்றை ஊட்டும் மலைநாடனே! நிரை தொடி தாங்கிய நீள் தோள் மாற்கேயும் – வரிசையாகக் கடகத்தை அணிந்த நீண்ட தோளையுடைய திருமாலுக்கே யாயினும், உரை – குற்றஞ் செய்தான் என்னும் வார்த்தை, ஒழியாவாகும் – ஒருநாளும் ஒழியாவாகும் (ஆதலால்), நரை ஆன்புறத்து இட்ட சூடு – வெண்மையாகிய மாட்டின்மேல் இட்ட சூடுபோல், உயர்ந்தோர்கண் குற்றம் – உயர்ந்தோரிடம் உள்ள குற்றம், மாயா – ஒருநாளும் மாயா.

(பொ—ரை) பெண்மான் கன்றை ஊட்டும் மலைநாடனே! வரிசையாகக் கடகத்தை அணிந்த நீண்ட தோளையுடைய திருமாலுக்கே யாயினும் குற்றஞ் செய்—தான் என்னும் வார்த்தை ஒருநாளும் ஒழியாவாகும். ஆதலால் வெண்மையாகிய மாட்டின் மேல் இட்ட சூடுபோல் உயர்ந்தோரிடம் உள்ள குற்றம் ஒருநாளும் மாயா.(80)

81. சிறியார் பெரியார் குற்றங்கள்

கன்றி முதிர்ந்த கழியப்பன் னாள்செயினும்
ஒன்றும் சிறியார்கண் என்றானும் தோன்றாதாம்
ஒன்றா விடினும் உயர்ந்தார்ப் படுங்குற்றம்
குன்றின்மேல் இட்ட விளக்கு.

(ப—ரை) கன்றி முதிர்ந்த – வெகுண்டு முதிர்ந்த செயல்களை,

கழிய பல் நாள் செயினும் – மிகப் பல நாள் செய்யினும், ஒன்றும் – அவற்றுள் ஒரு குற்றமும், சிறியார்கண் – சிறியாரிடம், என்றானும் – எவ்வளவாகவும், தோன்றாது – தோன்றாது, உயர்ந்தார் படும் குற்றம் – உயர்ந்தார்க்கு உளதாகும் குற்றம், ஒன்று ஆவிடினும் – ஒன்றேயாயினும், குன்றின் மேல் இட்ட விளக்கு – (அது) குன்றின்மேல் இட்ட விளக்குப் போல் விளங்கும் (ஆம் – அசை.)

(பொ–ரை) வெகுண்டு முதிர்ந்த செயல்களை மிகப் பல நாள் செய்யினும் அவற்றுள் ஒரு குற்றமும் சிறியாரிடம் எவ்வளவாகவும் தோன்றாது. உயர்ந்தார்க்கு உளதாகும் குற்றம் ஒன்றே யாயினும் அது குன்றின்மேல் இட்ட விளக்குப் போல் விளங்கும். (81)

2. சான்றோர் செய்கை

82. பொருள் இன்றெனினும் ஒப்புரவு செய்தல்

ஈட்டிய ஒண்பொருள் இன்றெனினும் ஒப்புர
வாற்றும் மனைப்பிறந்த சான்றவன் - ஆற்றவும்
போற்றப் படாதாகிப் புல்லின்றி மேயினும்
ஏற்றுக்கன் றேறாய் விடும்.

(ப–ரை) ஏற்றுக் கன்று – நல்ல எருதிற்குப் பிறந்த கன்று, ஆற்றவும் போற்றப்படாதாகி – மிகவும் பிறரால் – பாதுகாக்கப் படாததாகி, புல் இன்றி – தின்னும் புல்லும் இன்றி, மேயினும் – யாதாயினும் ஒன்றை மேயினும், ஏறு ஆய்விடும் – பின்னையும் எருதாகிவிடும். மனை பிறந்த சான்றவன் – குடிப்பிறந்த சான்றவன், ஈட்டிய ஒண்பொருள் இன்று எனினும் – தான் தேடிய மிக்க பொருள் இல்லையாயினும், ஒப்புரவு ஆற்றும் – ஒப்புரவினைப் பிறருக்குச் செய்யவல்லனாம்.

(பொ–ரை) நல்ல எருதிற்குப் பிறந்த கன்று மிகவும் பிறரால் பாதுகாக்கப்படாததாகித் தின்னும் புல்லும் இன்றி யாதாயினும் ஒன்றை மேயினும் பின்னையும் எருதாகிவிடும். குடிப்பிறந்த சான்றவன் தான் தேடிய மிக்க பொருள் இல்லையாயினும் ஒப்புரவினைப் பிறருக்குச் செய்யவல்லனாம். (82)

83. கடன்பட்டும் ஒப்புரவு செய்தல்

அடர்ந்து வறியரா ஆற்றாத போழ்தும்
இடங்கண் டறிவாமென் றெண்ணி யிராஅர்
மடங்கொண்ட சாயல் மயிலன்னாய்! சான்றோர்
கடங்கொண்டும் செய்வார் கடன்.

(ப—ரை) மடம்கொண்ட — மடமாகிய குணம் கொண்ட, சாயல் — அழகுள்ள, மயில் அன்னா — மயில் போன்றவளே! சான்றோர் — சான்றோராயுள்ளோர், அடர்ந்து வறியரா — வறுமையால் நெருக்கப்பட்டு எளியரா, ஆற்றாத போழ்தும் — ஒருவர்க்கு ஒன்றைச் செய்யவே மாட்டாத காலத்தும், இடம் கண்டு அறிவாம் — தமக்குச் செய்யக்கூடிய காலம் வந்தால் ஒப்புரவு செய்வோம், என்று எண்ணி இரார் —என்றெண்ணி ஒப்புரவு செய்யாதிரார்; கடம் கொண்டும் — வேறொருவர் கையில் கடன் வாங்கியாயினும், கடன் செய்வார் — தாம் செய்யக்கடவனவற்றைச் செய்வர்.

(பொ—ரை) மடமாகிய குணம் கொண்ட அழகுள்ள மயில்போன்றவளே! சான்றோராயுள்ளோர் வறுமையால் நெருக்கப்பட்டு எளியரா ஒருவர்க்கு ஒன்றைச் செய்யவே மாட்டாத காலத்தும் தமக்குச் செய்யக்கூடிய காலம் வந்தால் ஒப்புரவு செய்வோம் என்றெண்ணி ஒப்புரவு செய்யாதிரார்; வேறொருவர் கையில் கடன் வாங்கியாயினும் தாம் செய்யக் கடவனவற்றைச் செய்வர். (83)

84. நடுவு நிலைமையில் நின்று மெய்பேசுதல்

மொய்கொண் டெழுந்த அமரகத்து மாற்றார்வாப்
பொய்கொண் டறைபோத் திரிபவர்க் கென்கொலோ?
மையுண் டமர்ந்தகண் மாணிழா! சான்றவர்
கையுண்டும் கூறுவர் மெய்.

(ப—ரை) மை உண்டு அமர்ந்த கண் மாண் இழா — மையுண்டு முகத்துக்குப் பொருந்திய கண்ணையும் சிறந்த ஆபரணத்தையும் உடையா! மொய்கொண்டு எழுந்த அமர் அகத்து — (ஒருவரும் ஒருவரும்) தம்முள் பகைகொண்டு போர்செய்யத் தொடங்கிய போரிடத்து, மாற்றார்வா பொய் கொண்டு — பகையரசர் (எமக்காக நின்றால் ஒரு சிறப்புச் செய்கிறோம் என்ற) பொய்யைக் கேட்டு, அறைபோ திரிபவர்க்கு — கீழறுத்து அவர்க்காகப் போத் திரியும் கீழ்மக்கட்கு, என் — மெய்யுரையால் என்ன பயன் உண்டு? சான்றவர் — பெரியோர், கை உண்டும் — பிறருடைய கைப்பொருளை உண்டாராயினும், மெய் கூறுவர் — (அவர்க்காக ஒரு பொய் சொல்லார்: நடுவுநின்று) மெய் சொல்லுவர். (கொல் — ஓ — அசை)

(பொ—ரை) மையுண்டு முகத்துக்குப் பொருந்திய கண்ணையும் சிறந்த ஆபரணத்தையும் உடையா! ஒருவரும் ஒருவரும் தம்முள் பகைகொண்டு போர்செய்யத் தொடங்கிய போரிடத்துப் பகையரசர் எமக்காக நின்றால் ஒரு சிறப்புச் செய்கிறோம் என்ற பொய்யைக் கேட்டுக் கீழறுத்து அவர்க்காகப் போய்த் திரியும் கீழ்மக்கட்கு மெய்யுரையால் என்ன பயன் உண்டு? பெரியோர் பிறருடைய கைப்பொருளை உண்டாராயினும் அவர்க்காக ஒரு பொய் செல்லார்: நடுவுநின்று மெய் சொல்லுவர். (84)

85. குற்றஞ்செத நண்பினரைத் திருத்தல்

ஆண்டுண் டெனவொன்றோ வேண்டா அடைந்தாரை
மாண்டிலா ரென்றே மறைப்பக் கிடந்ததோ?
பூண்டாங் கிளமுலைப் பொற்றொடி! பூண்ட

பறையறையா ராயினா ரில்.

(ப—ரை) பொற்றொடி – பொற்றொடி உடையா! பூண்ட பறை அறையாராயினார் இல் – தாம் பூண்ட பறையை அறையாது இடையே தவிர்த்தார் இல்லை. (ஆதலான்), ஆண்டு ஈண்டு என அடைந்தாரை ஒன்று ஓ வேண்டா – அன்றொரு குற்றம் செய்தாரென்று அடைந்தாரை ஒன்றும் சொல்லவேண்டா, மாண்டிலார் என்று மறைப்ப கிடந்ததோ – அவர்கள் மாட்சிமை யுடையா ரல்லரென்று நட்பை விடுதற்குக் கிடந்ததொரு நீதி உண்டோ? (ஒறுத்து நட்பாகவே கொண்டு வேண்டுவன செய்க).

(பொ—ரை) பொற்றொடி உடையா! தாம் பூண்ட பறையை அறையாது இடையே தவிர்த்தார் இல்லை. ஆதலான் அன்றொரு குற்றம் செய்தாரென்று அடைந்தாரை ஒன்றும் சொல்லவேண்டா அவர்கள் மாட்சிமையுடையா ரல்லரென்று நட்பை விடுதற்குக் கிடந்ததொரு நீதி உண்டோ? ஒறுத்து நட்பாகவே கொண்டு வேண்டுவன செய்க. (85)

86. நற்குணமில்லாத நண்பினர்க்கும் நன்மை செய்தல்

பரியப் படுபவர் பண்பிலா ரேனும்
திரியப் பெறுபவோ சான்றோர் - விரிதிரைப்
பாரெறியும் முந்நீர்த் துறைவ! கடனன்றோ
ஊரறிய நட்டார்க் குணா?

(ப—ரை) விரிதிரைபார் எறியும் முந்நீர் துறைவ – அகன்ற அலைகள் பாரி லெறியும் கடற்றுறைவனே! பரியப்படுபவர் – தம்மால் விரும்பிப் பாதுகாக்கப் படுபவர், பண்பு இலாரேனும் – குணம் இல்லாராயினும், சான்றோர் – சான்றோர், திரிய பெறுபவோ – தமது தன்மையின் வழுவப்பெறார், ஊர் அறிய நட்டார்க்கு உணா கடன் அன்றோ – ஊரிலுள்ளார் எல்லாரும் அறியத் தம்மோடு உறவு செய்தார்க்கு உணவு கொடுக்கை கடனன்றோ.

(பொ—ரை) அகன்ற அலைகள் பாரி லெறியும் கடற்றுறைவனே! தம்மால் விரும்பிப் பாதுகாக்கப் படுபவர் குணம் இல்லாராயினும் சான்றோர் தமது தன்மையின் வழுவப்பெறார் ஊரிலுள்ளார் எல்லாரும் அறியத் தம்மோடு உறவு செய்தார்க்கு உணவு கொடுக்கை கடனன்றோ. (86)

87. பகைவரிடத்தும் கண்ணோடுதல்

தெற்றப் பகைவ ரிடர்ப்பாடு கண்டக்கால்
மற்றுங்கண் ணோடுவர் மேன்மக்கள் - தெற்ற
நவைக்கப் படுந்தன்மைத் தாயினும் சான்றோர்
அவைப்படின் சாவாது பாம்பு.

(ப—ரை) தெற்ற நவைக்கப்படும் தன்மைத்து ஆயினும் – தெளியத்துயர் செய்யப்படும் தன்மையுடைய தாயினும், பாம்பு – பாம்பானது, சான்றோர் அவை படின் – சான்றவர் கூட்டத்தில் புகுந்தால், சாவாது – சாவாது. (அதுபோல), தெற்ற பகைவர் இடர்ப்பாடு கண்டக் கால் – தெளியத் தமக்குப் பகைவராயினார்

மிகவும் இடர்ப்படுவதனைக் கண்டால், மற்றும் – முன்பு தமக்குப் பல பிழையும் செய்தவராயினும், கண்ணோடுவர் – மீண்டும் கண்ணோட்டம் செய்வர், மேன்மக்கள் – குடிப் பிறந்தோர்.

(பொ–ரை) தெளியத்துயர் செய்யப்படும் தன்மை யுடையதாயினும் பாம்பானது சான்றவர் கூட்டத்தில் புகுந்தால் சாவாது. அதுபோலத் தெளியத் தமக்குப் பகைவராயினார் மிகவும் இடர்ப்படுவதனைக் கண்டால் முன்பு தமக்குப் பல பிழையும் செய்தவராயினும் மீண்டும் கண்ணோட்டம் செய்வர் குடிப்பிறந்தோர். (87)

88. சிறியாரிடத்தும் சேர்ந்து வாழ்தல்

இறப்ப எமக்கீ திழிவரவென் றெண்ணார்,
பிறப்பிற் சிறியாரைச் சென்று - பிறப்பினால்
சாலவு மிக்கவர் சார்ந்தடைந்து வாழ்பவே:
தால வடைக்கலமே போன்று.

(ப–ரை) பிறப்பினால் சாலவும் மிக்கவர் – குடிப்பிறப்பினால் மிகவும் பெரியார், சென்று – போய், பிறப்பின் சிறியாரை சார்ந்து அடைந்து – பிறப்பால் சிறியாரைச் சார்ந்தடைந்து, ஈது எமக்கு இறப்ப இழிவரவு என்றெண்ணார் – இச்செயல் எமக்கு மிகவும் இழிவைத் தருவது என்று பாராமல், தால அடைக்கலமே போன்று – ஒருவரிடம் வைத் தாலவடைக்கலமே போல், வாழ்ப – (ஒளிமழுங்கியாயினும்) வாழ்வர், (அதனால் குற்றம் இல்லை) (முதல் ஏ – அசை).

(பொ–ரை) குடிப் பிறப்பினால் மிகவும் பெரியார் போய் பிறப்பால் சிறியாரைச் சார்ந்தடைந்து இச்செயல் எமக்கு மிகவும் இழிவைத் தருவது என்று பாராமல் ஒருவரிடம் வைத் தாலவடைக்கலமே போல் ஒளிமழுங்கியாயினும் வாழ்வர், அதனால் குற்றம் இல்லை. (88)

89. சிறியாரினமா ஒழுகுதல்

பெரிய குடிப்பிறந் தாரும் தமக்குச்
சிறியா ரினமா யொழுகுதல், - எறியிலை
வேலொடு நேரொக்கும் கண்ணா! அஃதன்றோ
பூவொடு நாரியைக்கு மாறு.

(ப–ரை) எறி – ஒளிவீசும், இலை – இலைபோல் அச்சமான, வேலொடு – வேலோடு, நேர் ஒக்கும் – நேராக ஒக்கும், கண்ணா – கண்ணையுடையா! பெரிய குடி பிறந்தாரும் – உயர்ந்த குடியிலே பிறந்தவர்களும், சிறியார் தமக்கு இனமா ஒழுகுதல் அஃது – கீழ்மக்கள் தமக்கு இனமாக ஒழுகுதலான அச்செய்கை, பூவொடு நார் இயைக்கும் ஆறு அன்றோ – பூவொடு நாரைச் சேர்க்கும் நெறி அன்றோ.

(பொ–ரை) ஒளிவீசும் இலைபோல் அச்சமான வேலொடு நேராக ஒக்கும் கண்ணையுடையா! உயர்ந்த குடியிலே பிறந்தவர்களும் கீழ்மக்கள் தமக்கு இனமாக ஒழுகுதலான அச்செய்கை பூவொடு நாரைச் சேர்க்கும் நெறி அன்றோ. (89)

90. சிறியார் செல்வமும் பெரியார் வறுமையும

சிறியவ ரெய்திய செல்வத்தின் மாணப்
பெரியவர் நல்குரவு நன்றே - தெரியின்
மதுமயங்கு பூங்கோதை மாணிழா! மோரின்
முதுநெய்தீ தாகலோ வில்.

(ப—ரை) மது மயங்கு – தேன் மிக்க, பூ கோதை – பூமாலையும், மாண்இழா – மாட்சிமைப்பட்ட ஆபரணமும் உடையா! தெரியின் – ஆராவோ மாயின், மோரின் – மோர்போல, முதுநெய் – பழைய நெய், தீதுஆதலோ இல் – தீதாவதில்லை (நன்றேயாம்), சிறியவர் எய்திய செல்வத்தின் – கீழ்மக்கள் பெற்ற செல்வத்தைக் காட்டிலும், மாண பெரியவர் நல்குரவு – ஏ – மாட்சிமைப்படப் பெரியராயினார் பெற்ற வறுமையே, நன்று – உலகத்தில் பயன்படும்.

(பொ—ரை) தேன் மிக்க பூமாலையும் மாட்சிமைப் பட்ட ஆபரணமும் உடையா! ஆராய்வோமாயின் மோர்போலப் பழைய நெய் தீதாவதில்லை நன்றேயாம். கீழ்மக்கள் பெற்ற செல்வத்தைக்காட்டிலும் மாட்சிமைப் படப் பெரியராயினார் பெற்ற வறுமையே உலகத்தில் பயன்படும். (90)

3. கீழ்மக்களியல்பு

91. இனநலம் பெற்றும் மனநலம் பெறாமை

மிக்குப் பெருகி மிகுபுனல் பாய்ந்தாலும்
உப்பொழிதல் செல்லா ஒலிகடல்போல் - மிக்க
இனநலம் நன்குடைய வாயினும் என்றும்
மனநல மாகாவாம் கீழ்.

(ப—ரை) மிகு புனல் – (ஆறுகளின்) மிகுதலான நீர், மிக்கு பெருகி பாய்ந்தாலும் – மிகப் பெருகி வந்து பாய்ந்தாலும், ஒலிகடல் ஒலிக்கின்ற கடல், உப்பு ஒழிதல் செல்லா(து) – உவர்ப்பு நீங்கப் பெறாது, போல் – அது போல, மிக்க இனம் நலம் – மிக்க இனத்தின் நன்மை, நன்கு உடையவாயினும் – மிகவும் உள்ளவராயினும், கீழ் – கீழ்மக்கள், என்றும் – எக்காலத்தும், மனம் நலம் ஆகா – மனத்தால் நல்லராக மாட்டார். (ஆம் – அசை)

(பொ—ரை) ஆறுகளின் மிகுதலான நீர் மிகப் பெருகி வந்து பாந்தாலும் ஒலிக்கின்ற கடல் உவர்ப்பு நீங்கப் பெறாது. அது போல மிக்க இனத்தின் நன்மை மிகவும் உள்ளவராயினும் கீழ்மக்கள் எக்காலத்தும் மனத்தால் நல்லராக மாட்டார்.(91)

92. பெரியரொடு சேர்ந்தாலும் பெரிய ராகாமை

தக்காரோ டொன்றித் தமரா ஒழுகினார்
மிக்காரா லென்று சிறியாரைத் தாம்தேறார்
கொக்கார் வளவய லூர! தினலாமோ
அக்காரம் சேர்ந்த மணல்.

(ப—ரை) கொக்கு – மாஞ்சோலை, ஆர் – நிறைந்த, வளவயல் – வளமாகிய வயல்களையுடைய, ஊர் – ஊரனே! தக்காரோடு ஒன்றி – தக்காரொடு பொருந்தி, தமரா ஒழுகினார் – (அவர்க்கு) உறவா ஒழுகினார் (ஆதலால்), மிக்கார் என்று – மிக்க குணத்தை யுடையார் (இவர்) என்று கருதி, சிறியாரை – சிறிய குணத்தை யுடையாரை, தாம் தேறார் – தாம் தெளிந்து நட்புக் கொள்ளார். அக்காரம் சேர்ந்த மணல் தினலாமோ – அக்காரமாகிய பாகினொடு சேர்ந்த மணலைத் தின்னலாமோ? (ஆல் – அசை)

(பொ—ரை) மாஞ்சோலை நிறைந்த வளமாகிய வயல்களையுடைய ஊரனே! தக்காரொடு பொருந்தி அவர்க்கு உறவா ஒழுகினார். ஆதலால், மிக்க குணத்தை யுடையார் இவர் என்று கருதிச் சிறிய குணத்தை யுடையாரைத் தாம் தெளிந்து நட்புக் கொள்ளார். அக்காரமாகிய பாகினொடு சேர்ந்த மணலைத் தின்னலாமோ? (92)

93. பெரியார் செய்வன சிறியார் செய்யலாகாமை

தந்தொழி லாற்றும் தகைமையார் செய்வன
வெந்தொழில ராய வெகுளிகட்குக் கூடுமோ?
மைந்திறை கொண்ட மலைமார்ப! ஆகுமோ
நந்துழுத வெல்லாம் கணக்கு.

(ப—ரை) மைந்து – வலிமை, இறைகொண்ட – தங்கிய, மலை மார்ப – மலைபோலும் மார்பனே! தம் தொழில் – தம் தொழில்களை, ஆற்றும் தகைமையார் – செய்து முடிக்கவல்ல தன்மையார், செய்வன – செய்யும் காரியங்கள், வெந்தொழிலர் ஆய வெகுளிகட்கு – கொடுந் தொழிலராகிய வெகுளிகளுக்கும், கூடுமோ – செய்யக்கூடுமோ? நந்து உழுத எல்லாம் – நத்தை உழுது வரைந்த தெல்லாம், கணக்கு ஆகுமோ – (அறியாதார்க்கு எழுத்தாகத் தோன்றுவ தல்லது) அறிந்தார்க்கு எழுத்தாகுமோ.

(பொ—ரை) வலிமை தங்கிய மலைபோலும் மார்பனே! தம் தொழில்களைச் செய்து முடிக்கவல்ல தன்மையார் செய்யும் காரியங்கள் கொடுந்தொழிலாராகிய வெகுளிகளுக்கும் செய்யக்கூடுமோ? நத்தை உழுது வரைந்த தெல்லாம் அறியாதார்க்கு எழுத்தாகத் தோன்றுவதல்லது அறிந்தார்க்கு எழுத்தாகுமோ. (93)

94. உரைத்தாலும் உணர்வு தோன்றாமை

பூத்தாலும் காயா மரமுள: மூத்தாலும்
நன்கறியார் தாமு நனியுளர்: பாத்தி
விதைத்தாலும் நாறாத வித்துள: பேதைக்
குரைத்தாலும் தோன்றா துணர்வு.

(ப—ரை) பூத்தாலும் – பூத்தவிடத்தும், காயா – காய்விடாத, மரம் – பாதிரி முதலாகிய மரங்கள், உள – உள்ளன; (அதுபோல), மூத்தாலும் – மூத்தவிடத்தும், நன்கு அறியார் தாமும் – கருமம் செய்யும் நன்மையை அறியாத மக்களும், நனி உளர் – மிகவும் உளர்.

(பொ—ரை) பூத்தவிடத்தும் கா விடாத பாதிரி முதலாகிய மரங்கள் உள்ளன; அதுபோல மூத்தவிடத்தும் கருமம் செய்யும் நன்மையை அறியாத மக்களும் மிகவும் உளர். (94)

95. கொண்டது விடாமை

ஓர்த்த கருத்தும் உணர்வும் உணராத
மூர்க்கர்க்கு யாதும் மொழியற்க - மூர்க்கன்றான்
கொண்டதே கொண்டு விடானாகும் ஆகாதே
உண்டது நீலம் பிறிது.

(ப—ரை) ஓர்த்த – தான் ஆராய்ந்து தெளிந்த, கருத்தும் – கருத்தினையும், உணர்வும் – உலக வொழுக்கத்தினையும், உணராத மூர்க்கர்க்கு – அறியாத மூர்க்கருக்கு, யாதும் மொழியற்க – யாதொன்றும் உரையாமல் தவிர்க, நீலம் உண்டது பிறிது ஆகாது— நீல நிறத்தை உண்ட பொருள் வேறு நிறம் ஆகாது. (அதுபோலும்), மூர்க்கன் – மூர்க்கன், தான் கொண்டதே கொண்டு – தான் கொண்ட அதனையே மனத்தின்கண் கொண்டு, விடானாகும் – விடான். (ஏ—அசை)

(பொ—ரை) தான் ஆராய்ந்து தெளிந்த கருத்தினையும் உலகவொழுக்கத்தினையும் அறியாத மூர்க்கருக்கு யாதொன்றும் உரையாமல் தவிர்க. நீல நிறத்தை உண்ட பொருள் வேறு நிறம் ஆகாது. அதுபோலும் மூர்க்கன் தான் கொண்ட அதனையே மனத்தின்கண் கொண்டு விடான். (95)

96. இயற்கை மாறாமை

தெற்ற ஒருவரைத் தீதுரை கண்டக்கால்
இற்றே அவரைத் தெளியற்க - மற்றவர்
யாவரே யாயினும் நன்கொழுகார், கைக்குமே
தேவரே தின்னினும் வேம்பு.

(ப—ரை) தெற்ற ஒருவரை தீதுரை கண்டக்கால் – தெளிய ஒருவரை ஒருவர் பொல்லாங்குரைக்கும் உரையைக் கேட்டால், அவரை – பொல்லாங்குரைக்கின்ற அவரை, இற்றே தெளியற்க நம்மையும் இப்பெற்றியே உரைப்பரென்று உறவாக நம்பாதொழிக, தேவரே தின்னினும் வேம்பு கைக்கும் – தேவரே தின்றாராயினும் வேம்பானது கசக்கும் (அதுபோல), யாவரே ஆயினும் அவர் நன்கு ஒழுகார் – யாவரே நட்புக்கொண்டாராயினும் அவர் நன்றாக ஒழுகார். (மற்று – அசை.)

(பொ—ரை) தெளிய ஒருவரை ஒருவர் பொல்லாங் குரைக்கும் உரையைக் கேட்டால், பொல்லாங்குரைக்கின்ற அவரை நம்மையும் இப்பெற்றியே உரைப்பரென்று உறவாக நம்பாதொழிக. தேவரே தின்றாராயினும் வேம்பானது கசக்கும். அதுபோல யாவரே நட்புக் கொண்டா ராயினும் அவர் நன்றாக ஒழுகார். (96)

97. தீயொழுக்கம் திருந்தாமை

காடுறை வாழ்க்கைக் கருவினை மாக்களை

நாடுறைய நல்கினும் நன்கொழுகார் - நாடொறும்
கையுள தாகி விடினும் குறும்பூழ்க்குச்
செய்யுள தாகு மனம்.

(ப—ரை) நாள்தொறும் கை உளதாகிவிடினும் – நாடொறும் கையுளே பொருந்தி வளர்ந்தாலும், குறும்பூழ்க்கு – காடைக்கு, மனம் – மனமானது, செய் உளதாகும் – வயலில் வசிப்பதிலேயே பொருந்தி யிருக்கும், (அதுபோல), காடு உறை வாழ்க்கை கருவினை மாக்களை – காட்டில் வசிக்கும் வாழ்க்கையையுடைய கொலைத் தொழிலை மேற்கொண்ட மாக்களை, நாடு உறைய நல்கினும் – நாட்டின்கண் வசிக்க ஒருவர் இடங்கொடுத்தாலும், நன்கு ஒழுகார் – (கொலைத்தொழில் முதலானவற்றை ஒழித்து) நன்றாக ஒழுகமாட்டார்.

(பொ—ரை) நாடொறும் கையுளே பொருந்தி வளர்ந்தாலும் காடைக்கு மனமானது வயலில் வசிப்பதிலேயே பொருந்தியிருக்கும். அதுபோலக் காட்டில் வசிக்கும் வாழ்க்கையையுடைய கொலைத் தொழிலை, மேற்கொண்ட மாக்களை நாட்டின்கண் வசிக்க ஒருவர் இடங்கொடுத்தாலும் கொலைத் தொழில் முதலானவற்றை ஒழித்து நன்றாக ஒழுகமாட்டார். (97)

98. பழியஞ்சாமை

கருந்தொழில ராய கடையாயார் தம்மேல்
பெரும்பழி யேறுவ பேணார் - இரும்புன்னை
புன்புலால் தீர்க்கும் துறைவ! மற்றஞ்சாதே
தின்ப தழுவதன் கண்.

(ப—ரை) இரு புன்னை – பெரிய புன்னை, புன் புலால் – புல்லிய புலால் நாற்றத்தை, தீர்க்கும் – நீக்கும், துறைவ – துறைவனே! அழுவதன் கண் – (பெரிய பிராணிக்கு இரையா அகப்பட்டு) அழுகின்ற சிறிய பிராணிக்குண்டான துன்பத்தைக் கண்டு, தின்பது – அதைத் தின்னும் பெரிய பிராணி, அஞ்சாது – அத்துன்பத்துக் கஞ்சி அந்தப் பிராணியைத் தின்னாமல் விடாது. கரு தொழிலராய கடையாயார் – கொலைத் தொழில் செய்பவரான கீழ்மக்கள், தம்மேல் ஏறுவ பெரும்பழி – தம் மீது வந்தேறுவனவான மிக்க பழிகளை, பேணார் – (வராதபடி) பாதுகாக்கமாட்டார்.

(பொ—ரை) பெரிய புன்னை புல்லிய புலால் நாற்றத்தை நீக்கும் துறைவனே! பெரிய பிராணிக்கு இரையா அகப்பட்டு அழுகின்ற சிறிய பிராணிக்குண்டான துன்பத்தைக் கண்டு அதைத் தின்னும் பெரிய பிராணி அத்துன்பத்துக் கஞ்சி அந்தப் பிராணியைத் தின்னாமல் விடாது. கொலைத் தொழில் செய்பவரான கீழ்மக்கள் தம் மீது வந்தேறுவனவான மிக்க பழிகளை வராதபடி பாதுகாக்கமாட்டார். (98)

99. பழியில் மிக்கெழுதல்

மிக்க பழிபெரிதும் செய்தக்கால் மீட்டதற்குத்
தக்க தறியார் தலைசிறத்தல், - எக்கர்
அடும்பலரும் சேர்ப்ப! அகலுணீ ராலே
துடும்ப லெறிந்து விடல்.

(ப—ரை) எக்கர் அடும்பு அலரும் சேர்ப்ப – மணலின்மேலே அடும்பு அலரும் சேர்ப்பனே! மிக்க பழி பெரிதும் செய்தக்கால் – தாம் மிக்க பழியை மிகவும் செய்தால், மீட்டு அதற்கு தக்கது அறியார் – பின்னை அதனைத் தீர்க்கத்தக்கதனை அறிந்தொழு காமல், தலைசிறத்தல் – அப்பழி வருவனவற்றிலே மிக்கொழுகுதலானது, அகலுள் நீராலே – ஊர்வாரி நீரிலே, துடும்பல் எறிந்துவிடல் – உடம்பு சுத்தம் பெறுதற்குக் குளித்துத் திளைத்ததனோ டொக்கும். (ஊர்) வாரி – வெள்ளம்.)

(பொ—ரை) மணலின்மேலே அடும்பு அலரும் சேர்ப்பனே! தாம் மிக்க பழியை மிகவும் செய்தால் பின்னை அதனைத் தீர்க்கத்தக்கதனை அறிந்தொழுகாமல் அப்பழி வருவனவற்றிலே மிக்கொழுகுதலானது ஊர்வாரி நீரிலே உடம்பு சுத்தம் பெறுதற்குக் குளித்துத் திளைத்ததனோ டொக்கும். (99)

100. கள்ளினைக் கண்டு களித்தல்

மாணாப் பகைவரை மாறொறுக் கல்லாதார்
பேணா துரைக்கும் உரைகேட் டுவந்ததுபோல்,
ஊணார்ந் துதவுவதொன் றில்லெனினும் கள்ளினைக்
காணாக் களிக்கும் களி.

(ப—ரை) மாணா பகைவரை – மாட்சிமையில்லாத பகைவரை, மாறு ஒறுக்கல்லாதார் – அவருக்கு மாறாக நின்று தண்டிக்கமாட்டாதார், பேணாது – அவரைப் பாதுகாவாமல், உரைக்கும் உரை – பிறர் இகழ்ந்து சொல்லும் வார்த்தையை, கேட்டு – கேட்டு, உவந்ததுபோல் – சிலர் உவப்பதுபோல், ஊண் ஆர்ந்து உதவுவது ஒன்று இல்லெனினும் – தனக்கு உணவாக நிரம்பும் தன்மை இல்லையாயினும், கள்ளினை காணா – (தன் (எதிரில்) கள்ளைக் கண்டால், களி – களிமகன், களிக்கும் – உண்டானைப் போலக் களிக்கும்.

(பொ—ரை) மாட்சிமையில்லாத பகைவரை அவருக்கு மாறாக நின்று தண்டிக்கமாட்டாதார் அவரைப் பாதுகாவாமல் பிறர் இகழ்ந்து சொல்லும் வார்த்தையைக் கேட்டுச் சிலர் உவப்பது போல் தனக்கு உணவாக நிரம்பும் தன்மை இல்லையாயினும் தன் எதிரில் கள்ளைக் கண்டால் களிமகன் உண்டானைப் போலக் களிக்கும். (100)

101. ஒறுத்தாலும் தீமை ஒழியாது செய்தல்

உழந்ததூஉம் பேணா தொறுத்தமை கண்டும்
விழைந்தார்போல் தீயவை பின்னரும் செய்தல்,
தழங்கண் முழவிரங்கும் தண்கடற் சேர்ப்ப!
முழங்குறைப்பச் சாணீளு மாறு.

(ப—ரை) தழங்(கு) கண் முழவு இரங்கும் – ஒலிக்கும் கண்ணையுடைய முழவுபோல ஆரவாரிக்கும், தண்கடல் சேர்ப்ப – குளிர்ந்த கடற்சேர்ப்பனே! உழந்ததும் பேணாது – தம்மொடு வருந்திப்போந்த பழைய நட்பும் பாராமல், ஒறுத்தமை கண்டும் – தம்மை ஒறுத்ததைக் கண்டிருந்தும், பின்னரும் – பின்னையும், விழைந்தாற்போல் – அவர் தம்மை விரும்பினவர்போல், தீயவை செய்தல் – தீயவற்றைச் செய்தல், சாண்

குறைப்ப முழம் நீளும் ஆறு – சாண் நீளமா யிருப்பதொன்றைக் குறைத்தபின்னர் அது முழநீளமாக நீளுவது போலும்.

(பொ–ரை) ஒலிக்கும் கண்ணையுடைய முழவுபோல ஆரவாரிக்கும் குளிர்ந்த கடற்சேர்ப்பனே! தம்மொடு வருந்திப்போந்த பழைய நட்பும் பாராமல் தம்மை ஒறுத்ததைக் கண்டிருந்தும் பின்னையும் அவர் தம்மை விரும்பினவர்போல் தீயவற்றைச் செய்தல் சாண் நீளமா யிருப்பதொன்றைக் குறைத்த பின்னர் அது முழநீளமாக நீளுவது போலும். (101)

102. எக்காலமும் பாவமே செய்தல்

அல்லவை செப அலப்பின்: அலவாக்கால்
செல்வ தறிகல ராகிச் சிதைத்தெழுப:
கல்லாக் கயவர் இயல்போல் நரியிற்கூண்
நல்யாண்டும் தீயாண்டு மில்.

(ப–ரை) அலப்பின் – வறுமையுற்றால், அல்லவை செய் – பாவங்களைச் செய்துண்பார், அலவாக்கால் – வறுமையின்றிச் செல்வம் பெற்றால், செல்வது அறிகலராகி – மறுமைக்குச் செல்லும் வழியை அறியாராகி, சிதைத்து எழுப – தருமத்தைக் கெடுத் தொழுகுவர், கல்லா கயவர் இயல் – இது கல்லாத கீழ்மக்களது இயல்பு. நரியிற்கு ஊண் நல்யாண்டும் தீயாண்டும் இல் போல் – இது நரிக்கு உணவு பெறுதலான நல்ல காலமும் உணவு பெறாத கெட்ட காலமும் இல்லையாதல் போலும். (யாண்டு – காலம்)

(பொ–ரை) வறுமையுற்றால் பாவங்களைச் செய்துண்பார்: வறுமையின்றிச் செல்வம் பெற்றால் மறுமைக்குச் செல்லும் வழியை அறியாராகி தருமத்தைக் கெடுத்தொழுகுவர்: இது கல்லாத கீழ்மக்களது இயல்பு. இது நரிக்கு உணவு பெறுதலான நல்ல காலமும் உணவு பெறாத கெட்ட காலமும் இல்லையாதல் போலும். (102)

103. எல்லாராலும் கீழோர் அறியப்படுதல்

கூரறிவி னார்வாய்க் குணமுடைச்சொல் கொள்ளாது
காரறிவு கந்தாக் கடியன செய்வாரைப்
பேரறியா ராயின பேதைகள் யாருளரோ?
ஊரறியா மூரியோ இல்.

(ப–ரை) கூர் அறிவினார் – உண்மை ஞானம் உடையார், வாய் – வாயால்சொல்லும், குணம் உடை சொல் – (பழிபாவம் அஞ்சும்) குணத்தையுடைய சொல்லை, கொள்ளாது – உட்கொள்ளாது, கார் அறிவு – அஞ்ஞானமே, கந்து ஆ(க) – துணையாகக் கொண்டு, கடியன செய்வாரை – கடியனவாகிய தீங்குகளைச் செய்வாரை, பேர் அறியாராயின பேதைகள் – பேரறியாதவராகிய அறிவிலார், யார் உளர் – உலகத்துள் எவர் உள்ளார்? ஊர் அறியா மூரியோ இல் – ஊரிலே வாழ்வார் அறியாத உழாத மூரியெருது இல்லை. (ஓ–ஓ– அசை)

(பொ—ரை) உண்மை ஞானம் உடையார் வாயால் சொல்லும் பழிபாவம் அஞ்சும் குணத்தையுடைய சொல்லை உட்கொள்ளாது அஞ்ஞானமே துணையாகக் கொண்டு கடியனவாகிய தீங்குகளைச் செய்வாரைப் பேரறியாதவராகிய அறிவிலார் உலகத்துள் எவர் உள்ளார்? ஊரிலே வாழ்வார் அறியாத உழாத மூரியெருது இல்லை. (103)

104. நீசரில் நல்லார் இல்லாமை

நிரந்து வழிவந்த நீசரு ளெல்லாம்
பரந்தொருவர் நாடுங்கால் பண்புடையார் தோன்றார்
மரம்பயில் சோலை மலைநாட! என்றும்
குரங்கினுள் நன்முகத்த வில்.

(ப—ரை) மரம் பயில் சோலை மலைநாட – மரங்கள் உள்ள சோலைகள் பொருந்திய மலைநாடனே! என்றும் – எக்காலத்தும், குரங்கினுள் – குரங்கினத்தில், நல்முகத்த – நல்ல முகமுள்ள குரங்குகள், இல் – இல்லை (அதுபோல), நிரந்து வழிவந்த நீசருள் எல்லாம் – இடையறாமல் குடியாகப் பிறந்துவந்த கீழ்மக்க ளெல்லாருள்ளும், பரந்து நாடுங்கால் – பரந்து ஆராயுங்கால், பண்புடையார் ஒருவர் – குணமுள்ளவர் ஒருவரும், தோன்றார் – காணப்படார்.

(பொ—ரை) மரங்கள் உள்ள சோலைகள் பொருந்திய மலைநாடனே! எக்காலத்தும் குரங்கினத்தில் நல்ல முகமுள்ள குரங்குகள் இல்லை. அதுபோல இடையறாமல் குடியாகப் பிறந்துவந்த கீழ்மக்க ளெல்லாருள்ளும் பரந்து ஆராயுங்கால் குணமுள்ளவர் ஒருவரும் காணப்படார். (104)

105. தீயாரைப் பெருக்குதலின் தீமை

ஊழாயி னாரைக் களைந்திட் டுதவாத
கீழாயி னாரைப் பெருக்குதல் - யாழ்போலும்
தீஞ்சொல் மழலையா! தேனார் பலாக்குறைத்துக்
காஞ்சிரை நட்டு விடல்.

(ப—ரை) யாழ்போலும் தீம் சொல் மழலையா – யாழ்போலும் இனிய மழலைச் சொல்லை யுடையா! ஊழாயினாரை களைந்திட்டு – முறைப்படவே தமக்கு நன்மையாகிய வழியிலே ஒழுகுவாரைக் கைவிட்டு, உதவாத கீழாயினாரை பெருக்குதல் – (தமக்கு ஒரு துன்பம் வந்துற்றால்) உதவியாகாத கீழ்மக்களை மிகுவித்தல், தேன் ஆர் பலா குறைத்து – தேன் நிறைந்த பலாமரத்தை வெட்டி, காஞ்சிரை நட்டுவிடல் – எட்டிமரத்தை வைத்து வளர்க்கும் தன்மையை ஒக்கும்.

(பொ—ரை) யாழ்போலும் இனிய மழலைச் சொல்லையுடையா! முறைப்படவே தமக்கு நன்மையாகிய வழியிலே ஒழுகுவாரைக் கைவிட்டு தமக்கு ஒரு துன்பம் வந்துற்றால் உதவியாகாத கீழ்மக்களை மிகுவித்தல் தேன் நிறைந்த பலாமரத்தை வெட்டி எட்டிமரத்தை வைத்து வளர்க்கும் தன்மையை ஒக்கும். (105)

106. பெரியோர் சிறப்புக்குச் சிறியோர் அருகராகாமை

பெரியார்க்குச் செய்யும் சிறப்பினைப் பேணிச்
சிறியார்க்குச் செய்து விடுதல், - பொறிவண்டு
பூமேல் இசைமுரலும் ஊர! அதுவன்றோ
நாய்மேல் தவிசிடு மாறு.

(ப—ரை) பொறிவண்டு பூமேல் இசை முரலும் ஊர – பொறிவண்டு பூமேல் படிந்து இசை இசைக்காநின்ற ஊரனே! பெரியார்க்கு செய்யும் சிறப்பினை – பெருமைக்குணம் உடையார்க்குச் செயக்கடவ சிறப்பினை விரும்பி, சிறியார்க்கு செய்துவிடுதல் அது – சிறுமைக் குணம் உடையார்க்குச் செய்துவிடுத லானது, தவிசு – குதிரைமேல் இடுதலான கல்லணையை, நாய்மேல் இடுமாறு அன்றோ – நாய் முதுகில் இடுவதாகு மன்றோ.

(பொ—ரை) பொறிவண்டு பூமேல் படிந்து இசை இசைக்காநின்ற ஊரனே! பெருமைக்குணம் உடையார்க்குச் செயக்கடவ சிறப்பினை விரும்பி சிறுமைக்குணம் உடையார்க்குச் செதுவிடுதலானது குதிரைமேல் இடுதலான கல்லணையை நா முதுகில் இடுவதாகு மன்றோ. (106)

107. குடியாகாமை

பேதுறவு தீரப் பெருக்கத் தலையளித்
தாசறு செய்யாரா ஆற்றப் பெருகினும்
மாசற மாண்ட மனமுடைய ராகாத
கூதறைக ளாகார் குடி.

(ப—ரை) பேதுறவுதீர – துன்பம் தீருமாறு, பெருக்க தலையளித்து – மிகவும் காத்து, ஆசு அறு – குற்றம் நீங்கியவற்றை, செய்யாரா – செய் தொழுகாதவரா, ஆற்ற பெருகினும் – மிகப் பெருகினும், மாசு அற – குற்றமற, மாண்ட மனம் உடையராகாத கூதறைகள் – மாட்சிமைப்பட்ட மனத்தையுடையா ரல்லாத கீழோர், குடி ஆகார் – தம் குடியிற்படார்.

(பொ—ரை) துன்பம் தீருமாறு மிகவும் காத்துக் குற்றம் நீங்கியவற்றைச் செ–ய்தொழுகாதவரா மிகப் பெருகினும் குற்றமற மாட்சிமைப்பட்ட மனத்தை யுடையா ரல்லாத கீழோர் தம் குடியிற்படார். (107)

4. கீழ்மக்கள் செய்கை

108. பெரியோரை அடாத வார்த்தை சொல்லுதல்

நெறியா லுணராது நீர்மையு மின்றிச்,
சிறியார், எளியரா லென்று - பெரியாரைத்
தங்கணேர் வைத்துத் தகவல்ல கூறுதல்,
திங்களை நாய்குரைத் தற்று.

(ப—ரை) பெரியாரை – பெரியாரை, சிறியார் – சிறியார், நெறியால் உணராது – நெறியால் உணராமல், நீர்மையும் இன்றி – தகுதியுமில்லாமல், எளியர் என்று –

எளியரென்று எண்ணி, தங்கள் நேர் வைத்து – தங்களுக்குச் சமானமாகக் கொண்டு, தகவு அல்ல கூறுதல் – தகுதியல்லாத வார்த்தைகளைச் சொல்லும், நாய் திங்களை குரைத்தற்று – நாய் சந்திரனைப் பார்த்துக் குரைத்தாற்போலும். (ஆல் – அசை).

(பொ–ரை) பெரியாரைச் சிறியார் நெறியால் உணராமல் தகுதியுமில்லாமல் எளியரென்று எண்ணித் தங்களுக்குச் சமானமாகக் கொண்டு தகுதியல்லாத வார்த்தைகளைச் சொல்லும் நாய் சந்திரனைப் பார்த்துக் குரைத்தாற்போலும்.

(108)

109. துர்ப்போதனை செய்தல்

மறுமையொன் றுண்டோ மனப்பட்ட எல்லாம்
பெறுமாறு செம்மினென் பாரே-நறுநெய்யுள்
கட்டி யடையைக் களைவித்துக் கண்சொரீஇ
இட்டிகை தீற்று பவர்.

(ப–ரை) மறுமை ஒன்று – மறுமையென்ப தொன்று, உண்டோ – உளதோ? மனப்பட்டது எல்லாம் – மனத்தால் விரும்பின எல்லாவற்றையும், பெறும் ஆறு – அநுபவிக்கப்பெறும் விதத்தை,செம்மின் செய்யுங்கள், என்பார் – என்று மற்றவர்க்கு உறுதியாக உபதேசிப்பவர், நறுநெய்யுள் கட்டி அடையை – வாசனையுள்ள நெய்யுள் தோத்த பாகு பெய் அடையை, களைவித்து – உண்ணாமல் காத்து, கண் சொரீஇ – கண்ணினைச் சொருகுவித்து, இட்டிகை தீற்றுபவர் – ஒருவனை இட்டிகையை உண்பிப்பவரோ டொப்பர், (ஏ – அசை). இட்டிகை – செங்கல்.

(பொ–ரை) மறுமையென்பதொன்று மனத்தால் விரும்பின எல்லாவற்றையும் அநுபவிக்கப்பெறும் விதத்தைச் செய்யுங்கள் என்று மற்றவர்க்கு உறுதியாக உபதேசிப்பவர் வாசனையுள்ள நெய்யுள் தோத்த பாகு பெய்த அடையை உண்ணாமல் காத்துக் கண்ணினைச் சொருகுவித்து ஒருவனை இட்டிகையை உண்பிப்பவரோ டொப்பர்.

(109)

110. நன்மை செய்தவர் இடருறுதல்

கண்ணில் கயவர் கருத்துணர்ந்து கைமிக
நண்ணியவர்க்கு நலனுடைய செய்பவேல்,
எண்ணி, இடர்வரும் என்னார், புலிமுகத்
துண்ணி பறித்து விடல்.

(ப–ரை) கண் இல் கயவர் கருத்து உணர்ந்து – கண்ணோட்ட மில்லாத கீழ்மக்கள் கருத்தின்கண் விரும்பியதை அறிந்து, கை மிக கண்ணி – செயல்மிக்கு அவரொடு நண்புகொண்டு, இடர்வரும் என்னார் – (இது செய்தால்) துன்பம் உண்டாகும் என்றெண்ணா ரா, அவர்க்கு கலன் உடைய எண்ணி செய்வேல் – அவர்க்கு நன்மை யாயினவற்றை ஆராய்ந்து செய்வாராயின் (அது), புலிமுகத்து உண்ணி பறித்து விடல் – புலிமுகத்தில் உள்ள உண்ணியை (அருளினாலே) பறித்ததனோடொக்கும்.

(பொ—ரை) கண்ணோட்ட மில்லாத கீழ்மக்கள் கருத்தின்கண் விரும்பியதை அறிந்து செயல்மிக்கு அவரொடு நண்புகொண்டு இது செய்தால் துன்பம் உண்டாகும் என்றெண்ணாரா அவர்க்கு நன்மை யாயினவற்றை ஆராய்ந்து செய்வாராயின். அது புலிமுகத்தில் உள்ள உண்ணியை அருளினாலே பறித்ததனோடொக்கும். (110)

111. தம்பொருட்டு வருந்தினார்க்கும் வயப்படாமை

திருந்தாநீ ஆர்வத்தைத் தீமை யுடையார்
வருந்தினா ரென்றே வயப்படுவ துண்டோ?
அரிந்தரிகால் பெய்தமையக் கூட்டியக் கண்ணும்
பொருந்தாமண் ணாகா சுவர்.

(ப—ரை) நீ – நெஞ்சமே நீ, ஆர்வத்தை திருந்தா – அவர்மேல் ஆசையை விட்டுத் திருந்துக. பொருந்தாத மண் – (சுவர் எடுக்கின்ற போதே, பொருந்தாத மண், அரிகால் அரிந்து பெய்து – அரிதாளை அரிந்து கலந்து, அமையக் கூட்டியக்கண்ணும் – சேரவமையக் கூட்டிய விடத்தும், சுவர் ஆகா – பின்னைப் பொருந்திச் சுவராகாது (அதுபோல்), தீமைஉடையார் – நம்மேல் தீய மனத்தை யுடையார், வருந்தினார் என்று – இவர் தம்பொருட்டு வருந்தினாரே என்று நம்மேல் இரங்கி, வயப்படுவது உண்டோ – வசமாகிப் பொருந்துவ துண்டோ? பொருந்தார். (அரிதாள் – ஒட்டு – கதிர்கொத தாள்.)

(பொ—ரை) நெஞ்சமே நீ அவர்மேல் ஆசையை விட்டுத் திருந்துக. சுவர் எடுக்கின்ற போதே, பொருந்தாத மண் அரிதாளை அரிந்து கலந்து சேரவமையக் கூட்டிய விடத்தும் பின்னைப் பொருந்திச் சுவராகாது. அதுபோல் நம்மேல் தீய மனத்தையுடையார் இவர் தம்பொருட்டு வருந்தினாரே என்று நம்மேல் இரங்கி வசமாகிப் பொருந்துவ துண்டோ? பொருந்தார். (111)

112. விலக்குவார்மேல் வெகுண்டெழுதல்

குலத்துச் சிறியார் கலாந்தணிப்பான் புக்கு
விலக்குவார் மேலும் எழுதல் - நிலத்து
நிலையழுங்க வேண்டிப் புடைத்தக்கால் வெண்மாத்
தலைகீழாக் காதி விடல்.

(ப—ரை) கலாம் தணிப்பான் புக்கு விலக்குவார் மேலும் – பிறரோடு தாம் கொண்ட பகையைத் தணிக்கல்வேண்டி இடைப்புகுந்து விலக்குவார்மேலும், குலத்து சிறியார் – குலத்தால் சிறியார், எழுதல் – வெகுண்டெழுதலானது, நிலத்து நிலை அழுங்க வேண்டி – நிலத்தின்கண் ஓடாமல் நிற்கின்றநிலை தவிர வேண்டி, புடைத்தக்கால் – இருந்தவன் சாட்டையால் அடித்தால், வெண்மா தலைகீழா(க) காதிவிடல் – சவாரிபண்ணக் கற்றுக் கொள்ளாமல் வெள்ளிய குதிரை ஏறியிருப்பவன் தலைகீழாக விழுவதனோ டொக்கும்.

(பொ—ரை) பிறரொடு தாம் கொண்ட பகையைத் தணிக்கல்வேண்டி

இடைப்புகுந்து விலக்குவார்மேலும் குலத்தால் சிறியார் வெகுண்டெழுதலானது நிலத்தின் கண் ஓடாமல் நிற்கின்றநிலை தவிரவேண்டி இருந்தவன் சாட்டையால் அடித்தால் சவாரிபண்ணக் கற்றுக் கொள்ளாமல் வெள்ளிய குதிரை ஏறியிருப்பவன் தலைகீழாக விழுவதனோ டொக்கும். (112)

113. கீழ்மக்களை முனிவித்த லாகாது

சொல்லெதிர்ந்து தம்மை வழிபட் டொழுகலராய்க்
கல்லெறிந்தாற் போலக் கலாந்தலைக் கொள்வாரை
இல்லிருந் தாற்ற முனிவித்தல், உள்ளிருந்
தச்சாணி தாங்கழிக்கு மாறு.

(ப—ரை) சொல் எதிர்ந்து – தம்முடைய சொல்லை ஏற்றுக்கொண்டு, தம்மை வழிபட்டு ஒழுகலராய் – தம்மை வழிபாடு செய்யாராய், கல்எறிந்தாற்போல – கல்லை எறிந்தாற்போல, (சில வார்த்தைகளைச் சொல்லி), கலாம் தலைக்கொள்வாரை – மாறுபாடு கொள்வாரை, இல் இருந்து – அவர்களுடைய இல்லின் கண்ணே இருந்து, ஆற்ற முனிவித்தல் – தாம் அவரை மிகவும் கோபிக்கும்படி செய்தல், உள் இருந்து – தேரின் உள்ளே இருந்து, அச்சாணி – அச்சாணியை, தாம் கழிக்கும் ஆறு – தாமே கழிக்குமதனோ டொக்கும்.

(பொ—ரை) தம்முடைய சொல்லை ஏற்றுக் கொண்டு தம்மை வழிபாடு செய்யாராய்க் கல்லை எறிந்தாற்போலச் சில வார்த்தைகளைச் சொல்லி மாறுபாடு கொள்வாரை அவர்களுடைய இல்லின் கண்ணே இருந்து தாம் அவரை மிகவும் கோபிக்கும்படி செய்தல் தேரின் உள்ளே இருந்து அச்சாணியைத் தாமே கழிக்குமதனோ டொக்கும். (113)

114. கீழ்மக்களோடு உடனுறைத லாகாது

நாணார் பரியார் நயனில் செய்தொழுகும்
பேணா அறிவிலா மாக்களைப் பேணி
ஒழுக்கி அவரோ டுடனுறை செய்தல்,
புழுப்பெய்து புண்பொதியு மாறு.

(ப—ரை) நாணார் – பழிக்கு நாணாமல், பரியார் – பிறர்மேல் அன்பு கொள்ளாமல், நயன்இல செய்தொழுகும் – நன்மையில்லாதனவற்றைச் செய்தொழுகும், பேணா பிறரால் விரும்பப்படாத அறிவிலா மாக்களை – அறிவில்லாத மக்களை, பேணி ஒழுக்கி – விரும்பி நடத்தி, அவரோடு உடனுறை செய்தல் – தாம் அவரோடு உடனுறைதலைச் செய்தல், புழு பெது – புழுவை உள்ளே பெய்து, புண் – தம் புண்ணை, பொதியும் ஆறு – மூடிவைத்ததனோ டொக்கும்.

(பொ—ரை) பழிக்கு நாணாமல் பிறர்மேல் அன்பு கொள்ளாமல் நன்மையில்லாதனவற்றைச் செய்தொழுகும் அறிவில்லாத மக்களை விரும்பி நடத்தித் தாம் அவரோடு உடனுறைதலைச் செய்தல், புழுவை உள்ளே பெய்து தம் புண்ணை மூடி வைத்ததனோ டொக்கும். (114)

115. தன் சொல்லாலே தன்னைத் துயர்ப்படுத்தல்

பொல்லாத சொல்லி மறைந்தொழுகும் பேதைதன்
சொல்லாலே தன்னைத் துயர்ப்படுக்கும் - நல்லா!
மணலுள் முழுகி மறைந்து கிடக்கும்
நுணலுந்தன் வாயால் கெடும்.

(ப—ரை) நல்லா – நல்லா! மணலுள் முழுகி மறைந்து கிடக்கும் நுணலும் – மணலுள்ளே முழுகி ஒளித்து உறையும் தவளையும், தன்வாயால் கெடும் – தன் குரலைக் காட்டித் தன் வாயாலே தன்னைத் தின்பார்க்கு அகப்படும், (அதுபோல) பொல்லாத சொல்லி மறைந்து ஒழுகும் பேதை – பிறரைப் பொல்லாதனவற்றைச் சொல்லி ஒளித் தொழுகும் அறிவிலான், தன் சொல்லாலே – தான் சொல்லும் சொல்லாலே, தன்னை துயர்ப்படுக்கும் – தன்னைத் துன்பத்தின்கண் அகப்படுக்கும்.

(பொ—ரை) நல்லா! மணலுள்ளே முழுகி ஒளித்து உறையும் தவளையும் தன் குரலைக் காட்டித் தன் வாயாலே தன்னைத் தின்பார்க்கு அகப்படும், அது போலப் பிறரைப் பொல்லாதனவற்றைச் சொல்லி ஒளித் தொழுகும் அறிவிலான் தான் சொல்லும் சொல்லாலே தன்னைத் துன்பத்தின்கண் அகப்படுக்கும். (115)

116. புறங்கூறுவார் திருந்தாமை

தாக்குற்ற போழ்தில் தமரேபோல் நன்குரைத்துப்
போக்குற்ற போழ்திற் புறனழீஇ மேன்மைக்கண்
நோக்கற் றவரைப் பழித்தலென்? என்னானும்
மூக்கற்ற தற்கில் பழி.

(ப—ரை) என்னானும் – எப்படியானாலும், மூக்கற்றதற்கு பழி இல் – மூக்கற்றதற்குப் பழிப்பில்லை. (அதுபோல) தாக்குற்றபோழ்தில் – ஒருவரை எதிர்ப் பட்டபோது, தமரேபோல் நன்கு உரைத்து – அவருக்கு நண்பானவர்போல் நன்றாகப் புகழ்ந்துரைத்து,போக்குற்ற போழ்தில் – அவர் அவ்விடத்திலிருந்து நீங்கியபொழுது, புறன் அழீஇ – புறங் கூறுதலை யுடையரா, மேன்மைக்கண் நோக்கற்றவரை – மேன்மைக் குணத்தின்கண் நோக்கமில்லாதவரை, பழித்தல் என் – பழித்தலால் பயன் என்ன?

(பொ—ரை) எப்படியானாலும் மூக்கற்றதற்குப் பழிப்பில்லை. அதுபோல ஒருவரை எதிர்ப்பட்டபோது அவருக்கு நண்பானவர்போல் நன்றாகப் புகழ்ந்துரைத்து அவர் அவ்விடத்திலிருந்து நீங்கியபொழுது புறங் கூறுதலை யுடையரா மேன்மைக் குணத்தின்கண் நோக்கமில்லாதவரைப் பழித்தலால் பயன் என்ன? (116)

117. கீழ்மக்களை நாவடக்குதல் முடியாமை

கோவாத சொல்லும் குணனிலா மாக்களை
நாவா யடக்கல் அரிதாகும் - நாவா
களிகள்போல் தூங்கும் கடற்சேர்ப்ப! வாங்கி

வளிதோட் கிடுவாரோ இல்.

(ப—ரை) களிகள்போல் – கள்ளுண்டு ஆடும் குடியர்போல், நாவா தூங்கும் – கப்பல்கள் ஆடும், கடல் சேர்ப்ப – கடற்சேர்ப்பனே! கோவாத சொல்லும் – பொருந்தாதனவற்றைச் சொல்லவல்ல, குணன் இலமாக்களை – குணமில்லாத மாக்களை, நாவா அடக்கல் – நாவினிடத் தடக்குதல், அரிதாகும் – பிறருக்கு அரிதாகும், வளிவாங்கி – காற்றை வாங்கி, தோட்கு இடுவார் இல் – தோளின்மேல் இடவல்லார் இல்லை. (ஓ—அசை.)

(பொ—ரை) கள்ளுண்டு ஆடும் குடியர்போல் கப்பல்கள் ஆடும் கடற்சேர்ப்பனே! பொருந்தாதனவற்றைச் சொல்லவல்ல குணமில்லாத மாக்களை நாவினிடத் தடக்குதல் பிறருக்கு அரிதாகும் காற்றை வாங்கித் தோளின்மேல் இடவல்லார் இல்லை. (117)

118. வெள்ளரைக் கள்ளராகக் காட்டுதல்

தெரியாதார் சொல்லும் திறனின்மை தீதாய்ப்
பரியார், பயனின்மை செய்து, பெரியார்சொல்
கொள்ளாது. தாந்தம்மைக் காவா தவர்,பிறரைக்
கள்ளராச் செய்குறு வார்.

(ப—ரை) தெரியாதார் – நன்மை தீமை தெரியாதவர், சொல்லும் – கற்பிக்கும், திறனின்மை – திறப்பாடில்லாத காரியத்தை, தீதாய் – தீங்கா மென்று, பரியார் – களையாரா, பயனின்மை செய்து – அவர் சொன்ன பயனில்லாத காரியத்தைச் செய்து, பெரியார் சொல் கொள்ளாது – பெரியார் சொல்லிய உறுதிச் சொற்களைக் கொள்ளாரா, தம்மை தாம் காவாதவர் – தம்மைத் தாம் பாதுகாவாதவர், பிறரை கள்ளரா(க) செய்குறுவார் – (தாம் செய்த குற்றத்தைச் சொல்லுகின்ற) பிறர் (வெள்ளராயினும் அவரைக்) கள்ளராகச் செய்வார்.

(பொ—ரை) நன்மை தீமை தெரியாதவர் கற்பிக்கும் திறப்பாடில்லாத காரியத்தைத் தீங்கா மென்று களையாரா அவர் சொன்ன பயனில்லாத காரியத்தைச் செய்து பெரியார் சொல்லிய உறுதிச் சொற்களைக் கொள்ளாராத் தம்மைத் தாம் பாதுகாவாதவர் தாம் செய்த குற்றத்தைச் சொல்லுகின்ற பிறர் வெள்ளராயினும் அவரைக் கள்ளராகச் செய்வார். (118)

119. நியாய சபையிலன்றி உண்மை யுரையாமை

செய்த கொடுமை யுடையான் அதன்பயம்
எய்த உரையான் இடரினால் - எதி
மரிசாதி யாயிருந்த மன்றஞ்சு வாற்குப்
பரிகாரம் யாதொன்று மில்.

(ப—ரை) செய்த கொடுமை உடையான் – பிறர்க்குத் தான் செய்யத் தகாத கொடுமையை (மறைய)ச் செய்தானொருவன், அதன் பயம் எய்த உரையான் – (பிறர்

தன்னை வருத்திக் கேட்டால் அவ்வருத்தத்திற்கஞ்சிச்) செய்தபடியை மெய்யாகச் சொல்லான், இடரினால் (மெயாகச் சொன்னால்) தனக்குத் துன்பமாகத் தண்டம் செய்வாராதலால், மரிசாதியா எதியிருந்த மன்று அஞ்சுவாற்கு – பலரும் திரண்டிருந்த சபையைக் கண்டு பயந்து தான் செய்தபடி சொல்லுவானுக்கு, பரிகாரம் யாதொன்றும் இல் – பரிகாரம் யாதும் இல்லை.

(பொ–ரை) பிறர்க்குத் தான் செய்யத் தகாத கொடுமையை (மறைய)ச் செய்–தானொருவன் பிறர் தன்னை வருத்திக் கேட்டால் அவ்வருத்தத்திற் கஞ்சிச் செய்–தபடியை மெய்யாகச் சொல்லான், இடரினால் மெய்யாகச் சொன்னால் தனக்குத் துன்பமாகத் தண்டம் செய்வாராதலால், பலரும் திரண்டிருந்த சபையைக் கண்டு பயந்துதான் செய்தபடி சொல்லுவானுக்குப் பரிகாரம் யாதும் இல்லை. (119)

120. கீழ்மக்களொழுக்கத்தைப் பலரும் அஞ்சுதல்

முதுமக்க ளன்றி முனிதக்கா ராய
பொதுமக்கள் பொல்லா வொழுக்கம் – அதுமன்னும்
குன்றத்த வீழும் கொடியருவி நன்னாட!
மன்றத்து மையல்சேர்ந் தற்று.

(ப–ரை) மன்னும் குன்றது வீழும் கொடியருவி நன்னாட – நிலைபெற்ற குன்றத்துநின்று வீழும் கொடி நுடங்குவது போன்ற அருவியையுடைய நன்னாடனே! முதுமக்கள் அன்றி – அறிவால் நிரம்பிய மக்களன்றி, முனிதக்கார் ஆய பொதுமக்கள் – யாவராலும் வெறுக்கத்தக்கவராய்ச் சிறப்பில்லாத மக்களுடைய, பொல்லா ஒழுக்கம் அது – பொல்லாத ஒழுக்கமாகிய அது, மன்றத்துமையல் சேர்ந்தற்று – மன்றத்திலே நின்றானொருவன் பித்தேறியது போலும்.

(பொ–ரை) நிலைபெற்ற குன்றத்துநின்று வீழும் கொடி நுடங்குவது போன்ற அருவியையுடைய நன்னாடனே! அறிவால் நிரம்பிய மக்களன்றி யாவராலும் வெறுக்கத்தக்கவராய்ச் சிறப்பில்லாத மக்களுடைய பொல்லாத ஒழுக்கமாகிய அது மன்றத்திலே நின்றானொருவன் பித்தேறியது போலும். (120)

121. கீழ்மக்களில் விலக்கத்தக்கவர்

தருக்கி யொழுகித் தகவல்ல செய்தும்,
பெருக்க மதித்தபின் பேணாத செய்தும்,
கரப்புடை யுள்ளங் கனற்று பவரே,
செருப்பிடைப் பட்ட பரல்.

(ப–ரை) தகவு அல்ல தருக்கி ஒழுகி செய்தும் – தகுதியல்லாதனவற்றின் மேலே அகங்கரித்து ஒழுகுதலைச் செய்தும், பெருக்கமதித்த பின் பேணாத செய்–தும் – தன்னைப் பிறர் அதிகமாக மதித்த காலத்துப் பிறர் பேணுதலில்லாதனவற்றைச் செய்தும், கரப்புடை உள்ளம் கனற்றுபவர் – (இவ்வாறு)மறைவாகிய மனத்தினையுடையராப் பிறரை வருத்துமவர்கள், செருப்பிடை பட்ட பரல் – செருப்பில் அகப்பட்ட பரலோ டொப்பர். (ஏ – அசை). பரல் – பருக்கைக் கல்.

(பொ—ரை) தகுதியல்லாதனவற்றின் மேலே அகங்கரித்து ஒழுகுதலைச் செய்—தும் தன்னைப் பிறர் அதிகமாக மதித்த காலத்துப் பிறர் பேணுத லில்லாதனவற்றைச் செய்தும் இவ்வாறு மறைவாகிய மனத்தினை யுடையராப் பிறரை வருத்துமவர்கள் செருப்பில் அகப்பட்ட பரலோ டொப்பர்.

(121)

122. காரியஞ் செய்பவரைக் காரணமின்றித் தவிர்த்தல்

உறுமக்க ளாக ஒருவரை நாட்டிப்
பெறுமாற்ற மின்றிப் பெயர்த்தே யொழிதல்,
சிறுமைக் கமைந்ததோர் செய்கை. அதுவே
குறுமக்கள் காவு நடல்.

(ப—ரை) உறுமக்களாக ஒருவரை நாட்டி — தனக்கு நன்மை செ—ய்தவராக ஒருவரை ஒரு கருமத்திலே நிறுத்தி, பெறுமாற்றம் இன்றியே — அவர் செய்ததொரு குற்றம் உண்டென்னும் சொல் இன்றியே, பெயர்த்து ஒழிதல் — அவரை அக்கருமத்தினின்று தவிர்த்தல், சிறுமைக்கு அமைந்ததோர் செய்—கை — சிறுமைக் குணத்துக்கெல்லாம் அமைந்ததொரு செய்கையாம், அது — அச்செய்கை, குறுமக்கள் காவு கடல் — பிள்ளைகள் சோலை வைப்பதுபோல் பயன்படாதாம். (ஏ—அசை)

(பொ—ரை) தனக்கு நன்மை செய்தவராக ஒருவரை ஒரு கருமத்திலே நிறுத்தி அவர் செய்ததொரு குற்றம் உண்டென்னும் சொல் இன்றியே அவரை அக்கருமத்தினின்று தவிர்த்தல் சிறுமைக் குணத்துக்கெல்லாம் அமைந்ததொரு செய்கையாம் அச்செய்கை பிள்ளைகள் சோலை வைப்பதுபோல் பயன்படாதாம்.(122)

123. பெரியோர் ஒடுங்கிச் சிறியோர் ஓங்குதல் அநியாயம்

உரைசான்ற சான்றோர் ஒடுங்கி யுறைய,
நிறையுள ரல்லார் நிமிர்ந்து பெருகல்,
வரைதாழ் இலங்கருவி வெற்ப! அதுவே
சுரையாழ அம்மி மிதப்பு.

(ப—ரை) வரை தாழ் இலங்கு அருவி வெற்ப — மலையினின்றும் தாழ்வதா விளங்கும் அருவியையுடைய வெற்பனே! உரைசான்ற சான்றோர் — புகழமைந்த சான்றோர், ஒடுங்கி உறைய — விளங்காது ஒடுங்கி உறைய, நிரை உளர் அல்லார் — நல்ல குடிமரபின் வரிசையில் சேராதவரான கீழோர், நிமிர்ந்து பெருகல் அது — செல்வத்தால் ஓங்கிப் பெருகுதலானது, சுரை ஆழ அம்மி மிதப்பு — தண்ணீரிலே சுரை ஆழ அம்மி மிதப்பதை ஒக்கும்.

(பொ—ரை) மலையினின்றும் தாழ்வதா விளங்கும் அருவியையுடைய வெற்பனே! புகழமைந்த சான்றோர் விளங்காது ஒடுங்கி உறைய நல்ல குடிமரபின்

வரிசையில் சேராதவரான கீழோர் செல்வத்தால் ஓங்கிப் பெருகுதலானது தண்ணீரிலே சுரை ஆழ அம்மி மிதப்பதை ஒக்கும். (123)

124. பாவிகள் ஒழிதலின் அவசியம்

தேர்ந்துகண் ணோடாது தீவினையும் அஞ்சலராய்ச்
சேர்ந்தாரை யெல்லாம் சிறிதுரைத்துத் - தீர்ந்த
விரகர்கட் கெல்லாம் வெறுப்பனவே செய்யும்
நரகர்கட் கில்லையோ நஞ்சு.

(ப—ரை) தேர்ந்து – ஆராய்ந்து, கண்ணோடாது – ஒருவரிடத்தும் தாட்சண்ணிய மில்லாமல், தீவினையும் அஞ்சலராய் – தீவினைகளையும் அஞ்சாதுசெய்து, சேர்ந்தாரை எல்லாம் – தம்மைச் சேர்ந்தார் எல்லாரையும், சிறிது உரைத்து– சிறுமைப்பட உரைத்து, தீர்ந்த விரகர்கட் கெல்லாம் – தமது கிளையான மிக்க சுற்றத்தா ரெல்லாருக்கும், வெறுப்பனவே செய்யும் நரகர்கட்கு – வெறுப்பானவைகளையே செய்யும் நரகர்களுக்கு, நஞ்சு – சாவக் கொல்லவல்லதான ஒரு நஞ்சு, இல்லையோ – இல்லையோ?

(பொ—ரை) ஆராய்ந்து ஒருவரிடத்தும் தாட் சண்ணிய மில்லாமல் தீவினைகளையும் அஞ்சாது செய்து தம்மைச் சேர்ந்தார் எல்லாரையும் சிறுமைப்பட உரைத்துத் தமது கிளையான மிக்க சுற்றத்தா ரெல்லாருக்கும் வெறுப்பானவைகளையே செய்யும் நரகர்களுக்குச் சாவக் கொல்லவல்லதான ஒரு நஞ்சு இல்லையோ? (124)

5. நட்பின் இயல்பு

125. நட்பினரை நல்லார் உடலாகக் கொள்ளல்

ஒட்டிய காதல் உமையாள் ஒருபாலாக்
கட்டங்கம் வெல்கொடி கொண்டானும் கொண்டானே
விட்டாங் ககலா முழுமெயும் கொள்பவே
நட்டாரை ஒட்டி யுழி.

(ப—ரை) கட்டங்கம் வெல்கொடி கொண்டானும் – கட்டங்க வெல் கொடியைக் கொண்ட முதல்வனும், ஒட்டிய காதல் உமையாள் – பொருந்திய அன்பையுடைய உமையவளை, ஒருபாலா (க) ஏ கொண்டான் – தனக்கு ஒரு கூறாகவே கொண்டான், ஒட்டிய உழி தம்மை வந்தடைந்த விடத்து, நட்டாரை – தம்மொடு நட்டாரை, ஆங்கு விட்டகலா முழுமெயும் கொள்பவே – தம்மை அங்கு விட்டகலாத தம்முடம்பு முழுவதினும் கலந்து கொள்ள வல்லர்.

(பொ—ரை) கட்டங்க வெல் கொடியைக் கொண்ட முதல்வனும் பொருந்திய அன்பையுடைய உமையவளைத் தனக்கு ஒரு கூறாகவே கொண்டான். தம்மை வந்தடைந்த விடத்து தம்மொடு நட்டாரைத் தம்மை அங்கு விட்டகலாத தம்முடம்பு முழுவதினும் கலந்து கொள்ள வல்லர். (125)

126. நட்பினரிடம் உரையும் பொருளும் ஒத்தல்

புரையின்றி நட்டார்க்கு நட்டார் உரைத்த
உரையும் பொருண்முடிவும் ஒன்றால் - உரைபிறிது
கொண்டெடுத்துக் கூறல், கொடுங்கழித் தண்சேர்ப்ப!
ஒன்றேற்றி வெண்படைக்கோ ளொன்று.

(ப—ரை) கொடுங்கழி தண்சேர்ப்ப – வளைவான கழியின் குளிர்ந்த சேர்ப்பனே! நட்டார் நட்டார்க்கு புரையின்றி உரைத்த உரையும் – நண்பினர் நண்பினருக்குக் குற்றமின்றிச் சொல்லும் சொல்லும், பொருள் முடிவும் – பொருள்முடிவும், ஒன்று – தம்முள் ஒன்றாயேயிருக்கும், உரை – தாம் சொல்லும் சொல்லை, பிறிதுகொண்டு – தாம் செய்யும் செய்கையோடு வேறுபட, எடுத்துக் கூறல் – வஞ்சனையாற்கொண்டு எடுத்துக் கூறல், ஒன்று ஏற்றி – ஒருவனது பாவினை ஏற்றி, ஒன்று வெண்படைக் கோள் – மற்றொருவன் பாவாகக் கட்டுதலோ டொக்கும். (ஆல் – அசை)

(பொ—ரை) வளைவான கழியின் குளிர்ந்த சேர்ப்பனே! நண்பினர் நண்பினருக்குக் குற்றமின்றிச் சொல்லும் சொல்லும் பொருள்முடிவும் தம்முள் ஒன்றாயேயிருக்கும் தாம் சொல்லும் சொல்லைத் தாம் செய்யும் செய்கையொடு வேறுபட வஞ்சனையாற் கொண்டு எடுத்துக் கூறல் ஒருவனது பாவினை ஏற்றி மற்றொருவன் பாவாகக் கட்டுதலோ டொக்கும். (126)

127. நட்பினரைப் பிரிதல் ஒல்லாமை

விலங்கேயும் தம்மோ டுடனுறைதல் மேவும்
கலந்தாரைக் கைவிடுதல் ஒல்லா. - இலங்கருவி
தாஅ யிழியு மலைநாட! இன்னாதே
பே எயோ டானும் பிரிவு.

(ப—ரை) இலங்கு அருவி தா இழியும் மலைநாட – விளங்கும் அருவிகள் பாய்ந்து இழியாநின்ற மலைநாடனே! விலங்கேயும் – மிருகமாயினும், தம்மோடு உடனுறைதல் மேவும் கலந்தாரை – தம்மோடு ஒன்றாக வசித்தலைப் பொருந்திய நட்பினரை, கைவிடுதல் ஒல்லா – கை விடுதல் மாட்டா (ஆதலால்), பேயோடு ஆ(யி)னும் பிரிவு இன்னாதே – பேயோடாயினும் தான் கலந்தபின்பு பிரிவு துன்பந் தருவதேயாம்.

(பொ—ரை) விளங்கும் அருவிகள் பாய்ந்து இழியாநின்ற மலைநாடனே! மிருகமாயினும் தம்மோடு ஒன்றாக வசித்தலைப் பொருந்திய நட்பினரைக் கை விடுதல் மாட்டா. ஆதலால், பேயோடாயினும் தான் கலந்த பின்பு பிரிவு துன்பந் தருவதேயாம். (127)

128. துன்புற்ற நட்பினர்க்குப் பொருளுதவி புரிதல்

இனியாரை யுற்ற இடர்தீர் உபாயம்
முனியார் செயினும் மொழியால் முடியா.
துனியால் திரையுலாம் தூங்கும்நீர்ச் சேர்ப்ப!
பனியால் குளநிறைத லில்.

(ப—ரை) திரை துனியால் உலா(வு)ம் தூங்குநீர் சேர்ப்ப – அலைகள் உக்கிரமாக உலாவுதலான கடற்சேர்ப்பனே! பனியால் குளம் நிறைதல் இல் – (மழைபெய்தாலன்றிப்) பனிபெய்ததனால் குளம் நிறையாது (அதுபோல), இனியாரை உற்ற இடர் – தம்முடைய நட்டாரைப் பற்றிய வருத்தம், தீர் உபாயம் – தீர்தலான முயற்சியை, முனியார் – வெறுப்பின்றி, மொழியால் செயினும் – மொழியாலே செய்தாராயினும், முடியா மெய்வருத்தம் நீங்காது.

(பொ—ரை) அலைகள் உக்கிரமாக உலாவுதலான கடற்சேர்ப்பனே! மழைபெ-ய்தாலன்றிப் பனிபெய்ததனால் குளம் நிறையாது. அதுபோலத் தம்முடைய நட்டாரைப் பற்றிய வருத்தம் தீர்தலான முயற்சியை வெறுப்பின்றி மொழியாலே செய்தாராயினும், முடியா மெய்வருத்தம் நீங்காது. (128)

129. நட்டற்குத் தக்கார் தகார் என்பதில்லை

தாநட் டொழுகுதற்குத் தக்கார் எனல்வேண்டா
யார்நட்பே யாயினும் நட்புக் கொளல்வேண்டும்
கானட்டு நாறும் கதுப்பினா! தீற்றாதோ
நாய்நட்டால் நல்ல முயல்?

(ப—ரை) கான் அட்டு நாறும் கதுப்பினா – காட்டினை வென்று நாறுகின்ற மயிரினை யுடையா! நட்டால் நாய் நல்ல முயல் தீற்றாதோ – தன்னொடு சினேகம் பண்ணினால் நாயானது நல்ல முயலினை உண்பியாதோ? தாம் நட்டு ஒழுகுதற்கு – தாம் பிறரொடு நட்புக் கொண்டொழுகுதற்கு, தக்கார் என வேண்டா – தக்கவரா என்று ஆராய்தல் வேண்டுவதில்லை. யார் நட்பே ஆயினும் – யாவர் நட்பேயாயினும், நட்பு – அந் நட்பை, கொளல் வேண்டும் – கொள்ளுதல் வேண்டும்.

(பொ—ரை) காட்டினை வென்று நாறுகின்ற மயிரினை யுடையா! தன்னொடு சினேகம் பண்ணினால் நாயானது நல்ல முயலினை உண்பியாதோ? தாம் பிறரொடு நட்புக் கொண்டொழுகுதற்குத் தக்கவரா என்று ஆராய்தல் வேண்டுவதில்லை. யாவர் நட்பே யாயினும் அந்நட்பைக் கொள்ளுதல் வேண்டும். (129)

130. அன்பிலார் நட்பின் பழைமைபற்றிப் புதுநட்பை நீக்காமை

தீர்ந்தே மெனக்கருதித் தேற்றா தொழுகித்தாம்
ஊர்ந்த பரிவும் இலராகிச் - சேர்ந்தார்
பழைமைந் தாகப் பரியார் புதுமை.
முழநட்பிற் சாணுட்கு நன்று.

(ப—ரை) தீர்ந்தேம் என கருதி – (இவர்க்கு மிகத்) தீர்ந்த சினேக முடையாம் என்று கருதி, தேற்றாது ஒழுகி – தெளிவில்லாதன செய்தொழுகி, தாம் ஊர்ந்த பரிவும் இலராகி – மனத்தின் கண் செல்கின்ற அன்பும் தம்மேல் இலராகி, சேர்ந்தார் – தம்மைச் சேர்ந்தொழுகினாருடைய, பழைமை கந்தா(க) – பழைமையே பற்றாகிய நட்பாகக் கொண்டு, புதுமை பரியார் – புதிய நட்பை நீக்கார், முழம் நட்பின் – முழநீளம் பொதுநட்பைக் காட்டிலும், சாண் உட்கு – சாணீளம் பொதுவுட்கே, நன்று – நன்றாம் (உட்கல் – அஞ்சல் – வெட்கல்).

(பொ—ரை) இவர்க்கு மிகத் தீர்ந்த சினேகமுடையாம் என்று கருதித் தெளிவில்லாதன செய்தொழுகி மனத்தின் கண் செல்கின்ற அன்பும் தம்மேல் இலராகித் தம்மைச் சேர்ந்தொழுகினாருடைய பழைமையே பற்றாகிய நட்பாகக் கொண்டு புதிய நட்பை நீக்கார் முழநீளம் பொதுநட்பைக் காட்டிலும் சாணீளம் பொதுவுட்கே நன்றாம். (130)

131. நட்பினர் பழியைத் தூற்றாமை

கொழித்துக் கொளப்பட்ட நண்பி னவரைப்
பழித்துப் பலர்நடுவண் சொல்லாடார் - என்கொல்?
விழித்தலரும் நெய்தற் றுறைவா! உரையார்
இழித்தக்க காணிற் கனா.

(ப—ரை) விழித்து அலரும் நெய்தல் துறைவா – விழித்தாற் போல அலராநின்ற நெய்தல் துறைவனே! கொழித்து கொளப்பட்ட நண்பினவரை – ஆராய்ந்து தம்மால் கொள்ளப்பட்ட நண்பினை யுடையாரை, பலர் நடுவண் – பலர் முன்னே, பழித்து சொல்லாடார் – பழித்துச் சொல்லாடல் ஆகாது. என்கொல் – அது என்ன காரணம் எனின், இழித்தக்க – பிறர்க்கு உரைக்கத் தகாமல் இழிக்கத்தக்கனவற்றை, கனாகாணின் – கனாவின்கண் காணின், உரையார் – அவற்றைப் பிறர்க்கு உரையார் (அதுபோல).

(பொ—ரை) விழித்தாற் போல அலராநின்ற நெய்தல் துறைவனே! ஆராய்ந்து தம்மால் கொள்ளப்பட்ட நண்பினை யுடையாரைப் பலர் முன்னே பழித்துச் சொல்லாடல் ஆகாது. அது என்ன காரணம் எனின், பிறர்க்கு உரைக்கத் தகாமல் இழிக்கத்தக்கனவற்றைக் கனாவின்கண் காணின் அவற்றைப் பிறர்க்கு உரையார் அதுபோல. (131)

132. நண்பினரிடம் குற்றங் கண்டு கோபியாமை

நண்பொன்றித் தம்மாலே நாட்டப்பட் டார்களைக்
கண்கண்ட குற்றம் உளவெனினும் காந்தீயார்
பண்கொண்ட தீஞ்சொல் பணைத்தோளா! யாருளரோ
தங்கன்று சாக்கறப் பார்.

(ப—ரை) பண்கொண்ட தீம்சொல் பணைத்தோளா – பண்ணின் இயல்பைக் கொண்ட இனிமையான வார்த்தையும் மூங்கில் போன்ற தோள்களும் உடையா! நண்பு ஒன்றி தம்மாலே நாட்டப்பட்டார்களை – சினேகம்பண்ணித் தம்மாலே நிலைநிறுத்தப் பெற்றவர்களை, கண் கண்ட குற்றம் உள எனினும் – பிரத்தியட்சமான குற்றம் அவரிடம் உண்டாயிருந்தாலும், காந்தீயார் – கோபியார், தம் கன்றுசா(க)க் கறப்பார் யார் உளர் – தம் கன்றிற்குப் பால்விடாமல் அது சாகும் வகையாகப் பசுவினைக் கறப்பவர் எவர் உளர். (ஓ—அசை.)

(பொ—ரை) பண்ணின் இயல்பைக் கொண்ட இனிமையான வார்த்தையும்

மூங்கில் போன்ற தோள்களும் உடையா! சினேகம்பண்ணித் தம்மாலே நிலைநிறுத்தப் பெற்றவர்களைப் பிரத்தியட்சமான குற்றம் அவரிடம் உண்டாயிருந்தாலும் கோபியார். தம் கன்றிற்குப் பால்விடாமல் அது சாகும் வகையாகப் பசுவினைக் கறப்பவர் எவர் உளர். (132)

133. நட்பிற் பிழைபொறுத்தல்

தந்தீமை யில்லாதார் நட்டவர் தீமையையும்
எந்தீமை யென்றே உணர்பதாம் - அந்தண்
பொருதிரை வந்துலாம் பொங்குநீர்ச் சேர்ப்ப!
ஒருவர் பொறையிருவர் நட்பு.

(ப—ரை) பொரு – கரையொடு பொருதலான, அம் – அழகிய. தண் – குளிர்ந்த, திரை – அலைகள், வந்து உலா(வு)ம் – வந்து உலாவும், பொங்கு – பொங்குதலான், நீர்ச்சேர்ப்ப – நீர்ச்சேர்ப்பனே! ஒருவர் பொறை – ஒருவர் பொறுக்கும் பொறுமை, இருவர் நட்பு – இருவர்க்கு நட்பாம் (ஆதலால்), தம் தீமை இல்லாதார் – (நட்டார்க்குத்) தம்மால் செய்பபப்பட்டதொரு தீமையில்லாதவர், நட்டவர் தீமையையும் – தமக்கு தீமையென்றே நினைத்து, தாம் உணர்ப – தாம் பொறுப்பர்.

(பொ—ரை) கரையொடு பொருதலான அழகிய குளிர்ந்த அலைகள் வந்து உலாவும் பொங்குதலான். நீர்ச்சேர்ப்பனே! ஒருவர் பொறுக்கும் பொறுமை இருவர்க்கு நட்பாம். ஆதலால் நட்டார்க்குத் தம்மால் செய்யப்பட்டதொரு தீமையில்லாதவர் தமக்கு நட்டார் செய்த தீமையையும் எம்மால் செய்யப்பட்ட தீமையென்றே நினைத்துத் தாம் பொறுப்பர். (133)

134. தீர்க்கத் தக்கவரிடம் உற்ற குறை உரைத்தல்

தெற்றப் பரிந்தொருவர் தீர்ப்ப ரெனப்பட்டார்க்
குற்ற குறையை உரைப்பதாம் - தெற்ற
அறையார் அணிவளையா! தீர்த லுறுவார்
மறையார் மருத்துவர்க்கு நோய்.

(ப—ரை) அறை ஓர் அணி வளையா – அறுத்துச் செய்யப்பட்ட அழகிய வளையை யுடையா! தீர்தல் உறுவார் மருத்துவர்க்கு நோய் மறையார் – நோய் தீர வேண்டுவோர் மருத்துவர்க்கு அந்நோயை மறையார் (அதுபோல), தெற்ற பரிந்து தீர்ப்பர் எனப்பட்டார் ஒருவர்க்கு – மிகவும் பரிந்து தம் துன்பத்தை கேட்டால் தீர்ப்பரென்று தம்மால் எண்ணப்பட்டார் ஒருவரிடத்தில், தாம் உற்ற குறையை உரைப்பர் – தாம் விரும்பிய காரியத்தை மறையாமல் உரைப்பர்.

(பொ—ரை) அறுத்துச் செய்யப்பட்ட அழகிய வளையை யுடையா! நோய் தீர வேண்டுவோர் மருத்துவர்க்கு அந்நோயை மறையார். அதுபோல மிகவும் பரிந்து தம்

துன்பத்தைக் கேட்டால் தீர்ப்பரென்று தம்மால் எண்ணப்பட்டார் ஒருவரிடத்தில் தாம் விரும்பிய காரியத்தை மறையாமல் உரைப்பார். (134)

135. கெட்டார்க்கு நட்டார் இல்லாமை

முட்டின் றொருவர் உடைய பொழுதின்கண்
அட்டிற்றுத் தின்பவர் ஆயிரவர் ஆபவே.
கட்டலர்தார் மார்ப! கலியூழிக் காலத்துக்
கெட்டார்க்கு நட்டாரோ இல்.

(ப—ரை) கட்டு அலர்தார் மார்ப – கட்டிய பூமாலை தரித்த மார்பனே! ஒருவர் முட்டு இன்றி உடைய பொழுதின்கண் – ஒருவர் குறைவின்றிச் செல்வமுள்ள காலத்தில், அட்டிற்று – அவருடைய சமையலறையில் உள்ள உணவை, தின்பவர் – உண்ணுபவர், ஆயிரவர் ஆப – மிகப் பலராவர், கலியூழி காலத்து – கலியுகமாகிய காலத்தில், கெட்டார்க்கு நட்டார் இல் – பொருள் கெட்டார்க்கு நண்பினர் ஒருவரும் இல்லை. (ஓ – அசை.)

(பொ—ரை) கட்டிய பூமாலை தரித்த மார்பனே! ஒருவர் குறைவின்றிச் செல்வமுள்ள காலத்தில் அவருடைய சமையலறையில் உள்ள உணவை உண்ணுபவர் மிகப் பலராவர். கலியுகமாகிய காலத்தில் பொருள் கெட்டார்க்கு நண்பினர் ஒருவரும் இல்லை. (135)

6. நட்பில் விலக்கு

136. காரியம் பற்றி நட்பவர்

கண்ணுள் மணியேபோல் காதலால் நட்டாரும்
எண்ணுந் துணையிற் பிறராகி நிற்பரால்
எண்ணி உயிர்கொள்வான் வேண்டித் திரியினும்
உண்ணுந் துணைக்காக்கும் கூற்று.

(ப—ரை) கூற்று – யமன், எண்ணி உயிர்கொள்வான் வேண்டி திரியினும் – ஆராய்ந்து ஒருவனுயிரைக் கொள்ளவேண்டித் திரிந்து கொண்டிருந்தாலும், உண்ணும் துணை காக்கும் – தான் உண்ணுங்காலம் வருமளவும் (அவ்வுயிர்க்கு வேறோர் இடையூறும் வராமல்) காத்து (அக்காலம் வந்தவளவிலே) உண்ணுவான். (அதுபோல),கண்ணுள் மணியேபோல – அன்பினால் நண்பு கொண்டவரும், எண்ணும் துணையில் – (தம் காரியம் முடிய) எண்ணி காலம் வந்த அளவில், பிறராகி நிற்பர் – (பின்பு ஒருபொழுதும் அந்நட்பின்கண் நில்லாதே நட்பை விட்டுப்) பிறரா நிற்பர். (ஆல் – அசை,)

(பொ—ரை) யமன் ஆராந்து ஒருவனுயிரைக் கொள்ளவேண்டித் திரிந்து கொண்டிருந்தாலும் தான் உண்ணுங்காலம் வருமளவும் அவ்வுயிர்க்கு வேறோர் இடையூறும் வராமல் காத்து அக்காலம் வந்தவளவிலே உண்ணுவான். அதுபோலக்

கண்ணுள் மணியேபோல அன்பினால் நண்பு கொண்டவரும் தம் காரியம் முடிய எண்ணிக் காலம் வந்த அளவில் பின்பு ஒருபொழுதும் அந்நட்பின்கண் நில்லாதே நட்பை விட்டுப் பிறரா நிற்பர். (136)

137. உற்றுழி உதவாமை

எப்புழி வைப்பாம் எனப்போற்றப் பட்டவர்
உற்றுழி ஒன்றுக் குதவலார், பைத்தொடீஇ!
அச்சிடை யிட்டுத் திரியின், அதுவன்றோ
மச்சேற்றி ஏணி களைவு.

(ப—ரை) பைந்தொடி – பசுந்தொடியை உடையா! எப்பு உழி வைப்பு ஆம் என போற்றப்பட்டவர் – நமக்குத் தளர்வு வந்த காலத்து ஒரு நிதியாம் (இவரொடு நட்புக் கொள்ளுதல் என்று கருதி நம்மால் ஆதரிக்கப்பட்டவர், உற்ற உழி – நமக்கு ஓரிடர் உற்றபோது, ஒன்றுக்கு உதவலார் – ஒன்றிற்கும் உதவாரா, அச்சு இடையிட்டு – (இடையில்) ஓர் அச்சத்தினை மேலிட்டு, திரியின் – மறுத்தொழுகின், அது – அச்செய்கை, மச்சு ஏற்றி ஏணி களைவு அன்றோ – ஒருவனை ஒருவன் மச்சின்மீது ஏற்றிவைத்து ஏணியை வாங்கும் செய்கையோ டொக்கும்.

(பொ—ரை) பசுந்தொடியை உடையா! நமக்குத் தளர்வு வந்தகாலத்து ஒரு நிதியாம் இவரொடு நட்புக் கொள்ளுதல் என்று கருதி நம்மால் ஆதரிக்கப் பட்டவர் நமக்கு ஓரிடர் உற்றபோது ஒன்றிற்கும் உதவாரா இடையில் ஓர் அச்சத்தினை மேலிட்டு மறுத்தொழுகின் அச்செய்கை ஒருவனை ஒருவன் மச்சின்மீது ஏற்றிவைத்து ஏணியை வாங்கும் செய்கையோ டொக்கும். (137)

138. இறுதியில் உதவாமல் இறந்தபின் தவஞ்செய்தல்

பாப்புக் கொடியாற்குப் பான்மேனி யான்போலத்
தாக்கி யமருள் தலைப்பெயார் - போக்கி
வழியரா நட்டார்க்கு மாதவம்செய் வாரே,
கழிவிழாத் தோளேற்று வார்.

(ப—ரை) பாம்பு கொடியாற்கு – சர்ப்பக்கொடியை யுடைய குருகுல வேந்தனுக்கு, பால் மேனியான்போல – (போரில் உதவி செய்தற்கு உரியவனாகிய) பால்வண்ணன்போல, தாக்கி(ய) அமருள் தலைப் பெயார் – தாக்கிய போரின்கண் தலைகாட்டாமல், போக்கி வழியரா நட்டார்க்கு மாதவம் செய்வார் – தம்முடைய நட்டார் இறந்தபின் அவர்க்கு நன்றாகவென்று பெருந்தவம் செய்பவர், கழிவிழா தோள் ஏற்றுவார் ஏ – விழாக்கழிந்த ஊரில் புதல்வரை விழாக் காணுதல் நிமித்தமாகத் தோளின்மேல் ஏற்றுவாரோ டொப்பர்.

(பொ—ரை) சர்ப்பக்கொடியை யுடைய குருகுல வேந்தனுக்குப் போரில் உதவி செய்தற்கு உரியவனாகிய பால்வண்ணன்போலத் தாக்கிய போரின்கண் தலை காட்டாமல் தம்முடைய நட்டார் இறந்தபின் அவர்க்கு நன்றாகவென்று பெருந்தவம் செய்பவர் விழாக்கழிந்த ஊரில் புதல்வரை விழாக் காணுதல் நிமித்தமாகத் தோளின்மேல் ஏற்றுவாரோ டொப்பர். (138)

139. பேதையார் நட்பு

இடையீ டுடையார் இவரவரோ டென்று
தலையாயார் ஆராய்ந்தும் காணார் - கடையாயார்
முன்னின்று கூறும் குறளை தெரிதலால்
பின்னின்னா பேதையார் நட்பு.

(ப—ரை) (தம்முடைய நண்பர்மேல் சிலர் கோள் சொன்னால்), தலையாயார் – தலையாயினார், இவர் அவரோடு இடையீடுஉடையார் என்று – இவர் அவரோடு விரோதமுடையவராச் சொன்னாரென்று கருதி, ஆராய்ந்தும் காணார் – அச்சொல்லை ஆராய்ந்தும் பாரார். கடையாயார் – கடையாயினார், முன்நின்று கூறும் குறளை தெரிதலால் – தம் நண்பர்மேல் பிறர் வந்து சொல்லும் கோளை மெய்யாகக் கொள்வர். ஆதலால், பேதையார் நட்பு பின் இன்னா – பேதையாரொடு கொண்ட நட்பு முடிவில் துன்பந் தருவதே யாகும்.

(பொ—ரை) தம்முடைய நண்பர்மேல் சிலர் கோள் சொன்னால், தலையாயினார் இவர் அவரொடு விரோதமுடையவராச் சொன்னாரென்று கருதி அச்சொல்லை ஆராய்ந்தும் பாரார். கடையாயினார் தம் நண்பர்மேல் பிறர் வந்து சொல்லும் கோளை மெய்யாகக் கொள்வர். ஆதலால், பேதையாரொடு கொண்ட நட்பு முடிவில் துன்பந்தருவதே யாகும். (139)

140. நன்றொழுகா நண்பினரால் நன்மையின்மை

தாமகத்தால் நட்டுத் தமரென் றொழுகியக்கால்
நாணகத்துத் தாமின்றி நன்றொழுகா ராயினென்
மான்மானும் கண்ணா! மறந்தும் பரியலரால்
கானகத் துக்க நிலா.

(ப—ரை) மான் மானும் கண்ணா – மான்போலும் முகத்துக் கமர்ந்த கண்ணையுடையா! தாம் அகத்தால் நட்டு – சிலர் தாம் மனப்பூர்வமாச் சினேகம் பண்ணி, தமர் என்று ஒழுகியக்கால் – உறவின ரென்னும்படி ஒழுகியவிடத்தும், தாம் அகத்து நாண் இன்றி – தம்மால் சினேகிக்கப்பட்டவர் தமது மனத்தில் நாணமின்றி, நன்று ஒழுகாராயின் – சினேகத்துக்குத் தக்க நன்மையின் கண்ணே நின்றொழுகாராயின், என் – அந்தச் சினேகத்தால் பலன் என்ன? மறந்தும் பரியலர் – அந்தச் சினேகத்தைக் கொண்டார் மறந்தும் இரங்கார், கானகத்து உக்க நிலா – அந்தச் சினேகம் காட்டில் எறித்த நிலவை ஒக்கும். (ஆல் – அசை.)

(பொ—ரை) மான்போலும் முகத்துக் கமர்ந்த கண்ணை யுடையா! சிலர் தாம் மனப்பூர்வமாச் சினேகம் பண்ணி உறவின ரென்னும்படி ஒழுகிய விடத்தும் தம்மால் சினேகிக்கப்பட்டவர் தமது மனத்தில் நாணமின்றிச் சினேகத்துக்குத் தக்க நன்மையின் கண்ணே நின்றொழுகாராயின் அந்தச் சினேகத்தால் பலன் என்ன? அந்தச் சினேகத்தைக் கொண்டார் மறந்தும் இரங்கார் அந்தச் சினேகம் காட்டில் எறித்த நிலவை ஒக்கும். (140)

141. நட்பின்மை செய்வாரிடம் தாமும் அதுசெய்தல்

கண்டறிவார் போலார் கெழீஇயின்மை செய்வாரைப்
பண்டறிவார் போலாது தாமும் அவரேபோல்
விண்டொரீஇ மாற்றி விடுதல், அதுவன்றோ
விண்டற்கு விண்டல் மருந்து.

(ப—ரை) கண்டு அறிவார் போலாகார் – தம்மைக் கண்டுவைத்தும் கண்டறிவார் போலாகாமல், கெழீஇயின்மை செய்வாரை – நட்பின்மை செய்வாரை, தாமும் பண்டு அறிவார் போலாது – தாமும் அவரை முன் அறிவார் போலாகாமல், அவரே போல் விண்டு ஒரீஇ – அவரைப் போலவே செய்து பிரிந்து நீங்கி, மாற்றிவிடுதல் – நட்பினை மாற்றிவிடுக, அது – அச்செய்கை, விண்டற்கு விண்டல் மருந்து அன்றோ – ஒருவன் அன்புவிட்டதற்குத் தானும் அன்புவிடுதல் மருந்தாவது போலுமன்றோ.

(பொ—ரை) தம்மைக் கண்டுவைத்தும் கண்டறிவார் போலாகாமல் நட்பின்மை செய்வாரைத் தாமும் அவரை முன் அறிவார் போலாகாமல் அவரைப் போலவே செது பிரிந்து நீங்கி நட்பினை மாற்றிவிடு. அச்செய்கை ஒருவன் அன்புவிட்டதற்குத் தானும் அன்புவிடுதல் மருந்தாவது போலுமன்றோ. (141)

142. விசுவாச பாதகர்

பெரியநட் டார்க்கும் பகைவர்க்கும் சென்று
திரிவின்றித் தீர்ந்தார்போல் சொல்லி அவருள்
ஒருவரோ டொன்றி ஒருப்படா தாரே
இருதலைக் கொள்ளியென் பார்.

(ப—ரை) பெரிய நட்டார்க்கும் – தம்மை மிகவும் சினேகித்தவருக்கும், பகைவர்க்கும் – தம்முடைய பகைவருக்கும், திரிவின்றி தீர்ந்தார்போல் – ஒரு வேறுபாடும் இன்றி மிகவும் சினேகமானவர் போலே, சென்று சொல்லி – இருதிறத்தாரிடத்தும் சென்று இருதிறத்தாரையும் வேறுபடுக்கும் சில சொற்களைச் சொல்லி, அவருள் ஒருவரோடு ஒன்றி ஒருப்படாதாரே – அவருள் ஒருவரொடும் பொருந்தி ஒன்றுபட்டு உறுதியாயின செய்யாதவரே, இருதலைக் கொள்ளி என்பார் – இரண்டு தலையானும் சுடுகொள்ளியோ டொப்பர்.

(பொ—ரை) தம்மை மிகவும் சினேகித்தவருக்கும் தம்முடைய பகைவருக்கும் ஒரு வேறுபாடும் இன்றி மிகவும் சினேகமானவர் போலே இருதிறத்தாரிடத்தும் சென்று இருதிறத்தாரையும் வேறுபடுக்கும் சில சொற்களைச் சொல்லி அவருள் ஒருவரொடும் பொருந்தி ஒன்றுபட்டு உறுதியாயின செய்யாதவரே இரண்டு தலையானும் சுடுகொள்ளியோ டொப்பர். (142)

7. பிறரியல்பைக் குறிப்பாலறிதல்

143. குணங்களைச் செய்கையால் அறிதல்

பேருலையுள் பெய்த அரிசியை வெந்தமை

ஓர்மூழை யாலே உணர்ந்தாங் - கியார்கண்ணும்
கண்டதனால் காண்டலே வேண்டுமாம், யார்கண்ணும்
கண்டது காரணமா மாறு.

(ப—ரை) யார் கண்ணும் – யாவரிடத்தும், கண்டது – ஒரு பொருளினிடம் காணப்பட்ட குணமே, காரணம் ஆமாறு – காணாத குணங்களை அறிதற்குக் காரணமாம் விதம் (ஆதலால்), பேருலையுள் பெய்த அரிசியை – கொதிக்கின்ற பெரிய உலையின்கண்ணே போட்ட அரிசியை, வெந்தமை – வெந்தவிதம், ஓர் மூழையாலே உணர்ந்தாங்கு – ஓர் அகப்பையாலே அறிந்த விதம்போல, யார் கண்ணும் – யாவர் மாட்டும், கண்டதனால் ஏ – கண்ட செய்கையைக் கொண்டே, காண்டல் வேண்டும் – அவரிடமுள்ள மற்றக் குணங்களையும் அறியவேண்டும்.

(பொ—ரை) யாவரிடத்தும் ஒரு பொருளினிடம் காணப்பட்ட குணமே காணாத குணங்களை அறிதற்குக் காரணமாம் விதம். ஆதலால், கொதிக்கின்ற பெரிய உலையின்கண்ணே போட்ட அரிசியை வெந்தவிதம் ஓர் அகப்பையாலே அறிந்த விதம்போல யாவர் மாட்டும் கண்ட செய்கையைக் கொண்டே அவரிட முள்ள மற்றக் குணங்களையும் அறியவேண்டும். (143)

144. கண்ணின் கூர்மை

யாந்தீய செய்த மலைமறைத்த தென்றெண்ணித்
தாந்தீயார் தந்தீமை தேற்றாரால் ஆம்பல்
மணவில் கமழும் மலிதிரைச் சேர்ப்ப!
கணையிலுங் கூரியவாம் கண்.

(ப—ரை) ஆம்பல் – அல்லி, மண இல் – கலியாண வீடுபோல, கமழும் – கமழாநின்ற, மலி திரை சேர்ப்ப – மிக்க அலைகளை யுடையசேர்ப்பனே! யாம் செய்த தீய – யாம் செய்த தீவினைகளை,மலை மறைத்தது என்று எண்ணி – (பிறர்க்கு வெளிப்படாமல்) மலை மறைத்தது என்று கருதி, தீயார் – தீயவர், தம் தீமை தாம் தேற்றார் – தாம் செய்த தீமையைத் தெளியார், கண் கணையிலும் கூரியவாம் – மறையச் செய்த பொருள்களைக் கண்கள் அம்பினும் கூரியவா உட்புக்குக் காணவல்லனவாம்.

(பொ—ரை) அல்லி கலியாண வீடுபோலக் கமழாநின்ற மிக்க அலைகளையுடைய சேர்ப்பனே! யாம் செய்த தீவினைகளைப் பிறர்க்கு வெளிப்படாமல் மலை மறைத்தது என்று கருதி, தீயவர் தாம் செத தீமையைத் தெளியார். மறையச் செய்த பொருள்களைக் கண்கள் அம்பினும் கூரியவா உட்புக்குக் காணவல்லனவாம். (144)

145. கருத்தை முகம் அறிவித்தல்

வெள்ளம் வருங்காலை ஈரம்பட்ட டஃதேபோல்
கள்ள முடையாரைக் கண்டே அறியலாம்.
ஒள்ளமர் கண்ணா! ஒளிப்பினும் உள்ளம்
படர்ந்ததே கூறும் முகம்.

(ப—ரை) அமர் ஒள் கண்ணா – பொலிவுற்ற ஒள்ளிய கண்ணா! வெள்ளம்

வரும் காலை – வெள்ளம் வருகிற காலத்தில், ஈரம்பட்டஃதே போல் – ஆற்றின் நிலத்தில் ஈரம் உண்டானதினால் வெள்ளம் வரப்போகிறதென்று அறிவதுபோல், கள்ளம் உடையாரை – வஞ்சனையான எண்ணம் உடையார்களை, கண்டே அறியலாம் – முகத்தைக் கண்டே அறிவுடையார் அறிதல் கூடும். ஒளிப்பினும் – ஒருவர் தம் கருத்தை வெளித்தோன்றமால் மறைப்பாராயினும், உள்ளம் படர்ந்ததே – அவர் மனத்தில் நினைப்பதையே, முகம் கூறும் – அவருடைய முகம் வெளிப்படுத்தும்.

(பொ–ரை) பொலிவுற்ற ஒள்ளிய கண்ணா! வெள்ளம் வருகிற காலத்தில் ஆற்றின் நிலத்தில் ஈரம் உண்டானதினால் வெள்ளம் வரப்போகிறதென்று அறிவதுபோல் வஞ்சனையான எண்ணம் உடையார்களை முகத்தைக் கண்டே அறிவுடையார் அறிதல் கூடும். ஒருவர் தம் கருத்தைவெளித்தோன்றாமல் மறைப்பாராயினும் அவர் மனத்தில் நினைப்பதையே அவருடைய முகம் வெளிப்படுத்தும். (145)

146. முகத்தை யறிவார் கருத்தை யறிதல்

நோக்கி அறிகல்லாத் தம்முறுப்புக் கண்ணாடி
நோக்கி அறிப அதுவேபோல் - நோக்கி
முகனறிவார் முன்னம் அறிப. அதுவே
மகனறிவு தந்தை யறிவு.

(ப–ரை) நோக்கி அறிகல்லா தம் உறுப்பு – தம் கண்ணால் நோக்கி அறியமுடியாத தம்முறுப்பாகிய முகத்தை, கண்ணாடி நோக்கி அறிப – கண்ணாடியில் நோக்கி அறிவர், அதுபோல் ஏ – அதுபோலவே, நோக்கி முகன் அறிவார் – நோக்கி ஒருவன் முகத்தை அறிவார், முன்னம் அறிப – அவன் கருத்தை அறிவார், அது – அத்தன்மை, மகன் அறிவு தந்தையறிவு – மகனறிவு அவன் தந்தையறிவுபோன்றிருக்கும்.

(பொ–ரை) தம் கண்ணால் நோக்கி அறியமுடியாத தம்முறுப்பாகிய முகத்தை கண்ணாடியில் நோக்கி அறிவார். அதுபோலவே நோக்கி ஒருவன் முகத்தை அறிவார் மகனறிவு அவன் தந்தையறிவுபோன்றிருக்கும். (146)

147. குலத்தால் குணத்தை அறிதல்

ஒருமொருவர் ஒருவர்தம் உள்ளத்தைத்
தேரும் திறமரிதால்: தேமொழி! - யாரும்
குலக்குல வண்ணத்த ராகுப: ஆங்கே
புலப்புல வண்ணத்த புள்.

(ப–ரை) தேம் மொழி – தேன்போலும் மொழியை யுடையா! ஒருவர்தம் உள்ளத்தை – ஒருவருடைய, தேரும் திறம் அரிது – ஆராயும் திறம் அரிது, புலப்புல வண்ணத்த புள் – தாம் வாழும் புலத்துக்குத் தக்க தன்மையாயிருக்கும் புட்கள். ஆங்கே – அதுபோல, யாரும் – யாவரும், குலக்குல வண்ணத்தர் ஆகுப – தாம் பிறந்த குலத்துக்குத் தக்க தன்மையாயிருப்பர். (ஆல் – அசை.)

(பொ–ரை) தேன்போலும் மொழியையுடையா! ஒருவருடைய உள்ளத்தின்

தன்மையை அறிய விரும்பும் ஒருவரால், ஆராயும் திறம் அரிது. தாம் வாழும் புலத்துக்குத் தக்க தன்மையாயிருக்கும் புட்கள். அதுபோல யாவரும் தாம் பிறந்த குலத்துக்குத் தக்க தன்மையாயிருப்பர். (147)

148. குணத்தால் குலத்தை அறிதல்

காப்பான் மடமகள் காப்பான்கைப் பட்டிருந்தும்
மேப்பாட்ட தென்றுண்ணா ளாயினாள்-தீப்புகைபோல்
மஞ்சாடு வெற்ப! மறைப்பினும் ஆகாதே
தஞ்சாதி மிக்கு விடும்.

(ப—ரை) தீ புகைபோல் – தீயினது புகையைப்போலும், மஞ்சு ஆடு – மேகம்சென்று உலாவும், வெற்ப – வெற்பனே! காப்பான் மடமகள் – மந்தை காக்கும் இடையனுடைய இளம்பெண், காப்பான் கைப்பட்டிருந்தும் – பூமிகாக்கும் அரசனொருவனுக்கு மனைவியா யிருந்தும், (ஒருநாள் பால் உண்ணும்போது,) மேப்பு ஆட்டது என்று உண்ணாள் ஆயினாள் – மேவதாகிய ஆட்டினது பால் இது ஆதலால் மதுரமாயில்லை யென்று அப்பாலை உண்ணவில்லை. மறைப்பினும் – ஒருவர் மறைத்தாராயினும், ஆகாது – மறைத்தலாகாமல், தம் சாதி – தம் சாதித் தன்மை, மிக்குவிடும் – மேற்பட்டுப் பிறந்த குலத்தை அறிவித்துவிடும்.

(பொ—ரை) தீயினது புகையைப்போலும். மேகம் சென்று உலாவும் வெற்பனே! மந்தை காக்கும் இடையனுடைய இளம்பெண் பூமிகாக்கும் அரசனொருவனுக்கு மனைவியா யிருந்தும், ஒருநாள் பால் உண்ணும்போது மேவதாகிய ஆட்டினதுபால் இது ஆதலால் மதுரமா யில்லை யென்று அப்பாலை உண்ணவில்லை. ஒருவர் மறைத்தாராயினும் மறைத்தலாகாமல் தம் சாதித் தன்மை மேற்பட்டுப் பிறந்த குலத்தை அறிவித்துவிடும். (148)

149. இனத்தால் இயல்பை அறிதல்

முயலவோ வேண்டா முனிவரை யானும்:
இயல்பினர் என்ப தினத்தால் அறிக
கயலியலும் கண்ணா! கரியரோ வேண்டா
அயலறியா அட்டூணோ இல்.

(ப—ரை) கயல் இயலும் கண்ணா – சேல்மீனோடு மாறுபடும் கண்ணினையுடையா! அயல் அறியா அட்டூண் இல்லை –அயல் மனையாரால் அறியப்படாத அட்டூண் இல்லை. (அதுபோல), இயல்பு இ(ன்)னர் என்பது – இத்தன்மையாகிய இயல்பினை யுடையார் என்றறிதற்கு, முயலவோ வேண்டா – மற்றொன்றால் முயன்றறிய வேண்டுவதொன்றில்லை. முனிவரையானும் இனத்தால் அறிக – முனிவரையேயாயினும் அவர் கூடிய இனத்தாலே அறிந்துவிடுக. கரியர் வேண்டா – அதற்குச் சாட்சிசொல்வார் வேண்டுவதில்லை. (கரியரோ – ஓ – அசை.)

(பொ—ரை) சேல்மீனோடு மாறுபடும் கண்ணினை யுடையா! அயல் மனையாரால் அறியப்படாத அட்டூண் இல்லை. அதுபோல இத்தன்மையாகிய இயல்பினையுடையார் என்றறிதற்கு மற்றொன்றால் முயன்றறிய வேண்டுவ

தொன்றில்லை. முனிவரையே யாயினும் அவர் கூடிய இனத்தாலே அறிந்துவிடுக. அதற்குச் சாட்சிசொல்வார் வேண்டுவதில்லை. (149)

பாகம் - 3

1. முயற்சி

150. தாம் நன்மை யடைதற்குத் தாமே காரணம்

எமக்குத் துணையாவார் வேண்டுமென் றெண்ணித்
தமக்குத் துணையாவார்த் தாந்தெரிதல் வேண்டா
பிறர்க்குப் பிறர்செய்வ துண்டோ! மற்றில்லை
தமக்கு மருத்துவர் தாம்.

(ப—ரை) தமக்கு மருத்துவர் தாம் – தமக்கு மருத்துவராவர் தாமே. (ஆதலால்), எமக்கு துணையாவார் வேண்டும் என்றெண்ணி – எமக்கு (ஒரு துன்பம் வந்தால்) துணையாகின்றவர் வேண்டுமென்று கருதி, தமக்கு துணையாவார் – தமக்குத் துணையாவாரை, தாம் தெரிதல் வேண்டா – தாம் தேடல்வேண்டா, பிறர்க்கு பிறர் செய்வது உண்டோ – பிறர் ஒருவருக்குப் பிறர் செய்யலாவது யாதேனும் ஒன்று உண்டோ? மற்று இல்லை – (துணையாவாரைக் கண்டிடினும்) ஒரு நன்மையும் உண்டாகாது.

(பொ—ரை) தமக்கு மருத்துவராவர் தாமே. ஆதலால் எமக்கு ஒரு துன்பம் வந்தால் துணையாகின்றவர் வேண்டுமென்று கருதி தமக்குத் துணையாவாரைத் தாம் தேடல் வேண்டா. பிறர் ஒருவருக்குப் பிறர் செய்யலாவது யாதேனும் ஒன்று உண்டோ? துணையாவாரைக் கண்டிடினும் ஒரு நன்மையும் உண்டாகாது. (150)

151. கற்றதின்றியும் கரும முடிப்பவன்

கற்றதொன் றின்றி விடினும் கருமத்தை
அற்றி முடிப்பான் அறிவுடையான்: - உற்றியம்பும்
நீத்தநீர்ச் சேர்ப்ப! இளையானே யாயினும்
மூத்தானே யாடு மகன்.

(ப—ரை) நீத்தம் நீர் சேர்ப்ப – பிரளயகாலம்போல் பரக்கும் நீரையுடைய சேர்ப்பனே! கற்றது ஒன்று இன்றிவிடினும் – கற்றது சிறிதும் இல்லாவிட்டாலும், கருமத்தை அற்றம் முடிப்பான் – காரியத்தில் கண் சோம்பலின்றி முயல்பவன், அறிவுடையான் – அறிவுடையனாவன்: உற்று இயம்பும் – கருமத்தைக் குறையறவே சூட்சுமித்துச் சொல்லா நிற்பான், ஆடு மகன் – கருமம் செய்– பவன், இளையானே ஆயினும் – வயதில் இளையவனேயாயினும், மூத்தானே – முதிர்வயதுடையவனே யாவான்.

(பொ—ரை) பிரளயகாலம்போல் பரக்கும் நீரையுடைய சேர்ப்பனே! கற்றது சிறிதும் இல்லாவிட்டாலும் காரியத்தில் கண் சோம்பலின்றி முயல்பவன் அறிவுடையனாவன்: கருமத்தைக் குறையறவே சூட்சுமித்துச் சொல்லா நிற்பான். கருமம் செய்பவன் வயதில் இளையவனேயாயினும் முதிர்வயதுடையவனே யாவான். (151)

152. வருந்தார் வாழ்க்கை திருந்தாமை

வேளாண்மை செய்து விருந்தோம்பி வெஞ்சமத்து
வாளாண்மை யாலும் வலியராத் - தாளாண்மை
தாழ்க்கு மடிகோ ளிலரா வருந்தாதார்
வாழ்க்கை திருந்துத லின்று.

(ப–ரை) வேளாண்மை செய்து – பிறர்க்கும் உபகாரம் செய்து, விருந்து ஓம்பி – வந்த விருந்தினரை உபசரித்து, வெஞ்சமத்து வாளாண்மையாலும் வலியரா – வெய போரின்கண் வாளால் செய்யும் ஆண்மையாலும் வலியரா, தாளாண்மை தாழ்க்கும் மடிகோள் இலரா – முயற்சியைக் குறைவிக்கும் சோம்பலைக் கொள்ளுதல் இல்லாதவரா, வருந்தாதார் வாழ்க்கை – முயன்று வருந்தாதாருடைய மனைவாழ்க்கை, திருந்துதல் இன்று – செப்பமடைதல் இல்லை.

(பொ–ரை) பிறர்க்கும் உபகாரம் செய்து வந்த விருந்தினரை உபசரித்து வெய போரின்கண் வாளால் செய்யும் ஆண்மையாலும் வலியரா முயற்சியைக் குறைவிக்கும் சோம்பலைக் கொள்ளுதல் இல்லாதவரா முயன்று வருந்தாதாருடைய மனைவாழ்க்கை, செப்பமடைதல் இல்லை. (152)

153. ஒருவகையாலும் முயலாதவர் ஒருநாளும் வாழார்

ஒன்றால் சிறிதால் உதவுவதொன் றில்லையால்
என்றாங் கிருப்பின் இழுக்கம் பெரிதாகும்
அன்றைப் பகலேயும் வாழ்கலார், நின்றது
சென்றது பேரா தவர்.

(ப–ரை) ஒன்று என்று – உள்ள பொருள் ஒன்றென்றும், சிறிது என்று – சிறிதென்றும், உதவுவதொன்றில்லை என்று – (ஆதலால்) நாம் எடுத்துக்கொண்ட காரியத்தை முடிக்கப் போதுமான உதவி இல்லையென்றும், இருப்பின் – முயலாமல் சோம்பியிருப்பின், இழுக்கம் பெரிதாகும் – குற்றம் பெரிதாகும். நின்றது சென்றது பேராதவர் – தம்மிடத்திருந்த பொருளைப் பிறரிடத்துக் கொடுத்தும் பிறரிடத்துக் கொடுத்த பொருளை மீளக்கொண்டும் எவ்விதத்திலும் முயற்சி செய்ய மாட்டாதவர், அன்றைப் பகலேயும் வாழ்கலார் – ஒருநாளும் வாழமாட்டார். (ஆல் – ஆல் – ஆல் – ஆங்கு – அசை)

(பொ–ரை) உள்ள பொருள் ஒன்றென்றும் சிறிதென்றும் ஆதலால் நாம் எடுத்துக்கொண்ட காரியத்தை முடிக்கப் போதுமான உதவி இல்லையென்றும் முயலாமல் சோம்பியிருப்பின் குற்றம் பெரிதாகும். தம்மிடத்திருந்த பொருளைப் பிறரிடத்துக் கொடுத்தும் பிறரிடத்துக் கொடுத்த பொருளை மீளக்கொண்டும் எவ்விதத்திலும் முயற்சி செய்ய மாட்டாதவர். ஒருநாளும் வாழமாட்டார். (153)

154. வெறாது முயல்பவர் விரும்பிய தடைவர்

இனியாரு மில்லாதார் எம்மிற் பிறர்யார்
தனியேம்யாம் என்றொருவர் தாமடியல் வேண்டா:
முனிவில ராகி முயல்க முனிவில்லார்
முன்னிய தெய்தாமை யில்.

(ப—ரை) யாம் தனியேம் – யாம் தனியே மாயினோம்: இனி யாரும் இல்லாதார் எம்மின் பிறர் யார் என்று – இப்பொழுது (சார்வாக) ஒருவரையும் இல்லாதார் எம்மைப்போல் எவருளர் என்று நினைத்து, ஒருவர் தாம் மடியல் வேண்டா – ஒருவர் தாம் (முயற்சி தவிர்ந்து) சோம்புதல் வேண்டா, முனிவு இல்லார் – (கருமத்தில்) வெறுப்பில்லாதவர், முன்னியது – நினைத்ததை, எய்–தாமை இல் – பெறாதொழிதல் இல்லை (ஆதலால்), முனிவு இலராகி முயல்க – வெறுப்பு இல்லாரா (கருமம் செய்யவே)முயல்க.

(பொ—ரை) யாம் தனியே மாயினோம்: இப்பொழுது சார்வாக ஒருவரையும் இல்லாதார் எம்மைப்போல் எவருளர் என்று நினைத்து ஒருவர் தாம் முயற்சி தவிர்ந்து சோம்புதல் வேண்டா. கருமத்தில் வெறுப்பில்லாதவர் நினைத்ததைப் பெறாதொழிதல் இல்லை; ஆதலால் வெறுப்பு இல்லாராக் கருமம் செய்யவே முயல்க. (154)

155. காரியசித்தி அடையும் வழி

தற்றூக்கித் தன்றுணையுந் தூக்கிப் பயன்றூக்கி
மற்றவை கொள்வ மதிவல்லார் – அற்றன்றி
யாதானும் ஒன்றுகொண்டியாதானும் செய்தக்கால்
யாதானும் ஆகி விடும்.

(ப—ரை) தன் தூக்கி – தான் செய்துகொள்ளத்தக்க தன்மையை ஆராய்ந்து, தன் துணையும் தூக்கி – தனக்குத் துணையாவாரையும் ஆராய்ந்து, பயன் தூக்கி – (நினைத்த காரியத்தை முடித்தலால்) பெறுதலான பயனையும் ஆராய்ந்து, அவை – வாக்கத் தக்கவைகளை, கொள்வர் – செய்துகொள்வர், மதிவல்லார் – அறிவுடையார், அற்று அன்றி – அவ்விதத்தால் அவைகளை ஆராயாதே, யாதானும் ஒன்று கொண்டு – தம் காரியத்துக்குத் தகுதியில்லாத ஒரு கருவிகொண்டு, யாதானும் செய்தக்கால் – அதற்குத் தகுதியில்லாத செய்கையைச் செய்தால், யாதானும் ஆகிவிடும் – தான் நினைத்ததன்றி மற்றொன்று விளைந்து தனக்குத் துன்பத்தைக் கொடுக்கும். (மற்று – அசை.)

(பொ—ரை) தான் செய்துகொள்ளத்தக்க தன்மையை ஆராய்ந்து தனக்குத் துணையாவாரையும் ஆராய்ந்து நினைத்த காரியத்தை முடித்தலால் பெறுதலான பயனையும் ஆராய்ந்து வாய்க்கத் தக்கவைகளைச் செய்து கொள்வர் அறிவுடையார். அவ்விதத்தால் அவைகளை ஆராயாதே தம் காரியத்துக்குத் தகுதியில்லாத ஒரு கருவிகொண்டு அதற்குத் தகுதியில்லாத செய்கையைச் செதால் தான் நினைத்ததன்றி மற்றொன்று விளைந்து தனக்குத் துன்பத்தைக் கொடுக்கும். (155)

156. முடியுந் திறத்தால் முயலுதல்

வீங்குதோட் செம்பியன் சீற்றம் விறல்விசும்பில்
தூங்கு மெயிலும் தொலைத்தலால், – ஆங்கு
முடியும் திறத்தால் முயல்க தாம் கூரம்
படியிழுப்பின் இல்லை யரண்.

(ப—ரை) வீங்கு தோள் செம்பியன் சீற்றம் – உயர்ந்த தோளையுடைய செம்பியனது கோபமானது, விறல் விசும்பில் தூங்கும் எயிலும் – மிக்க ஆகாயத்தின்கண் இயங்கி யொழுகும் அசுரருடைய ஊரினையும், தொலைத்தலால் – (தேவர்கட்காக) வென்று தொலைவித்தலால், முடியும் திறத்தால் முயல்க – (எப்பொழுதும்) ஒரு காரியத்தை முடியும் வகையால் எண்ணி (அரிது என்னாமல்) முயற்சி செய்க. கூர் அம்பு – கூரிய அம்பை, அடி இழுப்பின் – அடியமைய இழுத்துத் தொடுக்கப் பெற்றால், அரண் இல்லை – அதுபட்டு உருவமாட்டாத கவசம் இல்லை. (ஆங்கு – தாம் – அசை.)

(பொ—ரை) உயர்ந்த தோளையுடைய செம்பியனது கோபமானது மிக்க ஆகாயத்தின்கண் இயங்கியொழுகும் அசுரருடைய ஊரினையும் தேவர்கட்காக வென்று தொலைவித்தலால் எப்பொழுதும் ஒரு காரியத்தை முடியும் வகையால் எண்ணி அரிது என்னாமல் முயற்சி செய்க. கூரிய அம்பை அடியமைய இழுத்துத் தொடுக்கப் பெற்றால் அதுபட்டு உருவமாட்டாத கவசம் இல்லை. (156)

157. பெறலாகும் பெருமையை முயன்று பெறுதல்

எங்கணொன் றில்லை எமரில்லை என்றொருவர்
தங்க ணழிவுதாம் செயற்க - எங்கானும்,
நன்கு திரண்டு பெரியவாம், ஆற்றவும்
முன்கை நெடியார்க்குத் தோள்.

(ப—ரை) எங்கண் ஒன்று இல்லை – எம்மிடத்தில் ஒருபொருளும் இல்லை, எமர் இல்லை என்று – எமக்கோ சுற்றத்தாரும் இல்லை என்று, ஒருவர் – ஒருவர், தாம் தங்கண் அழிவு செயற்க – ஒருவர் தாம் மனம் தளர்ந்து தம்மிடத்து வரும் பெருமையை அழிக்கத்தக்கனவற்றைச் செயாதொழிக, (அப்படிச் செய்யா தொழியவே எல்லா நன்மையும் உளவாம்) (அஃது என்போல என்னில்) எங்கா(யி)னும் – எவ்விடத்துப் பிறந்தார்க்காயினும், ஆற்றவும் முன்கை நெடியார்க்கு – மிகவும் முன்கை நெடியரானவருக்கு, தோள் நன்கு திரண்டு பெரியவாம் – தோள்கள் மிகவும் திரண்டு பெரியதாயிருக்கும்.

(பொ—ரை) எம்மிடத்தில் ஒருபொருளும் இல்லை; எமக்கோ சுற்றத்தாரும் இல்லை; என்று ஒருவர் ஒருவர் தாம் மனம் தளர்ந்து தம்மிடத்து வரும் பெருமையை அழிக்கத்தக்கனவற்றைச் செயாதொழிக: அப்படிச் செய்யா தொழியவே எல்லா நன்மையும் உளவாம் அஃது என்போல என்னில் எவ்விடத்துப் பிறந்தார்க்காயினும் மிகவும் முன்கை நெடியரானவருக்கு அதுபோலத் தோள்கள் மிகவும் திரண்டு பெரியதாயிருக்கும். (157)

158. தொழின்முயற்சியில் நிலையாதவர் நன்மை பெறார்

நிலத்தின் மிகையாம் பெருஞ்செல்வம் வேண்டி,
நலத்தகு வேந்தருள் நல்லாரைச் சார்ந்து,
நிலத்து நிலைகொள்ளாக் காலரே காணின்,
உலக்கைமேல் காக்கையென் பார்.

(ப—ரை) நிலத்தில் மிகையாம் பெருஞ்செல்வம் வேண்டி – நிலத்தின் கண்ணே வாழ்தற்கு மிகுதியாகிய பெரிய செல்வத்தை விரும்பி, நலம் தரு வேந்தருள் நல்லாரை சார்ந்து – நன்மைக்குத் தகுதியையுடைய வேந்தருக்குள் நல்லவரான ஒருவரைச் சேர்ந்து, (அவரிடம் வாழாமல் யாவரிடத்தும் சென்று,) நிலத்து நிலைகொள்ளா காலரே – நிலத்தின் கண் ஓரிடத்தும் நிலைகொள்ளாத காலினை யுடையவரே, காணின் – விசாரித்துப் பார்க்கில், உலக்கைமேல் காக்கை என்பார் – உலக்கைமேல் காக்கையானது நின்றுழலும் தன்மை போன்றவராவர்.

(பொ—ரை) நிலத்தின் கண்ணே வாழ்தற்கு மிகுதியாகிய பெரிய செல்வத்தை விரும்பி நன்மைக்குத் தகுதியையுடைய வேந்தருக்குள் நல்லவரான ஒருவரைச் சேர்ந்து, அவரிடம் வாழாமல் யாவரிடத்தும் சென்று நிலத்தின் கண் ஓரிடத்தும் நிலைகொள்ளாத காலினை யுடையவரே விசாரித்துப் பார்க்கில் உலக்கைமேல் காக்கையானது நின்றுழலும் தன்மை போன்றவராவர். (158)

159. தங்கருமத்தைத் தாமே கடைப்பிடித்தல்

தலைக்கொண்ட தங்கருமம் தாமடி கொண்டு,
கடைப்பிடியில் லாதார்பால் வைத்துக் - கடைப்பிடி
மிக்கோடி விட்டுத் திரியின், அதுபெரி
துக்கோடிக் காட்டி விடும்.

(ப—ரை) தாம் தலைக்கொண்ட தம் கருமம் – தாம் மேற்கொண்ட தமது கருமத்தை, மடி கொண்டு – சோம்பல் கொண்டு, கடைப்பிடி இல்லாதார்பால் வைத்து – முடிக்கும் துணிபு இல்லாதவரிடம் வைத்து, மிக்கு ஓடி – செருக்கில் மிகுந்தோடி, கடைப்பிடி விட்டு துரியின் – முடிக்குந் துணிவைக் கைவிட்டுத் திரிந்தால், அது – தாம்மேற்கொண்ட கருமம், பெரிது உக்கு ஓடிக் காட்டிவிடும் – மிகவும் சிதைந் தழியும்.

(பொ—ரை) தாம் மேற்கொண்ட தமது கருமத்தை சோம்பல் கொண்டு முடிக்கும் துணிபு இல்லாதவரிடம் வைத்துச் செருக்கில் மிகுந்தோடி முடிக்குந் துணிவைக் கைவிட்டுத் திரிந்தால் தாம்மேற்கொண்ட கருமம் மிகவும் சிதைந் தழியும். (159)

160. தம்மால் முடிவதைத் தாமே செய்தல்

தம்மால் முடிவதனைத் தாமாற்றிச் செய்கல்லார்
பின்னை ஒருவரால் செய்வித்து மென்றிருத்தல்,
சென்னீ ரருவி மலைநாட! பாய்பவோ
வெந்நீரு மாடாதார் தீ.

(ப—ரை) செல் நீர் அருவி மலைநாட – பரந்து செல்லும் அருவி நீரையுடைய மலைநாடனே! தம்மால் முடிவதனை – தாம் செய்து முடிக்கலானதொரு காரியத்தை, தாம் ஆற்றி செய்கல்லார் – தாம்முடிக்க மாட்டாது, பின்னை ஒருவரால் செய்வித்தும் – வேறொருவராலே செய்விப்போம், என்று இருத்தல் – என்று சொல்லியிருத்தலானது, வெந்நீரும் ஆடார் – வெந்நீரினும் குளியாதவர், தீ பாய்பவோ – தீயிலே பாயவல்லரோ?

(பாயமாட்டாரே, அத்தன்மை போலும்.) (அத்தன்மை போலும் என்பது தோன்றாப் பயனிலை.)

(பொ—ரை) பரந்து செல்லும் அருவி நீரையுடைய மலைநாடனே! தாம் செய்து முடிக்கலானதொரு காரியத்தைத் தாம்முடிக்க மாட்டாது வேறொருவராலே செய்விப்போம் என்று சொல்லியிருத்தலானது, வெந்நீரினும் குளியாதவர் தீயிலே பாயவல்லரோ? பாயமாட்டாரே, அத்தன்மை போலும். (160)

161. அல்லலை முயற்சியால் நீக்கல்

முழுதுடன் முன்னே வகுத்தவ னென்று
தொழுதிருந்தக் கண்ணே ஒழியுமோ அல்லல்?
இழுகினா னாகாப்ப தில்லையே முன்னம்
எழுதினான் ஓலை பழுது.

(ப—ரை) முழுதுடன் முன்னே வகுத்தவன் என்று – முழு துலகத்தையும் முன்னே படைத்தவன் (நாம் அடைகின்ற அல்லலையும் படைத்தான்) என்றெண்ணி, தொழுது இருந்தக் கண்ணே – அவனைத் தொழுது (ஒரு காரியத்தையும் முயலாமல்) இருந்தால், அல்லல் ஒழியுமோ – தம்முடைய அல்லல் நீங்குமோ? முன்னம் ஓலை பழுது எழுதினான் – முன்னே ஓலையைப் பழுதுபட எழுதினவன், இழுகினான் – தாமதித்தவனா, ஆ(று) – பழுதுபட்ட விதத்தை, காப்பது – (பரிகரிக்காமல்) போற்றுதல், இல்லை – இல்லை. (ஏ—அசை.)

(பொ—ரை) முழுதுலகத்தையும் முன்னே படைத்தவன் நாம் அடைகின்ற அல்லலையும் படைத்தான் என்றெண்ணி அவனைத் தொழுது ஒரு காரியத்தையும் முயலாமல் இருந்தால் தம்முடைய அல்லல் நீங்குமோ? முன்னே ஓலையைப் பழுதுபட எழுதினவன் தாமதித்தவனாப் பழுதுபட்ட விதத்தைப் பரிகரிக்காமல் போற்றுதல் இல்லை. (161)

162. பொது

முடிந்ததற் கில்லை முயற்சி, முடியா
தொடிந்ததற் கில்லை பெருக்கம் - வடிந்தற
வல்லதற் கில்லை வருத்தம் உலகினுள்
இல்லதற் கில்லை பெயர்.

(ப—ரை) முடிந்ததற்கு முயற்சி இல்லை – முடிவுபெற்ற காரியத்துக்குப் பின்னே முயற்சி – வேண்டுவதில்லை. முடியாது ஒடிந்ததற்கு பெருக்கம் இல்லை – முயற்சி செய்து முடியாது இடையே சிதைந்த காரியத்துக்கு ஆக்கமும் இல்லை. வடிந்து அற வல்லதற்கு வருத்தம் இல்லை – தெளிந்து குற்றமற ஒன்றைச் செய்ய வல்லதற்கு அதனை முடிக்கும்பொழுது வருத்தம் இல்லை. உலகினுள் இல்லதற்கு பெயர் இல்லை – உலகத்தில் இல்லாத பொருளுக்குப் பெயர் இல்லை. (ஆக்கம் – இலாபம்.)

(பொ—ரை) முடிவுபெற்ற காரியத்துக்குப் பின்னே முயற்சி வேண்டுவதில்லை. முயற்சிசெய்து முடியாது இடையே சிதைந்த காரியத்துக்கு ஆக்கமும் இல்லை.

தெளிந்து குற்றமற ஒன்றைச் செய்ய வல்லதற்கு அதனை முடிக்கும்பொழுது வருத்தம் இல்லை. உலகத்தில் இல்லாத பொருளுக்குப் பெயர் இல்லை.
(162)

163. ஏற்றபெற்றி ஒழுகிக் கருமம் முடித்தல்

செந்நீரார் போன்று சிதைய மதிப்பார்க்கும்,
பொந்நீரார் போன்று பொருளை முடிப்பார்க்கும்,
அந்நீ ரவரவர்க்குத் தக்காங் கொழுகுபவே
வெந்நீரிற் றண்ணீர் தெளித்து.

(ப–ரை) சிதைய மதிப்பார்க்கு செம்மை நீரார் போன்றும் – தம்முடைய காரியத்தைக் கெடும்படி செய்கின்ற பிறரிடம் நல்ல தன்மையுடையாரைப் போலவும், பொருளை முடிப்பார்க்கு பொ நீரார் போன்றும் – பொருளைப் பாதுகாத்து முடிக்கின்ற பிறரிடம் அன்பு உண்டாகாதவரைப் போலவும், வெந்நீரில் தண்ணீர் தெளித்து – வெய நீரில் குளிர்ந்த நீரைக் கலந்து ஆற்றினாற்போல, அந் நீர் அவரவர்க்கு தக்காங்கு – அந்நீர்மைகளையுடைய அவரவர்க்குத் தக்க பெற்றியால், ஒழுகுப – ஒழுகுவர். (ஏ–அசை.)

(பொ–ரை) தம்முடைய காரியத்தைக் கெடும்படி செய்கின்ற பிறரிடம் நல்ல தன்மையுடையாரைப் போலவும் பொருளைப் பாதுகாத்து முடிக்கின்ற பிறரிடம் அன்பு உண்டாகாதவரைப் போலவும் வெய நீரில் குளிர்ந்த நீரைக் கலந்து ஆற்றினாற்போல அந்நீர்மைகளை யுடைய அவரவர்க்குத் தக்க பெற்றியால் ஒழுகுவர். (163)

164. ஆதரவானவரை விரோதித்தலால் விளையும் கெடுதி

தாமாற்ற கில்லாதார் தாஞ்சாரப் பட்டாரைத்
தீமாற்றத் தாலே பகைப்படுத்திட் - டேமாப்ப
முன்னோட்டுக் கொண்டு முரணஞ்சிப் போவாரே,
உண்ணோட் டகலுடைப் பார்.

(ப–ரை) தாம் ஆற்றகில்லாதார் – தாம் தம்மைச் செவ்வை செய்து கொள்ளமாட்டாதார். தாம் சாரப்பட்டாரை – தமக்கு ஆதரவாயிருப்பவரை, தீ மாற்றத்தால் பகைப்படுத்திட்டு – தீய வார்த்தைகளால் பகையாக்கி, முரண் அஞ்சி – அவரொடு பகை கொள்ளுதலை அஞ்சி, ஏமாப்ப – தமக்குச் சேமமாக, முன் ஓட்டுக்கொண்டு போவாரே – முன் ஓடுதலை மேற்கொண்டு செல்பவர்தாம், உண் ஓட்டகல் உடைப்பார் – தாம் உண்கின்ற ஓட்டகலை உடைக்கின்றாரோ டொப்பர். (ஓட்டகல் – ஓடாகிய அகல்.)

(பொ–ரை) தாம் தம்மைச் செவ்வை செய்து கொள்ளமாட்டாதார், தமக்கு ஆதரவாயிருப்பவரை தீய வார்த்தைகளால் பகையாக்கி. அவரொடு பகை கொள்ளுதலை அஞ்சித் தமக்குச் சேமமாக முன் ஓடுதலை மேற்கொண்டு செல்பவர்தாம், தாம் உண்கின்ற ஓட்டகலை உடைக்கின்றாரோ டொப்பர். (164)

165. பதறாமல் நல்வார்த்தையால் கருமங்கொள்ளல்

புரையக் கலந்தவர் கண்ணும் கருமம்
உரையின் வழுவா துவப்பவே கொள்க
வரையக நாட! விரையிற் கருமம்
சிதையும்: இடராய் விடும்.

(ப–ரை) வரை அகம் நாட – மலைமேல் உண்டாகிய நாடனே! புரைய கலந்தவர் கண்ணும் – மனதொக்க நட்புக் கொண்டவரிடத்தும், உரையின் வழுவாது – உரைக்கும் உரைகளின் வழுவாமல், உவப்பவே – மனம் உவப்பவே, கருமம் கொள்க – கொள்ளுங் கருமத்தைக் கொள்க, விரையின் – தமக்கு வேண்டியபொழுதே அக்கருமங்கொள்ள விரைவாராயின், கருமம் சிதையும் – கருமம் கெடும், இடராய்விடும் – அது கெடுமாயின் தமக்கும் இடராய்விடும்.

(பொ–ரை) மலைமேல் உண்டாகிய நாடனே! மனதொக்க நட்புக்கொண்டவரிடத்தும் உரைக்கும் உரைகளின் வழுவாமல் மனம் உவப்பவே கொள்ளுங் கருமத்தைக் கொள்க. தமக்கு வேண்டியபொழுதே அக்கருமங்கொள்ள விரைவாராயின் கருமம் கெடும். அது கெடுமாயின் தமக்கும் இடராய்விடும். (165)

166. உளைய உரையாது உறுதிகொள்ளல்

நிலைஇய பண்பிலார் நேரல்ல ரென்றொன்
றுளைய உரையா துறுதியே கொள்க
வளையொலி ஐம்பாலா! வாங்கி யிருந்து
தொளையெண்ணார் அப்பந்தின் பார்.

(ப–ரை) வளை ஒலி ஐம்பாலா – சுருண்டு தழைத்த கூந்தலையுடையா, அப்பம் தின்பார் வாங்கியிருந்து தொளை எண்ணார் – அப்பத்தைத் தின்ன விரும்பினவர் அதனைக் கையிலே வாங்கிக் கொண்டு அதிலுள்ள தொளையை எண்ணிக் கொண்டிராமல் அதைத் தின்பர், அதுபோல, நிலைய பண்பு இல்லார் – நிலைநின்ற குணமில்லாதவர், நேர் அல்லர் என்று – நடுவுநிலைமையுடையரல்லரென்று, உளைய ஒன்று உரையாது – வெறுக்கத்தக்க விதமாக ஒரு வார்த்தையும் சொல்லாமல், உறுதியே கொள்க – அவரிடம் தாம் கொள்ளவேண்டும் உறுதியாகிய பயனையே கொண்டுவிடுக.

(பொ–ரை) சுருண்டு தழைத்த கூந்தலையுடையா! அப்பத்தைத் தின்ன விரும்பினவர் அதனைக் கையிலே வாங்கிக் கொண்டு அதிலுள்ள தொளையை எண்ணிக் கொண்டிராமல் அதைத் தின்பர். அதுபோல நிலைநின்ற குணமில்லாதவர் நடுவுநிலைமையுடைய ரல்லரென்று வெறுக்கத்தக்க விதமாக ஒரு வார்த்தையும் சொல்லாமல் அவரிடம் தாம் கொள்ளவேண்டும் உறுதியாகிய பயனையே கொண்டுவிடுக. (166)

167. பிறரிடம் பெறலான நன்மையைச் சமயமறிந்து பெறுதல்

அன்பின் நெகிழ வழிபட்டுக் கொள்ளாது
நின்ற பொழுதின் முடிவித்துக் கொள்வது,
கன்றுவிட் டாக்கறக்கும் போழ்தில் கறவானா

அம்புவிட் டாக்கறக்கு மாறு.

(ப–ரை) அன்பின் நெகிழ – அன்பினால் ஒருவன் மனம் நெகிழும்படி, வழிபட்டு – தான் வழிபட்டொழுகி, கொள்ளாது – அவனாலுள்ள பயனைக் கொள்ளாது, நின்றபொழுதின் – தான் நினைத்தபொழுதே, முடிவித்துக்கொள்வது – முடித்துக்கொள்வேனென்று கருதி முயலுதல், ஆ கறக்கும்போழ்தில் – பசுவை வழக்கமாகக் கறக்கின்ற வேளையில், கன்றுவிட்டு கறவானா – கன்றுவிட்டுக் கறவாமல், ஆ – பசுவை, அம்புவிட்டு கறக்கும் ஆறு – (தான் நினைத்தபோது) அம்புவிட்டுக் கறக்கும் விதத்தை ஒக்கும்.

(பொ–ரை) அன்பினால் ஒருவன் மனம் நெகிழும் படி தான் வழிபட்டொழுகி அவனாலுள்ள பயனைக் கொள்ளாது தான் நினைத்தபொழுதே முடித்துக் கொள்வேனென்று கருதி முயலுதல் பசுவை வழக்கமாகக் கறக்கின்ற வேளையில், கன்றுவிட்டுக் கறவாமல் பசுவைத் தான் நினைத்தபோது அம்புவிட்டுக் கறக்கும் விதத்தை ஒக்கும். (167)

168. சோம்பனை ஏவிய காரியம் முடிவுபெறாது

மடியை வியங்கொள்ளின் மற்றைக் கருமம்
முடியாத வாறே முயலும் - கொடியன்னா!
பாரித் தவனை நலிந்து தொழில்கோடல்,
மூரி உழுது விடல்.

(ப–ரை) கொடி அன்னா – கொடிபோலும் இடையை உடையா! மடியை வியம் கொள்ளின் – சோம்பனை (ஒரு கருமத்தின்கண்) ஏவினால், மற்றை கருமம் முடியாத ஆறே முயலும் – அந்த ஏவலை எடுத்த காரியம் முடியாத விதமாகவே (அவன்) முயல்வான். பாரித்தவனை – (ஒரு காரியம் செய்யப்) பாரித்தவனை, நலிந்து தொழில் கோடல் – வருத்தித் தொழில்கொள்ளுதலானது, மூரி உழுதுவிடல் – கிழவெருதுகொண்டு உழுவதனோ டொக்கும்.

(பொ–ரை) கொடிபோலும் இடையை உடையா! சோம்பனை ஒரு கருமத்தின்கண் ஏவினால் அந்த ஏவலை எடுத்த காரியம் முடியாத விதமாகவே அவன் முயல்வான். பாரித்தவனை ஒரு காரியம் செய்யப் பாரித்தவனை வருத்தித் தொழில்கொள்ளுதலானது கிழவெருதுகொண்டு உழுவதனோ டொக்கும். (168)

169. காணிகொடாமல் காரியம் முடியாமை

ஆணியாக் கொண்ட கருமம் பதிற்றாண்டும்
பாணித்தே செய்ப வியங்கொள்ளின் - காணி
பயவாமல் செய்வாரார்? தஞ்சாகா டேனும்
உயவாமல் சேறலோ வில்.

(ப–ரை) தம் சாகாடு ஏனும் – தம்முடைய சகடமாயினும், உயவாமல் – உயவுநெ யிடாமல், சேறல் இல் – செல்லுதல் இல்லை (அதுபோல), காணி – காணியளவு பொருளாயினும், பயவாமல் – கொடாமல், செய்வார் ஆர் – கருமம் செபவர் இல்லை. ஆணியா(க) கொண்ட கருமம் – படியாணிபோலக்

கொண்ட கருமத்தை, வியங்கொள்ளின் – சிலர்க்கு ஒன்றும் கொடாமல் செய்ய ஏவினால், பதிற்றாண்டும் பாணித்தே செய்ப – (ஏவப்பட்டவர்) பத்து வருஷ காலமும் (இவர்க்குக் கருமம் செய்வோமென்று) காலதாமதம் பண்ணியே (படியாணி) செய்வார். (ஓ–அசை) உயவுநெ – தேமானத்துக்கு இடும் பசை.

(பொ–ரை) தம்முடைய சகடமாயினும் உயவுநெ யிடாமல் செல்லுதல் இல்லை. அதுபோலக் காணியளவு பொருளாயினும் கொடாமல் கருமம் செய்பவர் இல்லை. ஆணியாகக் கொண்ட படியாணிபோலக் கொண்ட கருமத்தைச் சிலர்க்கு ஒன்றும் கொடாமல் செய்ய ஏவினால் ஏவப்பட்டவர் பத்து வருஷ காலமும் இவர்க்குக் கருமம் செய்வோமென்று காலதாமதம் பண்ணியே படியாணி செய்வார். (169)

170. காரியம் செய்பவனை எச்சரித்தல்

விட்டுக் கருமம் செயவைத்த பின்னரும்
முட்டா தவரை வியங்கொளல் வேண்டுமால்.
தொட்டக்கால் மாழ்கும் தளிர்மேலே நிற்பினும்
தட்டாமல் செல்லா துளி.

(ப–ரை) தொட்டக்கால் மாழ்கும் – தொட்ட அளவிலே துவளுதலான, தளிர்மேலே – தளிரின்மேலே, நிற்பினும் – நின்றதாயினும், உளி – உளியானது, தட்டாமல் – தன்னை ஒருவன் தட்டாமல், செல்லாது – (அத்தளிரை) அறுத்துச் செல்லாது (ஆதலால்), கருமம் விட்டு செயவைத்த பின்னரும் – (ஒருவர் மேலே) ஒரு காரியத்தை விட்டுச் செய்யவைத்த பின்னரும், அவரை முட்டாது வியங்கொளல் வேண்டும் – அவரை இடையறவுபடாது ஏவியாராதல் வேண்டும். (ஆல் – அசை.)

(பொ–ரை) தொட்ட அளவிலே துவளுதலான தளிரின்மேலே நின்றதாயினும் உளியானது தன்னை ஒருவன் தட்டாமல் அத்தளிரை அறுத்துச் செல்லாது. ஆதலால் ஒருவர் மேலே ஒரு காரியத்தை விட்டுச் செய்யவைத்த பின்னரும் அவரை இடையறவுபடாது ஏவியாராதல் வேண்டும். (170)

171. கயவர்மேல் காரியம் வைத்தவர் நன்மையடையார்

காட்டிக் கருமம் கயவர்மேல் வைத்தவர்
ஆக்குவ ராற்ற எமக்கென்றே அமர்ந்திருத்தல்,
மாப்புரை நோக்கின் மயிலன்னாய்! பூசையைக்
காப்பிடுதல் புன்மீன் றலை.

(ப–ரை) மா புரை நோக்கின் மயில் அன்னாய் – மான்விழியை ஒக்கும் விழியையுடைய மயில் போன்றவளே! கருமம் – தம்கருமத்தை, கயவர்மேல் காட்டிவைத்து – கீழ்மக்களிடம் காட்டிக்கொடுத்து, அவர் எமக்கு ஆற்ற ஆக்குவர் – அவர் எமக்குக் கருமத்தைச் செவ்வையாகச் செய்துகொடுப்பர், என்று அமர்ந்திருத்தல் – என்று நினைத்துச் சும்மா உட்கார்ந்திருத்தலானது, பூசையை – பூனையை, புல் மீன் தலை – அல்பமான மீன் (உலர்கின்ற) இடத்தில், காப்பு இடுதல் – காவல் வைத்ததனோ டொக்கும்.

(பொ—ரை) மான்விழியை ஒக்கும் விழியையுடைய மயில்போன்றவளே! கீழ்மக்களிடம் காட்டிக்கொடுத்து அவர் எமக்குக் கருமத்தைச் செவ்வையாகச் செய்து கொடுப்பர் என்று நினைத்துச் சும்மா உட்கார்ந்திருத்தலானது, பூனையை அல்பமான மீன் உலர்கின்ற இடத்தில் காவல் வைத்ததனோ டொக்கும். (171)

172. கருமஞ்செய அறிவுள்ளாரை நியமித்தல்

தெற்ற அறிவுடையார்க் கல்லால் திறனிலா
முற்றலை நாடிக் கருமஞ் செயவையார்,
கற்றொன் றறிந்து கசடற்ற காலையும்
மற்றதன் பாற்றேம்பல் நன்று.

(ப—ரை) தெற்ற அறிவுடையார்க்கு அல்லால் – தெளிய அறிந்த அறிவுடையாரிடத்தன்றி, திறன் இலா முற்றலை – சாமர்த்தியமில்லாத அறிவொடு பொருந்திய முற்றனவுடையோனை, நாடி – நாடி, கருமம் – தம்கருமத்தை, செயவையார் – செய்யவையார், ஒன்று கற்றறிந்து ஒன்றைக் கற்றறிந்து, கசடு அற்ற காலையும் – கல்வியின்கண் குற்றமற்றவிடத்தும், மற்றதன்பால் – குணமற்றாரிடம் கொண்ட நட்பு, தேம்பல் நன்று – மெலிதலே நன்று. (திறனிலா முற்றல் – அறிவின்மை முற்றியவன். முற்றனவு – முற்றல் – முதிர்ச்சி)

(பொ—ரை) தெளிய அறிந்த அறிவுடையாரிடத் தன்றி சாமர்த்தியமில்லாத அறிவொடு பொருந்திய முற்றனவுடையோனை நாடித் தம் கருமத்தைச் செய்யவையார் ஒன்றைக் கற்றறிந்து கல்வியின்கண் குற்றமற்றவிடத்தும் குணமற்றாரிடம் கொண்ட நட்பு மெலிதலே நன்று. (172)

173. கற்றவனுக்குக் கொடுத்த பொருள்

உற்றான் உறாஅன் எனல்வேண்டா ஒண்பொருளைக்
கற்றானை நோக்கியே கைவிடுக்க - கற்றான்
கிழவ னுரைகேட்கும் கேளா னெனினும்
இழவன் றெருதுண்ட உப்பு.

(ப—ரை) உற்றான் – இவன் தனக்குச் சுற்றத்தான், உறான் – இவன் அயலான், எனல் வேண்டா – என்று ஆராய வேண்டுவதில்லை. ஒண்பொருளை – ஒள்ளிய பொருளை, கற்றானையே நோக்கி – கற்றறிந்தவனையே நோக்கி, கைவிடுக்க – கொடுக்க, கற்றான் – கல்விமான், கிழவன் உரை – தன்னையாக்கிய தலைவன் சொல்லை, கேட்கும் – கேட்டுச் செய்யும். கேளான் எனினும் – கேட்டுச் செய்யானாயினும், எருது உண்ட உப்பு இழவு அன்று – எருதுண்ட உப்பு நடமாகாமைபோல் அது ஒருவனுக்கு ந டமன்று.

(பொ—ரை) இவன் தனக்குச் சுற்றத்தான் இவன் அயலான் என்று ஆராய வேண்டுவதில்லை. ஒள்ளிய பொருளைக் கற்றறிந்தவனையே நோக்கிக் கொடுக்க. கல்விமான் தன்னையாக்கிய தலைவன் சொல்லைக் கேட்டுச் செய்யும். கேட்டுச் செ–ய்யானாயினும் எருதுண்ட உப்பு நடமாகாமைபோல் அது ஒருவனுக்கு ந டமன்று. (173)

174. கருமஞ்செய அயோக்கியரை வையாமை

கட்டுடைத் தாகக் கருமஞ் செயவைப்பின்
பட்டுண்டாங் கோடும் பரியாரை வையற்க
தொட்டாரை ஒட்டாப் பொருளில்லை: இல்லையே
அட்டாரை ஒட்டாக் கலம்.

(ப—ரை) தொட்டாரை – கையால் தொட்டவரை, ஒட்டா – ஒட்டாத, பொருள் – பொருள், இல்லை – இல்லை, அட்டாரை – சமைத்தவரை, ஒட்டா – பொருந்திப் பயன்படாத, கலம் – கலமும், இல்லை – இல்லை (ஆதலால்), கட்டு உடைத்தாக –அரண் உடையதாம் வகை, கருமம் – ஒரு கருமத்தை, செய வைப்பின் – ஒருவரைச் செய்யவைப்பின், பட்டு – அக் கருமத்தை உளப்பட்டு, ஆங்கு உண்டு – அதன்கண் உள்ள பயனைத் தாம் உண்டு, ஓடும் – செல்லும், பரியாரை – பரிவிலாதாரை, வைபற்க அக்கருமத்தின் கண் வையாதொழிக. (கட்டு என்பது காவல்.)

(பொ—ரை) கையால் தொட்டவரை ஒட்டாத, பொருள் இல்லை. சமைத்தவரை பொருந்திப் பயன் படாத கலமும் இல்லை (ஆதலால்)அரண் உடையதாம் வகை ஒரு கருமத்தை ஒருவரைச் செய்யவைப்பின் அக் கருமத்தை உளப்பட்டு அதன்கண் உள்ள பயனைத் தாம் உண்டு செல்லும் பரிவிலாதாரை, வையற்க அக்கருமத்தின்கண் வையாதொழிக. (கட்டு என்பது காவல்.) (174)

175. நன்மையில்லாதவனைக் காரியத்தினின்று களையுமாறு

நாட்டிக் கொளப்பட்டார் நன்மை இலராயின்
காட்டிக் களைதுமென வேண்டா - ஓட்டி
இடம்பட்ட கண்ணா! இறக்குமை யாட்டை
உடம்படுத்து வெளவுண்டா ரில்.

(ப—ரை) ஓட்டி – குண்டலங்களை ஓட்டி, இடம்பட்ட – இடமுண்டாகவே அகன்ற, கண்ணா – கண்ணினை யுடையா! இறக்கும் மையாட்டை உடம்படுத்து – சாவக்கடவ காராட்டை உடன்படுத்தி, வெளவுண்டார் இல் – அதன் இரத்தத்தை வெளவு வார்இல்லை (அதுபோல), நாட்டிக் கொளப்பட்டார் – தம்மாலே ஆக்கிக் கொள்ளப் பட்டவர், நன்மை இலராயின் – (தாம் ஏவிய காரியத்தின்கண் நின்று ஏவினார்க்கு) நன்மையாவதைச் செய்யிலராயின், காட்டி – அச் செய்யாமையைப் பிறர்க்கு அறிவித்து, களைதும் – காரியத்தின்கண் நிறுத்துதலைக் களைவேம், எனவேண்டா – என்று கருதவேண்டா.

(பொ—ரை) குண்டலங்களை ஓட்டி இடமுண்டாகவே அகன்ற கண்ணினையுடையா! சாவக்கடவ காராட்டை உடன்படுத்தி அதன் இரத்தத்தை வெளவுவார்இல்லை. அதுபோலத் தம்மாலே ஆக்கிக் கொள்ளப்பட்டவர் தாம் ஏவிய

காரியத்தின்கண் நின்று ஏவினார்க்கு நன்மையாவதைச் செய்யிலராயின் அச்செய்-
யாமையைப் பிறர்க்கு அறிவித்துக் காரியத்தின்கண் நிறுத்துதலைக் களைவேம் என்று
கருதவேண்டா.   (175)

176. வஞ்சகர் தூரத்தில் ஏவப்பட்ட கருமமுடித்துத் திரும்பார்

அகந்தூய்மை யில்லாரை ஆற்றப் பெருக்கி
இகந்துழி விட்டிருப்பின் அஃதால் - இகந்து
நினைந்து தெரியானா நீள்கயத்துள் யாமை
நனைந்துவா என்று விடல்.

(ப - ரை) அகம் தூய்மை இல்லாரை – மனத்தால் தூய்மை யில்லாதவரை, ஆற்ற பெருக்கி – மிகப் பெருகப்பண்ணி, இகந்த உழி – தனக்கு தூரமாகிய இடத்திலே, விட்டிருப்பின் – தனக்கு ஒரு கருமஞ் செய ஒருவன் ஏவியிருப்பானாயின், அஃது – அது, நினைந்து தெரியானா – ஆராய்ந்தறியானா, யாமை – (யாமையைப் பிடித்த ஒருவன் அந்த யாமையை, இகந்து – போய், நீள்கயத்துள் நனைந்துவா – நீண்ட கயத்துள்ளே புகுந்து நனைந்துவா, என்று – என்று சொல்லி, விடல் விட்டதனோ டொக்கும்.

(பொ - ரை) மனத்தால் தூய்மை யில்லாதவரை மிகப் பெருகப்பண்ணித் தனக்குத் தூரமாகிய இடத்திலே தனக்கு ஒரு கருமஞ் செய ஒருவன் ஏவியிருப்பானாயின் அது ஆராய்ந்தறியானா யாமையைப் பிடித்த ஒருவன் அந்த யாமையைப் போய் நீண்ட கயத்துள்ளே புகுந்து நனைந்துவா என்று சொல்லி விட்டதனோ டொக்கும்.   (176)

177. நுண்ணறிவுடையானுக்கும் கருமங் கெடுதல்

உழையிருந்து நுண்ணிய கூறிக் கருமம்
புரையிருந்த வாறறியான் புக்கான் விளிதல்,
நிரையிருந்து மாண்ட அரங்கினுள் வட்டுக்
கரையிருந் தார்க்கெளிய போர்.

(ப-ரை) நிரை இருந்து – வரிசையாக இருந்து, மாண்ட அரங்கினுள் – மாட்சிமைப்பட்ட அரங்கின்கண், வட்டு போர் – வட்டுப் போர்கள், கரை இருந்தார்க்கு எளிய – பொராது பக்கத்திருந்தவர் சொல்லுதற் கெளியவாப் பொருதல் அரியவாம் (அதுபோல), உழை இருந்து – முதன்மை யுடையான் ஒருவன் அருகிலிருந்து, நுண்ணிய கூறி – நுண்ணிய காரியங்களை ஆராய்ந்து சொல்லி, புரை இருந்த ஆறு அறியான் – குற்றமிருந்த நெறியறியாதே, கருமம் புக்கான் – கருமத்தைச் செய்யப் புக்கவன், விளிதல் – கெடுதல் உளதாம்.

(பொ-ரை) வரிசையாக இருந்து மாட்சிமைப்பட்ட அரங்கின்கண் வட்டுப் போர்கள் பொராது பக்கத்திருந்தவர் சொல்லுதற் கெளியவாப் பொருதல் அரியவாம். அதுபோல முதன்மையுடையான் ஒருவன் அருகிலிருந்து நுண்ணிய காரியங்களை ஆராய்ந்து சொல்லிக் குற்றமிருந்த நெறியறியாதே கருமத்தைச் செய்யப் புக்கவன் கெடுதல் உளதாம்.   (177)

2. மறை பிறரறியாமை

178. மறைவான காரியத்தில் எவரையும் நம்புதலாகாது

சுற்றத்தார் நட்டார் எனச்சென் றொருவரை
அற்றத்தால் தேறார் அறிவுடையார் - கொற்றப்புள்
ஊர்ந்துலகம் தாவின அண்ணலே யாயினும்
சீர்ந்தது செய்யாதா ரில்.

(ப—ரை) கொற்றம் புள் ஊர்ந்து – வெற்றியையுடைய பறவையை ஊர்வதும் செய்து, உலகம் தாவின – உலகத்தைக் காலால் கடப்பதும் செய்த, அண்ணலே ஆயினும் – முதல்வனேயாயினும், சீர்ந்தது – தனக்கு மிக்க ஊதியம் தருவதொன்றை, செய்யாதார் இல் – ஒழியவிடுவார் இல்லை (ஆகையால்), அறிவுடையார் –அறிவுள்ளார், அற்றத்தால் – பிறரறியாமல் மறைத்துச் செய்யும் காரியத்தின்கண், ஒருவரை – ஒருவரை, சுற்றத்தார் நட்டார் எனச் சென்று – சுற்றத்தாரென்றும் சினேகரென்றும் கொண்டு, தேறார் – தெளியார்.

(பொ—ரை) வெற்றியை யுடைய பறவையை ஊர்வதும் செய்து; உலகத்தைக் காலால் கடப்பதும் செய்த முதல்வனேயாயினும் தனக்கு மிக்க ஊதியம் தருவதொன்றை ஒழியவிடுவார் இல்லை. ஆகையால், அறிவுள்ளார் பிறரறியாமல் மறைத்துச் செய்யும் காரியத்தின்கண் ஒருவரைச் சுற்றத்தாரென்றும் சினேகரென்றும் கொண்டு தெளியார்.

(178)

179. மறைவான சூழ்ச்சியில் மாண்பிலாரை நீக்குக

வெள்ளமாண் பெல்லாம் உடைய தமரிருப்ப,
உள்ளமாண் பில்லா ஒருவரைத் - தெள்ளி
மறைக்கண் பிரித்தவரை மாற்றா தொழிதல்,
பறைக்கண் கடிப்பிடு மாறு.

(ப—ரை) வெள்ளம் மாண்பு உடைய தமர் இருப்ப – வெள்ளம் போல் அளத்தற்கரிய சிறந்த குணமெல்லா முடைய உறவினர் இருப்பவும், உள்ளம் மாண்பு இல்லா ஒருவரை – மனத்தின்கண் மாட்சிமையில்லாத ஒருவரை, தெள்ளி – ஆராய்ந்து, மறைக்கண் பிரித்து அவரை மாற்றாது ஒழிதல் – சூழ்ச்சிக்கண் நீக்கி அவரை விலக்காது விடுதல், பறைக்கண் கடிப்பு இடும் ஆறு – பறையின்கண் குறுந்தடியிட்டு எறிதலோ டொக்கும்.

(பொ—ரை) வெள்ளம் போல் அளத்தற்கரிய சிறந்த குணமெல்லா முடைய உறவினர் இருப்பவும் மனத்தின் கண் மாட்சிமையில்லாத ஒருவரை ஆராய்ந்து சூழ்ச்சிக் கண் நீக்கி அவரை விலக்காது விடுதல் பறையின்கண் குறுந்தடியிட்டு எறிதலோ டொக்கும்.

(179)

180. அன்பறியுமுன் மறையை வெளியிட லாகாது

அன்பறிந்த பின்னல்லால் யார்யார்க்கும், தம்மறையே

முன்பிறர்க் கோடி மொழியற்க - தின்குறுவான்
கொல்வாங்குக் கொன்றபி னல்ல துயக்கொண்டு
புல்வாய் வழிப்படுவா ரில்.

(ப—ரை) தின்குறுவான் – தின்னவேண்டி, கொல்வாங்கு கொன்ற பின் அல்லது – கொல்லும் படியே கொன்றபின் அல்லது, உயக்கொண்டு – தப்பிப்போன பின்பு, புல்வாய் வழிப்படுவார் இல் – மானின் ஊனை அடுதற்கு வேண்டும் நெறியாகிய காயம் முதலியனவற்றை அரைப்பாரில்லை. யார் யார்க்கும் பிறர்க்கு – யாவர் யாவர்க்காயினும் பிறர்க்கு, அன்பு அறிந்தபின் அல்லால் முன் – தம்மேலுள்ள அன்பை அறிந்தபின் பன்றி முந்துற, தம் மறை – தம்முடைய ரகசியத்தை, ஒடி உள்ளஞ் சென்று, மொழியற்க – சொல்லாதொழிக. (ஏ–அசை.)

(பொ—ரை) தின்னவேண்டி கொல்லும்படியே கொன்றபின் அல்லது தப்பிப் போனபின்பு மானின் ஊனை அடுதற்கு வேண்டும் நெறியாகிய காயம் முதலியனவற்றை அரைப்பாரில்லை. யாவர் யாவர்க் காயினும் பிறர்க்குத் தம்மேலுள்ள அன்பை அறிந்த பின் பன்றி முந்துற தம்முடைய ரகசியத்தைச் சென்று சொல்லாதொழிக. (180)

181. கயவர்க்கு மறையுரையாமை

நயவா நட்டொழுகு வாரும்தாம் கேட்ட
துயவா தொழிவா ரொருவரு மில்லை
புயலமை கூந்தற் பொலந்தொடி! சான்றோர்
கயவர்க் குரையார் மறை.

(ப—ரை) புயல் அமை கூந்தல் பொலம் தொடி – மேகம்போல் அமைந்த கூந்தலையும் பொன்னாலாகிய தொடியையும் உடையா! நயவர நட்டொழுகுவாரும் – அன்புபடத் தம்மோடு சினேகம்பண்ணி நடப்பவரும், தாம் கேட்டது – தாம் கேட்ட ரகசியத்தை, உயவாது ஒழிவார் – பிறரொடு சொல்லி ஆராயா தொழிவார், ஒருவரும் இல்லை – எவரும் இல்லை (ஆகையால்), சான்றோர் கயவர்க்கு மறை உரையார் – அறிவினால் அமைந்தார் தாம் மறைத்துச் செயும் காரியங்களைக் கீழ்மக்கட்கு உரையார்.

(பொ—ரை) மேகம்போல் அமைந்த கூந்தலையும் பொன்னாலாகிய தொடியையும் உடையா! அன்புபடத் தம்மொடு சினேகம்பண்ணி நடப்பவரும் தாம் கேட்ட ரகசியத்தைப் பிறரொடு சொல்லி ஆராயா தொழிவார் எவரும் இல்லை. ஆகையால் அறிவினால் அமைந்தார் தாம் மறைத்துச் செய்யும் காரியங்களைக் கீழ்மக்கட்கு உரையார். (181)

182. சிறியா ரறிந்த மறை வெளிப்படும்

பெருமலை நாட! பிறரறிய லாகா
அருமறையை ஆன்றாரே காப்பர் - அருமறையை
நெஞ்சிற் சிறியார்க் குரைத்தல், பனையின்மேல்
பஞ்சிவைத் தெஃகிவிட் டற்று.

(ப—ரை) பெருமலை நாட – பெருமலை நாடனே! பிறர் அறியல் ஆகா அருமறையை – பிறர் அறியத்தகாத அரிய ரகசியத்தை, ஆன்றாரே– அமைந்த அறிவுடையோரே, காப்பர் – (வெளிவிடாமல்) காக்கவல்லார், நெஞ்சின் சிறியார்க்கு – நெஞ்சினால் சிறிய குணத்தார்க்கு, அருமறையை உரைத்தல் – அரிய ரகசியத்தைச் சொல்லுதல், பனையின்மேல் பஞ்சிவைத்து எஃகிவிட்டற்று– உயரமான பனையின் மேல் பஞ்சியை வைத்து எஃகினாற்போலும் (எஃகுதல் – பஞ்சி தொட்டுதல்).

(பொ—ரை) பெருமலை நாடனே! பிறர் அறியத் தகாத அரிய ரகசியத்தை அமைந்த அறிவுடையோரே (வெளி விடாமல்) காக்கவல்லார். நெஞ்சினால் சிறிய குணத்தார்க்கு அரிய ரகசியத்தைச் சொல்லுதல் உயரமான பனையின் மேல் பஞ்சியை வைத்து எஃகினாற்போலும் (பஞ்சி கொட்டுதல்). (182)

183. பிறரை நம்பி மறையை வெளியிட்டவன் கெடுதல்

விளிந்தாரே போலப் பிறராகி நிற்கும்
முளிந்தாரைத் தஞ்சம் மொழியலோ வேண்டா
அளிந்தார்க ணாயினும் ஆராயா னாகித்
தெளிந்தான் விளிந்து விடும்.

(ப—ரை) அளிந்தார் கண் ஆயினும் – தமக்கு அன்புடையரா ஈரமுடையாரிடத்தும், ஆராயானாகி தெளிந்தான் – ஆராயானாகி நம்பினவன், விளிந்து விடும் – கெடுவான், விளிந்தாரே போல் – எப்பொழுதும் வெகுண்டாரே போல, பிறராகி நிற்கும் முளிந்தாரை – பிறராகி நிற்கும் ஈரமற்றாரை, தஞ்சம் மொழியலோ வேண்டா – (நம்ப வேண்டா என்று) எளிதாக மொழிந்து கற்பிக்க வேண்டுவதில்லை. (முளிதல் – காதல் தஞ்சம் – எளிமை.)

(பொ—ரை) தமக்கு அன்புடையரா ஈரமுடையா ரிடத்தும் ஆராயானாகி நம்பினவன் கெடுவான். எப்பொழுதும் வெகுண்டாரே போலப் பிறராகி நிற்கும் ஈரமற்றாரை நம்ப வேண்டா என்று எளிதாக மொழிந்து கற்பிக்க வேண்டுவதில்லை. (183)

3. தெரிந்து செய்தல்

184. அவரவர் துன்பத்துக்கு அவரவரே காரணம்

ஆஅ மெனக்கெளி தென்றுலக மாண்டவன்
மேஎந் துணையறியான் மிக்குநீர் பெய்திழந்தான்.
தோஒ முடைய தொடங்குவார்க் கில்லையே
தாஅம் தரவாரா நோய்.

(ப—ரை) உலகம் ஆண்டவன் – உலகமுழுதாண்ட மாவலியும், மே(வு)ம் துணை அறியான் – தம் மந்திரி சொல்லைக் கேட்கும் அளவு அறியானா, எனக்கு எளிதாம் என்று – (மூவடி நிலம் கொடுப்பது) எனக்கு எளிதாம் என்று சொல்லி, மிக்கு – செருக்கினால், மிக்கு நீர் பெய்து – நிர்த்தானமாக நீர்வார்த்து, இழந்தான் – உலகமெல்லாம் இழந்தான் (ஆதலால்), தோம் உடைய தொடங்குவார்க்கு –

குற்றமுடைய காரியங்களைச் செய்யத் தொடங்குவார்க்கு, தாம் தரவாரா நோய் இல்லையே – தமக்குத் தாமே தர வாராத நோய்கள் இல்லை.

(பொ–ரை) உலகமுழுதாண்ட மாவலியும் தம் மந்திரி சொல்லைக் கேட்கும் அளவு அறியானா (மூவடி நிலம் கொடுப்பது) எனக்கு எளிதாம் என்று சொல்லி செருக்கினால் மிக்கு நிர்த்தானமாக நீர்வார்த்து உலகமெல்லாம் இழந்தான். குற்றமுடைய காரியங்களைச் செய்யத் தொடங்குவார்க்குத் தமக்குத் தாமே தர வாராத நோய்கள் இல்லை. (184)

185. சொற்சோராமையின் அருமை

நற்பாலக ற்றாரும் நாடாது சொல்லுவர்
இற்பால ரல்லார் இயல்பின்மை நோவதென்?
கற்பால் இலங்கருவி நாட! மற்றியாரானும்
சொற்சோரா தாரோ இலர்.

(ப–ரை) கல்பால் இலங்கு அருவிநாட – மலையினிடம் விளங்கும் அருவி பாயும் நாடனே! நற்பால கற்றாரும் – நல்ல குடியில் பிறந்து கற்றவரும், நாடாது – ஆராயாது, சொல்லுவர் – சில சொற்களைச் சொல்லுவர் (ஆகவே), இற்பாலர் அல்லார் இயல் பின்மை – குடிப்பிறவாதவரிடம் இயல்பின்மையை, நோவது என் – நோவதனால் நன்மை என்ன? யாரானும் – எவராயினும், சொல் சோராதார் – சொல்லின் கண் சோர்வுபடாதவர், இலர் – (உலகில்) இலர். (மற்று – ஓ –அசை,)

(பொ–ரை) மலையினிடம் விளங்கும் அருவி பாயும் நாடனே! நல்ல குடியில் பிறந்து கற்றவரும் ஆராயாது சில சொற்களைச் சொல்லுவர். ஆகவே குடிப்பிறவாதவரிடம் இயல்பின்மையை நோவதனால் நன்மை என்ன? எவராயினும் சொல்லின் கண் சோர்வுபடாதவர் உலகில் இலர். (185)

186. கண்டதையும் எண்ணிச் சொலல்

பூந்தண் புனற்புகார்ப் பூமிகுறி காண்டற்கு
வேந்தன் வினாயினான் மாந்தரைச் - சான்றவன்
கொண்டதனை நாணி மறைத்தலால், தன்கண்ணிற்
கண்டதூஉம் எண்ணிச் சொலல்.

(ப–ரை) பூ தண் புனல் புகார் – அழகிய குளிர்ந்த புனலையுடைய புகாரின்கண் உள்ள, பூமி – விளைநிலத்தை, குறிகாண்டற்கு – இன்ன அளவின தென்று அறிதற்கு, மாந்தரை – அங்கு வாழும் மனிதரை, வேந்தன் வினாயினான் – அரசன் கேட்டான் (கேட்டவிடத்து), கொண்டதனை – ஒருவன் களவினால் கொண்டு அனுபவித்து வருகின்ற நிலத்தை, நாணி – காட்டிக்கொடுக்க அஞ்சி, சான்றவன் – ஒரு சான்றவன், மறைத்தலால் – அந்நிலத்தை நீக்கி மறைத்து அரசனுக்கு வேறாகச் சொல்லி நிலத்தைக் களவினாற் கொண்டவனைப் பிழைப்பித்தான். (ஆதலால்), தன் கண்ணின் கண்டதும் – தன் கண்ணால் கண்டு தெளிய அறிந்ததையும், எண்ணி;ச சொலல் – சொல்லலாம் சொல்லலாகாதென்று ஆராய்ந்து சொல்லுக.

(பொ—ரை) அழகிய குளிர்ந்த புனலையுடைய புகாரின்கண் உள்ள விளைநிலத்தை இன்ன அளவினதென்று அறிதற்கு அங்கு வாழும் மனிதரை அரசன் கேட்டான். கேட்டவிடத்து ஒருவன் களவினால் கொண்டு அனுபவித்து வருகின்ற நிலத்தைக் காட்டிக்கொடுக்க அஞ்சி ஒரு சான்றவன் அந்நிலத்தை நீக்கி மறைத்து அரசனுக்கு வேறாகச் சொல்லி நிலத்தைக் களவினாற் கொண்டவனைப் பிழைப்பித்தான். ஆதலால் தன் கண்ணால் கண்டு தெளிய அறிந்ததையும் சொல்லலாம்; சொல்லலாகா தென்று ஆராய்ந்து சொல்லுக.

(186)

187. சொல் கேளாதவனைத் திருத்தப் புகலாகாது

ஒருவன் உணரா துடன்றெழுந்த போருள்
இருவ ரிடைநட்பான் புக்கால், - பெரிய
வெறுப்பினால் பேர்த்துச் செறுப்பின் தலையுள்
குறுக்கண்ணி யாகி விடும்.

(ப—ரை) ஒருவன் உணராது – ஒருவன் விசாரியாமல், உடன்று எழுந்த போருள் – இருவர் வேறுபட்டெழுந்த போரின்கண், இருவர் இடை – அவ்விருவருக்கு நடுவே, நட்பான் புக்கால் – நட்பாக்குவான் சென்று புகுந்தால், பெரிய வெறுப்பினால் – (அவன் சொல்லைக் கேளாமல்) பெரிய வெறுப்பாலே, பேர்த்து செறிப்பின் – அவர் மீண்டும் செறுத்துப் போர்செய்யும் மனமுடைய வராயின், (நட்பாகும்படி புகுந்த செய்கை), தலையுள் குறுங்கண்ணி ஆகிவிடும் – எருதின் தலையில் கைக்கெட்டாத குறிய கண்ணியாவிடும்.

(பொ—ரை) ஒருவன் விசாரியாமல் இருவர் வேறுபட்டெழுந்த போரின்கண் அவ்விருவருக்கு நடுவே நட்பாக்குவான் சென்று புகுந்தால் அவன் சொல்லைக் கேளாமல் பெரிய வெறுப்பாலே அவர் மீண்டும் செறுத்துப் போர்செய்யும் மனமுடைய வராயின் நட்பாகும்படி புகுந்த செய்கை எருதின் தலையில் கைக்கெட்டாத குறிய கண்ணியா விடும்.

(187)

188. அண்மையிற் கொள்ளும் நன்மையை நாடல்

எனைப்பலவே யாயினும் சேத்தாற் பெறலின்
தினைத்துணையே யானும் அணிக்கோடல் நன்றே
இனக்கலை தேன்கிழிக்கு மேகல்சூழ் வெற்ப!
பனைப்பதித் துண்ணார் பழம்.

(ப—ரை) இனம் கலை – இனமாகிய கலைகள், தேன் – தேன் கூடுகளை, கிழிக்கும் – கிழிக்கும், மே கல் சூழ் – ஓங்கிய கற்கள் சூழ்ந்த, வெற்ப – வெற்பனே! எனை பலவே ஆயினும் – எத்துணைப் பலவாயினும், சேத்தால் பெறலின் – நெடுங்காலத்துக் கப்புறம் பெறுவதைக் காட்டிலும், தினை துணையே ஆனும் – தினையளவே யாயினும், அணிகோடல் – சமீப காலத்தில் ஒரு பொருளைத் தான் பெற்றுக் கொள்ளுதல், நன்றே – மிகவும் நன்று, பனை பதித்து பழம் உண்ணார் – பனையை நட்டுப் பனை பழுத்தால் பழம் உண்போ மென்றிருப்பார் ஒருவருமில்லை.

(கலை –ஆண் முசு: முசு – ஒரு சாதிக் குரங்கு.)

(பொ—ரை) இனமாகிய கலைகள் தேன் கூடுகளைக் கிழிக்கும் ஓங்கிய கற்கள் சூழ்ந்த வெற்பனே! எத்துணைப் பலவாயினும் நெடுங்காலத்துக் கப்புறம் பெறுவதைக் காட்டிலும், தினையளவே யாயினும் சமீப காலத்தில் ஒரு பொருளைத் தான் பெற்றுக் கொள்ளுதல் மிகவும் நன்று. பனையை நட்டுப் பனை பழுத்தால் பழம் உண்போ மென்றிருப்பார் ஒருவருமில்லை. (188)

189. சனங்கள் உவந்தன செய்தல்

மனங்கொண்டக் கண்ணும் மருவில செயார்
கனங்கொண் டுரைத்தவை காக்கவே வேண்டும்
சனங்கள் உவப்பன செயாவும் செய்க
இனங்கழு வேற்றினா ரில்.

(ப—ரை) மனம் கொண்டக்கண்ணும் – தம்முடைய மனம் விரும்பினாலும், மருவில செயார் – பழகியும் வாராதனவற்றைச் செய்யார். உரைத்தவை – நல்லார் ஆகாதனவென் றுரைத்தவைகளை, கனம்கொண்டு காக்கவே வேண்டும் – உறுதிகொண்டு காக்கவேண்டும், செயாவும் – நல்லார்செய்யவேண்டா என்றுரைத்த வைகளிலும், சனங்கள் ஏற்றினார் செய்க – சனங்கள் உவப்பனவற்றைச் செய்க. இனம் கழு ஏற்றினார் இல் – (செய்யாவிடின் தம்மை அவர் தண்டம் செய்வதல்லது) அச்சனங்களைத் தண்டமாகக் கழுவேற்றுவார் இல்லை.

(பொ—ரை) தம்முடைய மனம் விரும்பினாலும் பழகியும் வாராதனவற்றைச் செய்யார். நல்லார் ஆகாதன வென்றுரைத் தவைகளை உறுதிகொண்டு காக்கவேண்டும். நல்லார் செய்யவேண்டா என்றுரைத்தவைகளிலும் சனங்கள் உவப்பனவற்றைச் செய்க. செய்யாவிடின் தம்மை அவர் தண்டம் செய்வதல்லது அச்சனங்களைத் தண்டமாகக் கழுவேற்றுவார் இல்லை. (189)

190. துன்பம்பட வருவன செய்யாமை

கடுப்பத் தலைக்கீறிக் காலும் இழந்து
நடைத்தாரா என்பதூஉம் பட்டு - முடத்தொடு
பேர்பிறி தாகப் பெறுதலால், போகாரே
நீர்குறி தாகப் புகல்.

(ப—ரை) தலை கடுப்ப கீறி – தம் தலை மிகவும் கிழிந்து, காலும் இழந்து – தம் காலும் இழந்து, நடைத்தாரா என்பதும் பட்டு – அக்கால்கள் நடையைத் தரா என்று சொல்லவும்பட்டு, முடத்தொடு – முடத்துடனே, பிறிது பேர் ஆக பெறுதலால் – வேறொரு பெயர் பெறுவாராதலால், நீர் குறிதாக புகல் போகார் – ஒருவர் இழிந்து போகத்தக்க அளவாக நீர் சுருங்கியவிடத்தும் போவதன் அபாயத்தை நோக்கி இழிந்து போகார்.

(பொ—ரை) தம் தலை மிகவும் கிழிந்து தம் காலும் இழந்து அக்கால்கள் நடையைத் தரா என்று சொல்லவும்பட்டு முடத்துடனே வேறொரு பெயர்

பெறுவாராதலால் ஒருவர் இழிந்து போகத்தக்க அளவாக நீர் சுருங்கியவிடத்தும் போவதன் அபாயத்தை நோக்கி இழிந்துபோகார். (190)

191. இருக்க இடம் பெற்றால் படுக்க இடம் பெறுவார்

சிறிதாய கூழ்பெற்றுச் செல்வரைச் சேர்ந்தார்
பெரிதாய கூழும் பெறுவர் - அரிதாம்
இடத்துள் ஒருவன் இருப்புழிப் பெற்றால்
கிடப்புழியும் பெற்று விடும்.

(ப-ரை) அரிதாம் இடத்துள் – பெறுதற்கரிய இடத்துள், ஒருவன் – ஒருவன், இருப்புழி பெற்றால் – இருக்க இடம் பெற்றால், கிடப்புழியும் – படுக்க இடமும், பெற்றுவிடும் – பெறுவான் (ஆதலால்), செல்வரை சேர்ந்தார் – செல்வரைச் சேர்ந்தவர்கள், சிறிதாய கூழ்பெற்று – முன் சிறிதாகிய கூழ் பெற்றால், பெரிதாய கூழும் பெறுவர் – பின்னைப் பெரிதாகிய கூழும் பெறுவர்.

(பொ-ரை) பெறுதற்கரிய இடத்துள் ஒருவன் இருக்க இடம் பெற்றால் படுக்க இடமும் பெறுவான். ஆதலால் செல்வரைச் சேர்ந்தவர்கள் முன் சிறிதாகிய கூழ் பெற்றால் பின்னைப் பெரிதாகிய கூழும் பெறுவர். (191)

192. இன்சொல் இடர்ப்படுக்காமை

புன்சொல்லும் நன்சொல்லும் பொயின் றுணர்கிற்பார்
வன்சொல் வழியரா வாழ்தலும் உண்டாமோ?
புன்சொல் இடர்ப்படுப்ப தல்லால் ஒருவனை
இன்சொல் இடர்ப்படுப்ப தில்.

(ப-ரை) புன்சொல்லும் நன்சொல்லும் – புன்சொல்லும் வரும் பயனையும் நன்சொல்லால் வரும் பயனையும், பொயின்று – பழுதில்லாமல், உணர்கிற்பார் – உணரவல்லவர், வன்சொல் வழியரா வாழ்தலும் உண்டாமோ – பிறரை வன்சொல் சொல்லி ஒழுகுநெறியரா ஒழுகுதலும் உண்டாமோ? ஒருவனை – ஒருவனை, புன்சொல் – தான் பிறரைச் சொல்லும் புன்சொல், இடர்ப்படுப்பது அல்லால் – துன்பத்துட் படுத்துவதன்றி, இன்சொல் – தான் பிறரைச் சொல்லும் இன்சொல், இடர்ப்படுப்பது – தன்னைத் துன்பத்துட்படுத்துவது, இல் – இல்லை.

(பொ-ரை) புன்சொல்லால் வரும் பயனையும் நன்சொல்லால் வரும் பயனையும் பழுதில்லாமல் உணரவல்லவர் பிறரை வன்சொல் சொல்லி ஒழுகு நெறியரா ஒழுகுதலும் உண்டாமோ? ஒருவனைத் தான் பிறரைச் சொல்லும் புன்சொல் துன்பத்துட் படுத்துவதன்றித் தான் பிறரைச் சொல்லும் இன்சொல் தன்னைத் துன்பத்துட்படுத்துவது இல்லை. (192)

193. தம் தம் தன்மையரா ஒழுகுதல்

மெந்நீர ராகி விரியப் புகுவார்க்கும்
பொந்நீர ராகிப் பொருளை முடிப்பார்க்கும்,

எந்நீர ராயினு மாக. அவரவர்
தந்நீர ராதல் தலை.

(ப—ரை) மெந்நீரர் ஆகி விரிய புகுவார்க்கும் – உண்மை யொழுக்கத்தை உடையராகி மேன்மைக் குணத்தின்கண் நிரம்பப் புகுவாருக்கும், பொந் நீரர் ஆகி பொருளை முடிப்பார்க்கும் – வஞ்சனைத் தன்மையை உடையராகித் தாம் கருதிய பொருளை முடிப்பாருக்கும், எந் நீரர் ஆயினும் ஆக – எத்தன்மையர் ஆயினும் ஆக, அவரவர் தம் நீரர் ஆதல் தலை – அவரவர் தமக்கியல்பான தன்மையாய் ஒழுகுதல் சிறந்தது.

(பொ—ரை) உண்மை யொழுக்கத்தை உடையராகி மேன்மைக் குணத்தின்கண் நிரம்பப் புகுவாருக்கும் வஞ்சனைத் தன்மையை உடையராகித் தாம் கருதிய பொருளை முடிப்பாருக்கும் எத்தன்மையர் ஆயினும் ஆக. அவரவர் தமக்கியல்பான தன்மையாய் ஒழுகுதல் சிறந்தது. (193)

194. தம்மை ஐயுற்றவனைப் பொறுத்தல்

யாவரே யானும் இழந்த பொருளுடையார்
தேவரே யாயினும் தீங்கோர்ப்பர் - பாவை
படத்தோன்று நல்லா! நெடுவேல் கெடுத்தான்
குடத்துளு நாடி விடும்.

(ப—ரை) பாவை பட தோன்றும் நல்லா – பாவையின் தன்மை உளதாகத் தோன்றும் வடிவையுடைய நல்லா! இழந்த பொருள் உடையார் – தொலைந்ததொரு பொருளுக் குரியவர், யாவரே ஆயினும் – எல்லா அறிவினை உடையராயினும், தேவரே ஆயினும் – தேவர்களே யாயினும், தீங்கு ஓர்ப்பார் – தீங்கு செய்தாராக மனத்தின்கண் கருதுவர், நெடுவேல் கெடுத்தான் – நெடுவேலைத் தொலைத்தவன், குடத்துளும் – குடத்துள்ளேயும், நாடிவிடும் – நாடுவான். (ஆதலால் தம்மைச் சந்தேகித்தானென்று அவனைக் குற்றங் கொள்ளாது பொறுக்க என்பதாம்.)

(பொ—ரை) பாவையின் தன்மை உளதாகத் தோன்றும் வடிவையுடைய நல்லா—! தொலைந்ததொரு பொருளுக் குரியவர் எல்லா அறிவினை உடையராயினும் தேவர்களே யாயினும் தீங்கு செய்தாராக மனத்தின்கண் கருதுவர். நெடுவேலைத் தொலைத்தவன் குடத்துள்ளேயும் நாடுவான். ஆதலால் தம்மைச் சந்தேகித்தா னென்று அவனைக் குற்றங் கொள்ளாது பொறுக்க என்பதாம். (194)

195. மயில்போலும் கள்வர்

துயிலும் பொழுதத் துடைவூண்மேற் கொண்டு
வெயில்விரி போழ்தின் வெளிப்பட்டா ராகி
அயில்போலுங் கண்ணா! அடைந்தார் போல்காட்டி
மயில்போலுங் கள்வ ருடைத்து.

(ப—ரை) அயில்போலும் கண்ணா – வேல்போலும் கண்ணை யுடையா! துயிலும் பொழுதத்து – பலரும் உறங்குகின்ற நடுராத்திரியில், உடைவு ஊண் மேற்கொண்டு

– களவுகண் டுண்ணும் உணவை மேற்கொண்டு செய்து, வெயில் விரி போழ்தின் – ஞாயிறு எழுந்து வெயில் விரிந்த பொழுதின்கண், வெளிப்பட்டார் ஆகி – உறக்கந் தவிர்ந்து வெளிப்பட்டவராகி, அடைந்தார் போல் – எல்லார்க்கும் தம்மை நட்டார்போல, காட்டி – அறிவித்து, மயில்போலும் கள்வர் – பாம்பை விழுங்கிக் கண்டார்க்கு அடக்கமுடைத்தாகிய மயில்போலும் கள்வரை, உடைத்து – உலகம் உடைத்து (உடைவு – தகர்த்தல்: கதவு முதலியன தகர்த்துக் களவு செய்தல்).

(பொ—ரை) வேல்போலும் கண்ணை யுடையா! பலரும் உறங்குகின்ற நடுராத்திரியில் களவுகண் டுண்ணும் உணவை மேற்கொண்டு செய்து ஞாயிறு எழுந்து வெயில் விரிந்த பொழுதின்கண் உறக்கந் தவிர்ந்து வெளிப்பட்டவராகி எல்லார்க்கும் தம்மை நட்டார்போல அறிவித்துப் பாம்பை விழுங்கிக் கண்டார்க்கு அடக்கமுடைத்தாகிய மயில்போலும் கள்வரை உலகம் உடைத்து. (195)

196. பொது

செல்லற்க சேர்ந்தார் புலம்புறச் செல்லாது
நில்லற்க நீத்தார் நெறியொரீஇப் - பல்காலும்
நாடுக தான்கண்ட நுட்பத்தைக் கேளாதே
ஓடுக ஊரோடு மாறு.

(ப—ரை) சேர்ந்தார் புலம்புற செல்லற்க – தம்மை அடைந்தவர் துன்புற ஒழுகவேண்டா, நீத்தார் நெறி செல்லாது ஒரீஇ நில்லற்க – துறவிகள் ஒழுகிய நெறியில் நடவாமல் நீங்கி நிற்கவேண்டா, தான் கண்ட நுட்பத்தை பலகாலும் நாடுக – தான் கற்றுவல்லனான பொருளின் நுட்பத்தைப் பலகாலும் ஆராய்க. ஊர் ஓடுமாறு கேளாதே ஓடுக – ஊரினர் நடக்குமாறு (அது தக்கதா என்று ஒருவரையும்) கேளாமலே நடக்க.

(பொ—ரை) தம்மை அடைந்தவர் துன்புற ஒழுகவேண்டா. துறவிகள் ஒழுகிய நெறியில் நடவாமல் நீங்கி நிற்கவேண்டா. தான் கற்றுவல்லனான பொருளின் நுட்பத்தைப் பலகாலும் ஆராய்க. ஊரினர் நடக்குமாறு அது தக்கதா என்று ஒருவரையும் கேளாமலே நடக்க. (196)

4. பொருள்

197. பொருளின் வலிமை

தெருளா தொழுகும் திறனிலா தாரைப்
பொருளா லறுத்தல் பொருளே - பொருள்கொடுப்பின்
பாணித்து நிற்கிற்பார் யாருளரோ? வேற்குத்தின்
காணியின் குத்தே வலிது.

(ப—ரை) தெருளாது ஒழுகும் – தன்னைத் தெளியாமல் ஒழுகும், திறன் இலாதாரை – திறனில்லாத பகைவரை, பொருளால் அறுத்தல் – பொருளாலே கொல்லுதல், பொருளே – காரியமாவது, பொருள் கொடுப்பின் – (அப்பகைவரைக்

கொல்லுதற்குச் சிலர்க்குப்) பொருள் கொடுத்தால், பாணித்து நிற்கிற்பார் – (அவரைக் கொல்லாது) தாமதம் செய்து நிற்பார், யார் உளர் –யாவர் உளர்? வேல் குத்தின் – வேலின் குத்தைக் காட்டிலும், காணியின் குத்தே – காணிப் பொருளின் குத்தே, வலிது – வலியதாம்.

(பொ–ரை) தன்னைத் தெளியாமல் ஒழுகும் திறனில்லாத பகைவரைப் பொருளாலே கொல்லுதல் காரியமாவது. அப்பகைவரைக் கொல்லுதற்குச் சிலர்க்குப் பொருள் கொடுத்தால் அவரைக் கொல்லாது தாமதம் செய்து நிற்பார் யாவர் உளர்? வேலின் குத்தைக்காட்டிலும் காணிப்பொருளின் குத்தே வலியதாம். (197)

198. பொருளுடையார் காரியம் நன்கு முடிதல்

ஒல்லாத வின்றி உடையார் கருமங்கள்
நல்லவா நாடி நடக்குமாம் - இல்லார்க்
கிடரா வியலும் இலங்குநீர் சேர்ப்ப!
கடலுள்ளும் காண்பவே நன்கு.

(ப–ரை) இலங்குநீர் சேர்ப்ப – விளங்கும் நீர்ச் சேர்ப்பனே! உடையார் கருமங்கள் – பொருளுடையார் செய்யத் தொடங்கிய கருமங்கள், ஒல்லாத இன்றி – முடியாதன இல்லாமல், நல்லவா நாடி நடக்கும் – நல்லனவே பெற்று நடக்கும். இல்லார்க்கு – பொருளில்லாதவர்க்கு, இடரா(க) இயலும் – இடராயே நடக்கும், கடலுள்ளும் நன்கு ஏ காண்ப – (அவ்வுடையார்) கடலுள்ளே புக்காலும் (தமக்கு) நல்லனவாவனவற்றை செய்துகொள்வர். (ஆம் – அசை.)

(பொ–ரை) விளங்கும் நீர்ச் சேர்ப்பனே! பொருளுடையார் செய்-யத் தொடங்கிய கருமங்கள் முடியாதன இல்லாமல் நல்லனவே பெற்று நடக்கும். பொருளில்லாதவர்க்கு, இடராயே நடக்கும். அவ்வுடையார் கடலுள்ளே புக்காலும் தமக்கு நல்லனவாவனவற்றைச் செய்துகொள்வர். (198)

199. பொருளுடையாரிடம் கருமமுள்ளவர் தேடிவருவர்

அருமை யுடைய பொருளுடையார் தங்கண்
கரும முடையாரை நாடார் - எருமைமேல்
நாரை துயில்வதியும் ஊர! குளந்தொட்டுத்
தேரை வழிச்சென்றா ரில்.

(ப–ரை) எருமைமேல் நாரை துயில்வதியும் ஊர – எருமையின் மேல் நாரை தூங்கும் ஊரனே! அருமையுடைய பொருளுடையார் – பெறுதற்கரிய பொருள் யாதானும் ஒன்றையுடையார், தம்கண் கருமம் உடையாரை – தம்மிடத்துக் கொள்ளும் கருமமுடைய வரை, நாடார் – ஆராய வேண்டுவதில்லை. குளம் தொட்டு – குளத்தைத் தோண்டி, தேரை வழி சென்றார் – (அதன்கண் உறைவதாகத்) தேரையுள்ள இடத்தைத் தேடிச்செல்வார், இல் – இல்லை.

(பொ–ரை) எருமையின் மேல் நாரை தூங்கும் ஊரனே! பெறுதற்கரிய பொருள் யாதானும் ஒன்றை யுடையார் தம்மிடத்துக் கொள்ளும் கருமமுடையவரை ஆராய வேண்டுவதில்லை. குளத்தைத் தோண்டி அதன்கண் உறைவதாகத் தேரையுள்ள

இடத்தைத் தேடிச் செல்வார் இல்லை. (199)

200. பொருளுடையாரை எல்லாரும் புகழ்தல்

அருளுடை யாருமற் றல்லா தவரும்
பொருளுடை யாரைப் புகழாதா ரில்லை.
பொருபடைக் கண்ணா! அதுவே திருவுடையார்
பண்டம் இருவர் கொளல்.

(ப—ரை) பொரு படை கண்ணா – சண்டை செய்தலான வேல் போன்ற கண்ணா! அருள் உடையாரும் அல்லாதவரும் – அருளுடைய நல்லவரும் அல்லாதவரும், பொருள் உடையாரை – பொருளுடையவர்களை, புகழாதார் – மதித்துப் புகழாதவர், இல்லை – இல்லை, திருவுடையார் பண்டம் இருவர் கொளல் அதுவே – புண்ணியமுடையோர் (விற்கின்ற) பண்டத்தை (விரும்பி) இருவர் (போட்டி போட்டுக்கொண்டு) கொள்ளுதல் எத்தன்மை அத்தன்மையே போலும்.

(பொ—ரை) சண்டை செய்தலான வேல் போன்ற கண்ணா! அருளுடைய நல்லவரும் அல்லாதவரும் பொருளுடையவர்களை மதித்துப் புகழாதவர் இல்லை. புண்ணியமுடையோர் விற்கின்ற பண்டத்தை விரும்பி இருவர் போட்டி போட்டுக்கொண்டு கொள்ளுதல் எத்தன்மை அத்தன்மையே போலும். (200)

201. பொருளும் உடையானும்

உடையதனைக் காப்பான் உடையான்: அதுவே
உடையானைக் காப்பதூஉ மாகும் - அடையின்
புதற்குப் புலியும் வலியே: புலிக்குப்
புதலும் வலியா விடும்.

(ப—ரை) அடையின் – சென்றடைந்தால், புதற்கு – புதருக்கு, புலியும் – புலியும், வலியே – வலியாகும், புலிக்கு – புலிக்கு, புதலும் – புதரும், வலியாவிடும் – வலியாம் (அதுபோல), உடையதனை காப்பான் – கையிலுள்ள பொருளைச் சோர்வு படாமல் காப்பவனே, உடையான் – அதனை யுடையானாவான், அதுவே – அப்பொருள் தானே, உடையானை – தன்னுடையானை, காப்பதும் ஆகும் – காப்பதுமாகும்.

(பொ—ரை) சென்றடைந்தால் புதருக்குப் புலியும் வலியாகும்: புலிக்குப் புதரும் வலியாம். அதுபோலக் கையிலுள்ள பொருளைச் சோர்வுபடாமல் காப்பவனே அதனை யுடையானாவான்: அப்பொருள்தானே தன்னுடையானைக் காப்பதுமாகும். (201)

202. சிறிது சிறிதாச் சேர்ந்து பெருஞ்செல்வ மாதல்

வருவாய் சிறிதெனினும் வைகலு மீண்டின்
பெருவாத்தா நிற்கும் பெரிதும் - ஒருவா
றொளியீண்டி நின்றால் உலகம் விளக்கும்
துளியீண்டில் வெள்ளந் தரும்.

(ப—ரை) ஒருவாறு – ஒருபடியே, ஒளி ஈண்டி நின்றால் – பல நட்சத்திரங்களும் ஈண்டி வெளிப்பட்டு நின்றால், உலகம் விளக்கும் – உலகமெல்லாம் இருள்நீங்க விளக்கும், துளி ஈண்டில் – மழை பெய்யும் துளிகளும் நெருங்கி நின்று ஈண்டில், வெள்ளம் தரும் – கடல்போல் நீரையும் தரும் (அதுபோல), வருவாய் சிறிது எனினும் – ஒருவர்க்கு வருமானம் சிறிதாயினும், வைகலும் – நாடோறும், ஈண்டின் – (சிறிதாயினும்) கூடின், பெருவாத்தா – பெரிய அளவினை யுடைத்தா, பெரிதும் நிற்கும் – தனக்குச் செல்வம் மிகும்.

(பொ—ரை) ஒருபடியே பல நட்சத்திரங்களும் ஈண்டி வெளிப்பட்டு நின்றால் உலகமெல்லாம் இருள் நீங்க விளக்கும். மழைபெய்யும் துளிகளும் நெருங்கி நின்று ஈண்டில் கடல்போல் நீரையும் தரும். அதுபோல ஒருவர்க்கு வருமானம் சிறிதாயினும் நாடொறும் சிறிதாயினும் கூடின் பெரிய அளவினை யுடைத்தாத் தனக்குச் செல்வம் மிகும். (202)

203. சிறிய முதற்பொருளால் பெரிய தனிகனாதல்

உள்ளூ ரவரால் உணர்ந்தா முதலெனினும்
எள்ளாமை வேண்டும் இலங்கிழா! - தள்ளா
தழுங்கல் முதுபதி அங்காடி மேயும்
பழங்கன்றே றாதலும் உண்டு.

(ப—ரை) இலங்கு இழா – விளங்கும் ஆபரணம் அணிந்தா! அழுங்கல் முதுபதி அங்காடி – ஒலியினை யுடைய பழைய நகரின் அங்காடியின்கண், தள்ளாது மேயும் பழங்கன்று – ஒழியாமல் மேய்ந்து திரியும் முதுகன்றானது, ஏறு ஆதலும் உண்டு – (வளர்ந்து) வலிய எருதாதலும் உண்டு (ஆதலால்), முதல் உள்ளூரவரால் உணர்ந்தாம் எனினும் – (ஒருவனுக்குள்ள) முதலாகிய பொருளின் சிறுமையை தன் உள்ளூரின்கண் வாழுமவர்களாலே அறிந்தேமென்று மனத்தின்கண் கொண்டாராயினும், எள்ளாமை வேண்டும் – (அவனைப் பொருளில னென்று) இகழாமை வேண்டும்.

(பொ—ரை) விளங்கும் ஆபரணம் அணிந்தா! ஒலியினையுடைய பழைய நகரின் அங்காடியின்கண் ஒழியாமல் மேய்ந்துதிரியும் முதுகன்றானது வளர்ந்து வலிய எருதாதலும் உண்டு. ஆதலால் ஒருவனுக்குள்ள முதலாகிய பொருளின் சிறுமையைத் தன் உள்ளூரின் கண் வாழுமவர்களாலே அறிந்தேமென்று மனத்தின்கண் கொண்டாராயினும் அவனைப் பொருளில னென்று இகழாமை வேண்டும். (203)

204. வற்றாத செல்வம்

களமர் பலரானும் கள்ளம் படினும்
வளமிக்கார் செல்வம் வருந்தா - விளைநெல்
அரிநீர் அணைதிறக்கும் ஊரே! அறுமோ
நரிநக்கிற் றென்று கடல்.

(ப—ரை) விளை நெல் அரி நீர் அணை திறக்கும் ஊர – விளைந்த நெல்லை அறுக்கப் புகுவார் நீர் வடிய அணையைத் திறக்கும் ஊரனே! நரி நக்கிற்றென்று கடல் அறுமோ – நரி நக்கினது காரணமாகச் சமுத்திரசலம் குறையுமோ? (அதுபோல.) களமர் பலரானும் – தமக்குத் தொழில் செய்வார் பலராலும், கள்ளம் படினும் – களவு காணப்பட்டாலும், வளம் மிக்கார் செல்வம் – பொருள் வரவு மிக்கவருடைய செல்வம், வருந்தா – குறைந்து வருந்தா.

(பொ—ரை) விளைந்த நெல்லை அறுக்கப் புகுவார் நீர் வடிய அணையைத் திறக்கும் ஊரனே! நரி நக்கினது காரணமாகச் சமுத்திரசலம் குறையுமோ? குறையாது. அதுபோலத் தமக்குத் தொழில் செய்வார் பலராலும் களவு காணப்பட்டாலும் பொருள் வரவு மிக்கவருடைய செல்வம். குறைந்து வருந்தா. (204)

205. பெருஞ்செல்வர் தரித்திரப்பட்டாலும் தாழார்

நாடறியப் பட்ட பெருஞ்செல்வர் நல்கூர்ந்து
வாடிய காலத்தும் வட்குபவோ? - வாடி
வலித்துத் திரங்கிக் கிடந்தே விடினும்
புலித்தலையை நாய்மோத்த லில்.

(ப—ரை) நாடு அறியப்பட்ட பெருஞ்செல்வர் – உலகத்தாரால் அறியப்பட்ட பெரிய செல்வத்தை உடையவர், நல்கூர்ந்து வாடிய காலத்தும் – தரித்திரமடைந்து தளர்ந்த காலத்தும், வட்குபவோ – பிறரொருவருக்குத் தாழ்வரோ? வாடி – வாட்டமுற்று, வலித்து – நரம்பு வலித்து, திரங்கி – சுருங்கி, கிடந்தேவிடினும் – படுத்துவிட்டதாயினும், புலித் தலையை – புலியின் தலையை, நாய் – நாயானது, மோத்தல் – (அஞ்சாது சென்று) மோந்துபார்த்தல், இல் – இல்லை.

(பொ—ரை) உலகத்தாரால் அறியப்பட்ட பெரிய செல்வத்தை உடையவர் தரித்திரமடைந்து தளர்ந்த காலத்தும் பிறரொருவருக்குத் தாழ்வரோ? வாட்டமுற்று நரம்பு வலித்துச் சுருங்கிப் படுத்துவிட்டதாயினும் புலியின் தலையை நாயானது அஞ்சாது சென்று மோந்து பார்த்தல் இல்லை. (205)

5. பொருளைப் போற்றுதல்

206. வேண்டும் அளவாகப் பொருள்செய்து பாதுகாத்தல்

தந்தம் பொருளும் தமர்கண் வளமையும்
முந்துற நாடிப் புறந்தர லோம்புக
அந்தண் அருவி மலைநாட! சேணோக்கி
நந்துநீர் கொண்டதே போன்று.

(ப—ரை) அம் தண் அருவி மலைநாட – அழகிய தட்பமான அருவிகள் உள்ள மலைநாடனே! நந்து – நத்தையானது, சேண் நோக்கி – (பின் தனக்கு நீர் பெறலான) கால நெடுமையைப் பார்த்து, நீர்கொண்டது போன்று – நீரைத்

தாங்கியதுபோல, தம்தம் பொருளும் – தந்தமது பொருளின் அளவையும், தமர்கண் வளமையும் – உறவினரிடத்துள்ள பொருளின் அளவையும், முந்துற நாடி – முற்படவே ஆராய்ந்தறிந்து, புறந்தரல் – தாம் உதற்குத் தக்க வகை காப்பாற்றுதற்கு, ஓம்புக – பொருள் செய்து பாதுகாக்க. (ஏ – அசை.)

(பொ—ரை) அழகிய தட்பமான அருவிகள் உள்ள மலை நாடனே! நத்தையானது பின் தனக்கு நீர் பெறலான கால நெடுமையைப் பார்த்து நீரைத் தாங்கியதுபோலத் தந்தமது பொருளின் அளவையும் உறவினரிடத்துள்ள பொருளின் அளவையும் முற்படவே ஆராய்ந்தறிந்து தாம் உதற்குத் தக்க வகை காப்பாற்றுதற்குப் பொருள் செய்து பாதுகாக்க. (206)

207. தம்பொருளைத் தாமே போற்றல்

மறந்தானும் தாமுடைய தாம்போற்றி னல்லால்
சிறந்தார் தமரென்று தேற்றார்கை வையார்
கறங்குநீர்க் காலலைக்கும் கானலஞ் சேர்ப்ப!
இறந்தது பேர்த்தறிவா ரில்.

(ப—ரை) கறங்கு நீர்க்கால் – ஒலித்தலான நீர்க்கால்கள், அலைக்கும் – அலை வீசுதலான, அம் – அழகிய, கானல் சேர்ப்ப – கானல் சேர்ப்பனே! இறந்தது – தமது கையினின்றும் போன பொருளை, பேர்த்து அறிவார் இல்லை – மீட்டறிவார் இல்லை (ஆதலால்), தாம் உடைய – தாம் உடைய பொருளை, தாம் போற்றின் அல்லால் – தாமே பாதுகாத்தலல்லது, சிறந்தார் தமர் என்று – நமக்குச் சிறந்தார் இவரென்றும் உற்றார் இவரென்றும், தேற்றார் கை – நம்பலாகாதவர் கையின்கண், மறந்தானும் வையார் – மறந்தாயினும் வைக்கலாகாது.

(பொ—ரை) ஒலித்தலான நீர்க்கால்கள் அலை வீசுதலான அழகிய கானல் சேர்ப்பனே! தமது கையினின்றும் போன பொருளை மீட்டறிவார் இல்லை. ஆதலால் தாம் உடைய பொருளைத் தாமே பாதுகாத்தலல்லது நமக்குச் சிறந்தார் இவரென்றும் உற்றார் இவரென்றும் நம்பலாகாதவர் கையின்கண் மறந்தாயினும் வைக்கலாகாது. (207)

208. அரியபொருளை அரணான இடத்தில் வைத்துக் காத்தல்

அமையா இடத்தோர் அரும்பொருள் வைத்தால்
இமையாது காப்பினும் ஆகா - திமையோரும்
அக்காலத் தோம்பி அமிழ்துகோட் பட்டமையால்
நற்காப்பின் தீச்சிறையே நன்று.

(ப—ரை) அக்காலத்து – முற்காலத்து, இமையோரும் – தேவர்களும், ஓம்பி – பாதுகாத்தோம்பியும், அமிழ்து கோட்பட்டமையால் – தன் தாயான விந்தையைச் சிறைமீட்கும்படி கருடனால் தம் அமிழ்து கொள்ளப் பட்டமையால், நல்காப்பின் – சிறைசெய்யாது காக்கும் காவலைவிட, தீச்சிறையே – எளிய அரணே, நன்று – நன்று (ஆதலால்), ஓர் அரும் பொருள் – ஓர் அரிய பொருளை, அமையா இடத்து வைத்தால் – காவல் அமையாத இடத்திலே வைத்தக்கால், இமையாது காப்பினும் – இமை

கொட்டாது காவல் செயினும், ஆகாது – நன்மை உண்டாகாது.

(பொ–ரை) முற்காலத்துத் தேவர்களும் பாதுகாத்தோம்பியும் தன் தாயான விந்தையைச் சிறைமீட்கும்படி கருடனால் தம் அமிழ்து கொள்ளப் பட்டமையால் சிறைசெய்யாது காக்கும் காவலைவிட எளிய அரணே நன்று. ஆதலால், ஓர் அரிய பொருளைக் காவல் அமையாத இடத்திலே வைத்தக்கால் இமை கொட்டாது காவல் செயினும் நன்மை உண்டாகாது. (208)

209. கீழ்மக்களிடம் வைத்தபொருள் திரும்பாது

ஊக்கி உழந்தொருவர் ஈட்டிய ஒண்பொருளை
நோக்குமின் என்றிகழ்ந்து நொவ்வியார் கைவிடுதல்
போக்கினீர் தூஉம் பொருகழித் தண்சேர்ப்ப!
காக்கையைக் காப்பிட்ட சோறு.

(ப–ரை) போக்கு இல் நீர் – போக்கில்லாத நீரை, தூவும் – கரைமேலே தூவாநின்ற, பொரு – கரைபொருதலான, கழி – கழி சூழ்ந்த, தண் – குளிர்ந்த, சேர்ப்ப – சேர்ப்பனே! ஒருவர் ஊக்கி உழந்து – ஒருவர் தாம் முயன்று வருந்தி, ஈட்டிய – தேடிய, ஒண் பொருளை – ஒள்ளிய பொருளை, இகழ்ந்து – (தாம் காத்தலை) இகழ்ந்து, நோக்குமின் என்று – பாதுகாத்துத் தாரும் என்று சொல்லி, நொவ்வியார் கை விடுதல் – கீழ்மக்கள் வசத்திலே விடுதல், காக்கையை காப்பிட்ட சோறு – காக்கையைக் காவலாக வைத்த சோறு போலும்.

(பொ–ரை) போக்கில்லாத நீரைக் கரைமேலே தூவாநின்ற கரைபொருதலான கழி சூழ்ந்த குளிர்ந்த சேர்ப்பனே! ஒருவர் தாம் முயன்று வருந்தித் தேடிய ஒள்ளிய பொருளைத் தாம் காத்தலை இகழ்ந்து பாதுகாத்துத் தாரும் என்று சொல்லிக் கீழ்மக்கள் வசத்திலே விடுதல் காக்கையைக் காவலாக வைத்த சோறு போலும்.(209)

210. கீழ்மக்களிடம் வைத்தபொருள் தமக்குப் பயன்படாது

தொடிமுன்கை நல்லாய்! அத்தொக்க பொருளைக்
குடிமக னல்லான்கை வைத்தல், – கடிநெதல்
வேரி கமழும் விரிதிரைத் தண்சேர்ப்ப!
மூரியைத் தீற்றிய புல்.

(ப–ரை) தொடி முன்கை நல்லா – தொடிபொருந்திய முன்கையை யுடைய நல்லா! கடி நெதல் – புதிய நெதல், வேரி கமழும் – மணம் வீசும், விரி திரை – விரிந்த அலையையுடைய, தண் சேர்ப்ப – கடற்சேர்ப்பனே! தொக்க அப்பொருளை – தான் தேடித் திரண்ட அப்பொருளை, குடிமகன் அல்லான் கை வைத்தல் – நற்குடியில் பிறவாதவன் வசத்திலே வைத்தலானது, மூரியை தீற்றிய புல் – மூரியெருதை உண்பித்த புல்லோ டொக்கும்.

(பொ–ரை) தொடிபொருந்திய முன் கையையுடைய நல்லா! புதிய நெதல் மணம்

வீசும் விரிந்த அலையையுடைய கடற்சேர்ப்பனே! தான்தேடித் திரண்ட அப்பொருளை நற்குடியில் பிறவாதவன் வசத்திலே வைத்தலானது மூரியெருதை உண்பித்த புல்லோ டொக்கும். (210)

211. கைவிட்ட பொருளைத் தேடிக்கொள்ளுதல் முடியாது

முன்னை யுடையது காவா திகந்திருந்து
பின்னையஃ தாராய்ந்து கொள்குறுதல் - இன்னியல்
மைத்தடங்கண் மாதரா! அஃதாதல் வெண்ணெய்மேல்
வைத்து மயில்கொள்ளு மாறு.

(ப—ரை) இன் இயல் – இனிய இயல்பினையுடைய, மை – மையிட்ட, தட கண் மாதரா – பெரிய கண்களையுடைய மாதே! முன்னை உடைய – தனக்கு முன்னால் உண்டாகிய பொருளை, காவாது இகந்திருந்து – காவாமல் சோரவிட்டிருந்து, பின்னை – பின்னர், அஃது – அதனை, ஆராய்ந்து – விசாரித்து, கொள்குறுதல் – அஃது தேடிக் கொள்ளுதலாகிய அத்தன்மை, மயில்மேல் வெண்ணெ வைத்து கொள்ளும் ஆறு ஆதல் – மயில் தலையின்மேல் வெண்ணெயை வைத்து (வெண்ணெய் உருகி அதன் கண்ணில் புகுந்தால் அப்பொழுது) அதனைப் பிடித்துக்கொள்ள நினைக்குமாறு போலும்.

(பொ—ரை) இனிய இயல்பினையுடைய மையிட்ட பெரிய கண்களையுடைய மாதே! தனக்கு முன்னால் உண்டாகிய பொருளைக் காவாமல் சோரவிட்டிருந்து பின்னர் அதனை விசாரித்து, கொள்குறுதல் அஃது தேடிக் கொள்ளுதலாகிய அத்தன்மை மயில் தலையின் மேல் வெண்ணெயை வைத்து வெண்ணெய் உருகி அதன் கண்ணில் புகுந்தால் அப்பொழுது அதனைப் பிடித்துக்கொள்ள நினைக்குமாறு போலும். (211)

212. கடன் கொடாமை

கைவிட்ட ஒண்பொருள் கைவர வில்லென்பார்
மெய்ப்பட்ட வாறே உணர்ந்தாரால் - மெயா
மடம்பட்ட மானோக்கின் மாமயி லன்னா!
கடம்பெற்றான் பெற்றான் குடம்.

(ப—ரை) மடம்பட்ட – மடமையை உடைத்தாகிய, மான்நோக்கின் – மானின் நோக்கினையுடைய, மா மயில் அன்னா – சிறந்த மயில் போல்வா! கைவிட்ட ஒண் பொருள் – (கடனென்று ஒருவர் பிறருக்குக்) கைவிட்ட ஒள்ளிய பொருள், கைவரவு இல்லென்பார் – பின்பு தன் கையின்கண் வருவதில்லை என்று சொல்லுவார், மெய்ப்பட்ட ஆறே உணர்ந்தார் – உண்மையாகிய நெறியாலே உணர்ந்தவராவர், மெய்யாக – உண்மையாகவே, கடம்பெற்றான் – பிறர்க்குக் கடன் கொடுத்தவன் அக்கடனைப் பெற்றபடியாவது, குடம்பெற்றான் – பிரமாணம் செவதற்குப் பாம்புக் குடத்தைப் பெறுதலே. (ஆல் – அசை.)

(பொ—ரை) மடமையை உடைத்தாகிய மானின் நோக்கினை யுடைய சிறந்த மயில் போல்வா! கடனென்று ஒருவர் பிறருக்குக் கைவிட்ட ஒள்ளிய பொருள் பின்பு

தன் கையின்கண் வருவதில்லை என்று சொல்லுவார் உண்மையாகிய நெறியாலே உணர்ந்தவராவர் உண்மையாகவே பிறர்க்குக் கடன் கொடுத்தவன் அக்கடனைப் பெற்றபடியாவது பிரமாணம் செய்வதற்குப் பாம்புக் குடத்தைப் பெறுதலே. (212)

213. கொடுத்த கடன் கேட்டால் கைப்பாதல்

கடங்கொண்ட ஒண்பொருளைக் கைவிட் டிருப்பார்
இடங்கொண்டு தம்மினே என்றால் - தொடங்கிப்
பகைமேற்கொண் டார்போலக் கொண்டார் வெகுடல்
நனைமேலும் கைப்பாய் விடும்.

(ப—ரை) கடம் கொண்ட ஒண்பொருளைக் கைவிட்டிருப்பார். இடம்கொண்டு – தாம் கடனாகக் கொண்ட ஒள்ளிய பொருளைக் கைவிட்டுச் செலவு செய்திருப்பவரிடத்தில் சென்று, தம்மின் என்றால் – வாங்கின கடனைக் கொடும் என்று கொடுத்தவர் கேட்டால், கொண்டார் – கடன் வாங்கினவர், பகை மேற்கொண்டார் போலத் தொடங்கி – தம்மொடு விரோதம் கொண்டவர்போலத் தொடங்கி, வெகுடல் – கோபித்தல், நகைமேலும் – விளையாட்டாகச் செய்த விடத்தும், கைப்பு ஆய்விடும் – துன்பந் தருவதாய்விடும். (வெகுடல் – வெகுள்தல்).

(பொ—ரை) தாம் கடனாகக் கொண்ட ஒள்ளிய பொருளைக் கைவிட்டுச் செலவு செய்திருப்பவரிடத்தில் சென்று வாங்கின கடனைக் கொடும் என்று கொடுத்தவர் கேட்டால், கடன் வாங்கினவர் தம்மொடு விரோதம் கொண்டவர்போலத் தொடங்கிக் கோபித்தல் விளையாட்டாகச் செய்தவிடத்தும் துன்பந்தருவதாய் விடும். (213)

6. நன்றியில் செல்வம்

214. பாவத்தால் வந்தபொருள் அறத்துக்கு ஆகாமை

அல்லது செய்வார் அரும்பொரு ளாக்கத்தை
நல்லது செய்வார் நயப்பவோ? - ஒல்லொலிநீர்
பாவதே போலும் துறைவ! கேள் தீயன
ஆவதே போன்று கெடும்.

(ப—ரை) ஒல்லொலி நீர் – ஒல்லென்றொலிக்கும் நீர், பாவதே போலும் – பார்மேல் ஏறிப் பாவதே போலும், துறைவ – துறைவனே! கேள் – கேளா, தீயன – தீய கருமங்கள், ஆவதேபோன்று – செல்வமாவதொரு கருமம் போலே காணப்பட்டு, கெடும் – கெட்டுப்போய் விடும் (ஆதலால்), அல்லது செய்வார் – பாவத்தைச் செய்வாரது, அரும்பொருள் ஆக்கத்தை – அரிய பொருளின் ஈட்டத்தை, நல்லது செய்வார் – நல்லறத்தைச் செய்வோர், நயப்பவோ – விரும்புவரோ?

(பொ—ரை) ஒல்லென்றொலிக்கும் நீர் பார்மேல் ஏறிப் பாவதேபோலும் துறைவனே! கேளா! தீய கருமங்கள் செல்வமாவதொரு கருமம் போலே காணப்பட்டுக் கெட்டுப்போய் விடும். ஆதலால் பாவத்தைச் செய்வாரது அரிய பொருளின் ஈட்டத்தை

நல்லறத்தைச் செய்வோர் விரும்புவரோ? (214)

215. அறிவில்லார் செல்வம் பெறுதல் துன்பம் பெறுதலே

தொன்மையின் மாண்ட துணிவொன்றும் இல்லாதார்
நன்மையின் மாண்ட பொருள்பெறுதல் - இன்னொலிநீர்
கன்மேல் இலங்கு மலைநாட! மாக்காய்த்துத்
தன்மேல் குணில்கொள்ளு மாறு.

(ப—ரை) இன் ஒலி நீர் – இனிய ஒலியையுடைய அருவிநீர், கல்மேல் இலங்கும் – கற்பாறைமேல் வந்திழியாநின்ற, மலைநாட – மலை நாடனே! தொன்மையில் மாண்ட துணிவு ஒன்றும் இல்லாதார் – பழைய நூல்களில் மாட்சிமைப்பட்ட துணிவு யாதொன்றும் இல்லாதவர், நன்மையின் மாண்ட பொருள் பெறுதல் – நன்மையா மாட்சிமைப்பட்ட செல்வத்தைப் பெறுதல், மா காத்து – மா மிகவும் காத்து, தன்மேல் குணில் கொள்ளும் ஆறு – தன்மேல் பிறர் எறியும் கல்லை ஏற்றுக்கொள்ளும் போலும். (குணில் – கவண்கல் – கல்)

(பொ—ரை) இனிய ஒலியையுடைய அருவிநீர் கற்பாறைமேல் வந்திழியாநின்ற மலை நாடனே! பழைய நூல்களில் மாட்சிமைப்பட்ட துணிவு யாதொன்றும் இல்லாதவர் நன்மையா மாட்சிமைப்பட்ட செல்வத்தைப் பெறுதல் மா மிகவும் காத்துத் தன்மேல் பிறர் எறியும் கல்லை ஏற்றுக்கொள்ளும் போலும். (215)

216. இவறன்மை

பெற்றாலும் செல்வம் பிறர்க்கீயார் தாந்துவ்வார்
கற்றாரும் பற்றி இறுகுபவால் - கற்றா
வரம்பிடைப் பூமேயும் வண்புனல் ஊர!
மரங்குறைப்ப மண்ணா மயிர்.

(ப—ரை) கற்றா – கன்றினையுடைய பசு, வரம்பிடை பூ – வரம்பின்கண் கிடந்த பூவினை, மேயும் – மேயும், வண் புனல் ஊர – வளவிய புனலூரனே! மரம் குறைப்ப – மரத்தைக் குறைக்கவல்ல கருவிகள், மயிர் மண்ணா – மயிரினை மண்ணமாட்டா (அதுபோல), செல்வம் பெற்றாலும் – செல்வத்தைப் பெற்றாலும், பிறர்க்கு ஈயார் – அச்செல்வத்தைப் பிறர்க்கும் இடாரா, தாம் துவ்வார் – தாமும் அனுபவியாமல், கற்றாரும் – கற்றவர்களும், பற்றி – பற்றுள்ள முடையரா, இறுகுப – தளரவிடாமல் இறுகப் பிடிப்பர். (மண்ணல் – வெட்டுதல்.)

(பொ—ரை) கன்றினையுடைய பசு வரம்பின்கண் கிடந்த பூவினை மேயும் வளவிய புனலூரனே! மரத்தைக் குறைக்கவல்ல கருவிகள் மயிரினை மண்ணமாட்டா. அதுபோல செல்வத்தைப் பெற்றாலும் அச்செல்வத்தைப் பிறர்க்கும் இடாராத் தாமும் அனுபவியாமல் கற்றவர்களும் பற்றுள்ள முடையராத் தளரவிடாமல் இறுகப் பிடிப்பர். (216)

217. உலோபி செல்வம்

வழங்கலும் துத்தலும் தேற்றாதான் பெற்ற
முழங்கு முரசுடைச் செல்வம், - தழங்கருவி
வேய்முற்றி முத்துதிரும் வெற்ப! அதுவன்றோ
நாய்பெற்ற தெங்கம் பழம்.

(ப—ரை) தழங்கு அருவி – முழங்காநின்ற அருவிகளையுடைய, வேய் முற்றி முத்து உதிரும் – மூங்கில் முற்றி முத்து உதிர்தலான, வெற்ப – வெற்பனே! வழங்கலும் – பிறர்க்குக் கொடுத்தலும், துத்தலும் – தான் அனுபவித்தலும், தேற்றாதான் – செய்ய மாட்டாதவன், பெற்ற – பெற்ற, முழங்கு முரசு உடை செல்வம் அது – முழங்கும் முரசினையுடைய செல்வமானது, நாய் பெற்ற தெங்கம்பழம் – நாய் பெற்ற தெங்கம்பழத்தோ டொக்கும். (முழங்கு முரசுடைச் செல்வம் – அரசச் செல்வம்.)

(பொ—ரை) முழங்காநின்ற அருவிகளையுடைய மூங்கில் முற்றி முத்து உதிர்தலான வெற்பனே! பிறர்க்குக் கொடுத்தலும் தான் அனுபவித்தலும் செ–ய்ய மாட்டாதவன் பெற்ற முழங்கும் முரசினையுடைய செல்வமானது நாய் பெற்ற தெங்கம்பழத்தோ டொக்கும். (217)

218. ஈயாதான் செல்வம் பொலிவு பெறாது

முழவொலி முந்நீர் முழுதுட னாண்டார்
விழவூரில் கூத்தேபோல் வீழ்ந்தவிதல் கண்டும்,
இழவென் றொருபொருள் ஈயாதான் செல்வம்,
அழகொடு கண்ணி னிழவு.

(ப—ரை) முழவு ஒலி முந்நீர்முழுதுடன் ஆண்டார் – முழவோசை போலும் ஒலியையுடைய கடலால் சூழப்பட்ட உலக முழுதையும் ஆண்ட அரசர்கள், விழ ஊரில் கூத்துபோல் – திருநாள் நடந்த ஊரின்கண் ஆடிய கூத்துப் பொலிந்த அழகின்றிக் கெடுமாறு போல், வீழ்ந்து அவிதல் கண்டும் – செல்வமும் கெட்டுப்போமாறு கண்டிருந்தும், இழவு என்று – கொடுத்தமட்டில் நடந்தானே என்றெண்ணி, ஈயாதான் செல்வம் – இரந்தவர்க்கு ஒரு பொருளைக் கொடாதவனுடைய செல்வமும், அழகொடு கண்ணின் இழவு – அழகும் வடிவமும் உடையானொருவன் கண்ணிழந்ததனோ டொக்கும். பேரரசர் செல்வமிழந்து சீர் கெடுவதற்குத் திருவிழா நடந்த ஊரில் ஆடிய கூத்து அழகு கெடுவது உவமானம்.

(பொ—ரை) முழவோசை போலும் ஒலியையுடைய கடலால் சூழப்பட்ட உலக முழுதையும் ஆண்ட அரசர்கள் திருநாள் நடந்த ஊரின்கண் ஆடிய கூத்துப் பொலிந்த அழகின்றிக் கெடுமாறுபோல் செல்வமும் கெட்டுப் போமாறு, கண்டிருந்தும் கொடுத்தமட்டில் நடந்தானே என்றெண்ணி இரந்தவர்க்கு ஒரு பொருளைக் கொடாதவனுடைய செல்வமும் அழகும் வடிவமும் உடையானொருவன் கண்ணிழந்ததனோ டொக்கும். பேரரசர் செல்வமிழந்து சீர் கெடுவதற்குத் திருவிழா நடந்த ஊரில் ஆடிய கூத்து அழகு கெடுவது உவமானம். (218)

219. ஈயாத பொருள் இருந்தும் பயன்படாது

நாவின் இரந்தார் குறையறிந்து தாமுடைய
மாவினை மாணப் பொதிகிற்பார் - தீவினை
அஞ்சிலென் அஞ்சா விடிலென்? குருட்டுக்கண்
துஞ்சிலென் துஞ்சாக்கா லென்?

(ப—ரை) நாவின் இரந்தார் குறை அறிந்து – வாயாலே சொல்லி இரந்தவருடைய குறையை அறிந்து, தாம் உடைய மாவினை – தமக்குண்டாகிய செல்வத்தை, மாண – மாட்சிமைப்பட்ட, பொதி கிற்பார் – பொதிந்து வைப்பவர், தீவினை – தீவினைக்கு, அஞ்சில் என் – அஞ்சினால் என்ன? அஞ்சாவிடில் என் – அஞ்சாதொழிந்தால் என்ன? குருட்டுக்கண் – குருடாகிய கண், துஞ்சில் என் – தூங்கினால் என்ன? துஞ்சாக்கால் என் – தூங்காதிருந்தால் என்ன?

(பொ—ரை) வாயாலே சொல்லி இரந்தவருடைய குறையை அறிந்து தமக்குண்டாகிய செல்வத்தை மாட்சிமைப்பட்ட பொதிந்து வைப்பவர் தீவினைக்கு அஞ்சினால் என்ன? அஞ்சாதொழிந்தால் என்ன? குருடாகிய கண் தூங்கினால் என்ன? தூங்காதிருந்தால் என்ன? (219)

220. ஈயாது பொருளை வைத்திறப்பவர்

படரும் பிறப்பிற்கொன் றீயார் பொருளைத்
தொடருந்தம் பற்றினால் வைத்திறப் பாரே,
அடரும் பொழுதின்கண் இட்டுக் குடரொழிய
மீவேலி போக்கு பவர்.

(ப—ரை) படரும் – இனி வருதலான, பிறப்பிற்கு – பிறப்பிற்கு உதவுவதா, ஒன்று ஈயார் – ஒன்றுங் கொடாமல், தொடரும் பற்றினால் – மேன்மேல் தொடர்தலான பற்றுள்ளத்தால், பொருளை வைத்து – பொருளைப் பத்திரப்படுத்திவைத்து, இறப்பார் – சும்மா இறப்பவர், அடரும் பொழுதின்கண் – சத்துருக்கள் சண்டை செய்யும் பொழுதின்கண், குடர் ஒழிய – வயிறு புண்பட்டுக் குடல் சரிந்து புறத்ததாக, இட்டு – மற்றொன்றினை உள்ளேயிட்டு, மீவேலி போக்குபவர் – மேலே கட்டுக் கட்டி வைத்திருப் பவரோ டொப்பர். (ஏ – அசை.)

(பொ—ரை) இனி வருதலான பிறப்பிற்கு உதவுவதா ஒன்றுங் கொடாமல் மேன்மேல் தொடர்தலான பற்றுள்ளத்தால் பொருளைப் பத்திரப்படுத்திவைத்து சும்மா இறப்பவர் சத்துருக்கள் சண்டை செய்யும் பொழுதின்கண் வயிறு புண்பட்டுக் குடல் சரிந்து புறத்ததாக மற்றொன்றினை உள்ளேயிட்டு மேலே கட்டுக் கட்டி வைத்திருப்பவரோ டொப்பர். (220)

221. உற்றாருறவினர்க்கு உதவாமல் வம்பர்க்கு உதவுதல்

விரும்பி அடைந்தார்க்கும் சுற்றத் தவர்க்கும்

வருந்தும் பசிகளை யார் வம்பர்க் குதவல்,
இரும்பணைவில் வென்ற புருவத்தா! ஆற்றக்
கரும்பனை யன்ன துடைத்து.

(ப—ரை) இரு பணை வில் வென்ற புருவத்தா – பெரிய மூங்கிலால் செய்யப்பட்ட வில்லினை வென்ற புருவத்தா! விரும்பி அடைந்தார்க்கும் – தம்மை விரும்பி அடைந்தவர்க்கும், சுற்றத்தவர்க்கும் – சுற்றத்தார்க்கும், வருந்தும் பசி களையார் – வருந்தும் பசியை நீக்காதவரா, வம்பர்க்கு உதவல் – புதிய அயலார்க்கு உதவுதல், ஆற்ற கரும்பனை அன்னது உடைத்து – மிகவும் (தன்னை வித்திட்டு ஆக்கினார்க்கு உறுங்காலத்துதவாது நெடுங்காலஞ் சென்றால் பிறர்க்குப் பயன்படும்) கரிய பனைபோலும் தன்மையை உடையது.

(பொ—ரை) பெரிய மூங்கிலால் செய்யப்பட்ட வில்லினை வென்ற புருவத்தா! தம்மை விரும்பி அடைந்தவர்க்கும் சுற்றத்தார்க்கும் வருந்தும் பசியை நீக்காதவராப் புதிய அயலார்க்கு உதவுதல் மிகவும் தன்னை வித்திட்டு ஆக்கினார்க்கு உறுங்காலத்துதவாது நெடுங்காலஞ் சென்றால் பிறர்க்குப் பயன்படும் கரிய பனைபோலும் தன்மையை உடையது. (221)

222. பூர்வ புண்ணியத்தால் பொல்லார் பொருள் பெறுவர்

வழங்கார், வலியிலார் வாய்ச்சொல்லும் பொல்லார்,
உழந்தொருவர்க் குற்றால் உதவலு மில்லார்.
இழந்ததில் செல்வம் பெறுதலும் இன்னார்,
பழஞ்செய்போர் பின்று விடல்.

(ப—ரை) வழங்கார் – ஒருவர்க்கு ஒன்றைக் கொடார்: வலியிலார் வாய்ச் சொல்லும் பொல்லார் – தாமும் வலியில்லாமையால் சொல்லும் சொற்களாலும் பொல்லார், ஒருவர்க்கு உற்றால் – ஒருவர்க்கு இடர் உற்றால், உழந்து உதவலும் இல்லார் – வருந்தியாகிலும் அவர்க்கு ஒன்றை உதவமாட்டார், இன்னார் – இத்தன்மையர், இழந்ததில் செல்வம் பெறுதலும் – கேடில்லாத செல்வத்தைப் பெறுதலும், பழஞ் செய் – பழையதாகி உரம் பெற்றுவந்த வயல், பின்று – உரம்பெறாத பிற்காலத்தில், போர் – போரிடும்படி, விடல் – (கதிர்விட்டு) விளைந்ததனோ டொக்கும். (பின்று – பின்றை – பின்னைநாள் – பிற்காலம்,)

(பொ—ரை) ஒருவர்க்கு ஒன்றைக் கொடார்; தாமும் வலியில்லாமையால் சொல்லும் சொற்களாலும் பொல்லார்; ஒருவர்க்கு இடர் உற்றால் வருந்தியாகிலும் அவர்க்கு ஒன்றை உதவமாட்டார். இத்தன்மையர் கேடில்லாத செல்வத்தைப் பெறுதலும் பழையதாகி உரம் பெற்றுவந்த வயல் உரம்பெறாத பிற்காலத்தில் போரிடும்படி கதிர்விட்டு விளைந்ததனோ டொக்கும். (222)

223. உதவி செய்வார்போல் காட்டி ஒன்றும் செய்யாமை

ஒற்கப்பட் டாற்றார் உணர உரைத்தபின்,
நற்செய்கை செய்வார்போல் காட்டி, நசையமுங்க
வற்கென்ற செய்கை யதுவால்,அவ் வாயுறைப்

புற்கழுத்தில் யாத்து விடல்.

(ப—ரை) ஒற்கப்பட்டு – வறுமைப்பட்டு, ஆற்றார் – அதற்கு ஆற்றாதவர், உணர உரைத்தபின் – தம் வறுமையை ஒருவர்க்குத் தெளிய உரைத்தவிடத்தும், நல் செய்கை செய்வார்போல் காட்டி – அவர்களுக்கு நல்ல செய்கையைச் செய்வார் போலச் சொல்லிக்காட்டி, நசை அழுங்க – அவர் விருப்பம் கெடும்படி, வற்கென்ற செய்கை அது – வலிதாகிய செய்கையைச் செய்யுமது, கழுத்தில் – பசுவின் கழுத்தில், அவ் வாயுரைப் புல் – பசுவிற்குரிய வாயுறைப் புல்லை, யாத்துவிடல் – காட்டிக் கட்டிவிடும் தன்மையோ டொக்கும். (ஆல் – அசை.)

(பொ—ரை) வறுமைப்பட்டு அதற்கு ஆற்றாதவர் தம் வறுமையை ஒருவர்க்குத் தெளிய உரைத்தவிடத்தும் அவர்களுக்கு நல்ல செய்கையைச் செய்வார் போலச் சொல்லிக்காட்டி அவர் விருப்பம் கெடும்படி வலிதாகிய செய்கையைச் செய்யுமது பசுவின் கழுத்தில் பசுவிற்குரிய வாயுறைப்புல்லைக் காட்டிக் கட்டிவிடும் தன்மையோ டொக்கும். (223)

224. இயலாததை இயல்வதாக ஒட்டுதல்

அடையப் பயின்றார்சொல் ஆற்றுவராக் கேட்டால்
உடையதொன் றில்லாமை யொட்டின், - படைபெற்
றடைய அமர்த்தகண் பைந்தொடி! அஃதால்
இடைய னெறிந்த மரம்.

(ப—ரை) படை பெற்று – படைத்தன்மையைப் பெற்று, அடைய – முகமடைய, அமர்த்த கண் – நிறைந்த கண்ணையும், பைந்தொடி – அழகிய தொடியையும் உடையா! அடைய – தம்மையடைய, பயின்றார் – பலநாளும் பயின்றவர், சொல் – ஒரு பொருளைப் பெற வேண்டிச் சொல்லிய சொல்லை, கேட்டால் – கேட்டால், இல்லாமை – தமக்கில்லாத பொருளை, உடையது ஒன்று – உடையதொன்றாக, ஆற்றுவராக ஒட்டின் – அவர்க்குச் செய்வாராய் உடன்பட்டால், அஃது – அது, இடையன் எறிந்த மரம் – இடையன் வெட்டிய மரம்போலாகும் தன்மையை யுடைத்து.

(பொ—ரை) படைத்தன்மையைப் பெற்று முகமடைய நிறைந்த கண்ணையும் அழகிய தொடியையும் உடையா! தம்மையடையப் பலநாளும் பயின்றவர் ஒரு பொருளைப் பெற வேண்டிச் சொல்லிய சொல்லைக் கேட்டால் தமக்கில்லாத பொருளை உடைய தொன்றாக அவர்க்குச் செய்வாராய் உடன்பட்டால் அது இடையன் வெட்டிய மரம்போலாகும் தன்மையை யுடைத்து. (224)

225. வன்னெஞ்சரிடம் இரந்தவர் ஒன்றும் பெறார்

மரம்போல் வலிய மனத்தாரை முன்னின்
றிரந்தார் பெறுவதொன் றில்லை - குரங்கூசல்
வள்ளியி னாடு மலைநாட! அஃதன்றோ
பள்ளியுள் ஐயம் புகல்.

(ப—ரை) குரங்கு வள்ளியின் ஊசல் ஆடும் மலைநாட – குரங்குகள் வள்ளிக்

கொடியின்கண் இருந்து ஊசலாடும் மலை நாடனே! மரம்போல் வலிய மனத்தாரை – மரம்போலே வலிய மனத்தை யுடையாரை, முன் நின்று இரந்தார் – எதிரே நின்று இரந்தவர், பெறுவது அவரால் பெறுவது, ஒன்று இல்லை – ஒரு பொருளும் இல்லை. அது – அச்செய்கை, பள்ளியுள் – அருந்தவர் இருந்து வாழும் பள்ளியில், ஐயம் புகல் – பிச்சையெடுத்தலோ டொக்கும்.

(பொ–ரை) குரங்குகள் வள்ளிக் கொடியின்கண் இருந்து ஊசலாடும் மலை நாடனே! மரம்போலே வலிய மனத்தை யுடையாரை எதிரே நின்று இரந்தவர், பெறுவது அவரால் பெறுவது ஒரு பொருளும் இல்லை. அச்செ–ய்கை அருந்தவர் இருந்து வாழும் பள்ளியில் பிச்சையெடுத்தலோ டொக்கும். (225)

226. நம்பிவந்தவனை ஆதரியாதவனுக்கு மோக்ஷம் இல்லை

இசைவ கொடுப்பதூஉ இல்லென் பதூஉம்
வசையன்று வையத் தியற்கை, அஃதன்றிப்
பசைகொண் டவனிற்கப் பாத்துண்ணா னாயின்
நசைகொன்றான் செல்லுலக மில்.

(ப–ரை) இசைவ கொடுப்பதும் – தன்னால் கூடுமானவைகளைக் கொடுப்பதும், இல் என்பதும் – இல்லாதவைகளை இல்லை யென்பதும், வசை அன்று – ஒருவனுக்குக் குற்றமன்று: வையத்து இயற்கை உலகத்தார் செயலேயாம், அஃது அன்றி – அவ்வகையன்றி, பசை கொண்டவன் நிற்க – இவன் எனக்கு உதவுவானென்று நம்பி ஆசை கொண்டவன் எதிரில் நிற்கக் கண்டும், பார்த்து உண்ணானாயின் – அவனுக்குப் பகுத்துண்ணானாயின், நசை கொன்றான் – அவன் ஆசையைக் கெடுத்தவனாதலால், செல் உலகம் இல் – அப்படிப்பட்டவன் சென்று பெறுதலான மோக்ஷவின்பம் இல்லை.

(பொ–ரை) தன்னால் கூடுமானவைகளைக் கொடுப்பதும் இல்லாதவைகளை இல்லை யென்பதும் ஒருவனுக்குக் குற்றமன்று: உலகத்தார் செயலேயாம். அவ்வகையன்றி இவன் எனக்கு உதவுவானென்று நம்பி ஆசை கொண்டவன் எதிரில் நிற்கக் கண்டும் அவனுக்குப் பகுத்துண்ணானாயின் அவன் ஆசையைக் கெடுத்தவனாதலால் அப்படிப்பட்டவன் சென்று பெறுதலான மோக்ஷவின்பம் இல்லை. (226)

227. திருப்தி யடையார்க்கு ஈந்தபொருள் இழந்தபொருளே

தமராலும் தம்மாலும் உற்றாலொன் றாற்றி
நிகராகிச் சென்றாரு மல்லர் இவர்திரை
நீத்தநீர்த் தண்சேர்ப்ப! செய்த துவவாதார்க்
கீத்ததை யெல்லாம் இழவு.

(ப–ரை) இவர் திரை – பரந்த அலை, நீத்தம் நீர் – வெள்ளம் போல் – பார்க்கும் நீரையுடைய, தண் சேர்ப்ப – குளிர்ந்த சேர்ப்பனே! தமராலும் – சுற்றத்தாலாயினும்,

தம்மாலும் – தம்மாலாயினும், உற்றால் – ஒருவர்க்கு ஓர் துன்பம் உற்றால், ஒன்று ஆற்றி – முன்பு அவர்க்கு ஒன்றை உதவி, நிகராகி சென்றாரும் அல்லர் – அவர்க்கு நிகராக ஒழுகினாரு மல்லர். செய்தது உவவாதார்க்கு – செய்த அளவால் உவத்தலைச் செய்யா திருப்பார்க்கு, ஈத்தது எல்லாம் – கொடுத்த பொருளெல்லாம், இழவு (இம்மைக்கும் இல்லை மறுமைக்கும் இல்லையாதலால்) இழந்த பொருளே. (ஐ – சாரியை.)

(பொ–ரை) பரந்த அலை வெள்ளம் போல் பார்க்கும் நீரையுடைய குளிர்ந்த சேர்ப்பனே! சுற்றத்தாலாயினும் தம்மாலாயினும் ஒருவர்க்கு ஓர் துன்பம் உற்றால் முன்பு அவர்க்கு ஒன்றை உதவி அவர்க்கு நிகராக ஒழுகினாரு மல்லர். செய்த அளவால் உவத்தலைச் செய்யா திருப்பார்க்குக் கொடுத்த பொருளெல்லாம். இம்மைக்கும் இல்லை மறுமைக்கும் இல்லையாதலால் இழந்த பொருளே. (227)

7. ஊழ்

228. முயற்சியினும் முன்னைவினை வலியது

எவ்வந் துணையாப் பொருள்முடிக்கும் தாளாண்மை
தெவ முடிப்புழி என்செயும்? - மொகொண்டு
பூப்புக்கு வண்டார்க்கும் ஊர! குறும்பியங்கும்
கோப்புக் குழிச்செய்வ தில்.

(ப–ரை) பூ புக்கு வண்டு ஆர்க்கும் ஊர – பூக்களில் புக்கு வண்டுகள் ஒலிக்கும் ஊரனே! இயங்கும் கோ புக்க உழி – எங்கும் தடையின்றிச் செல்லவல்ல அரசன் கைக்கொண்ட நாட்டின்கண், குறும்பு – குறும்பன், செவது – வலிந்து செ–ய்வது, ஒன்று இல் – ஒன்றுமில்லை (ஆதலால்), எவ்வம் துணையா – துன்பமே தனக்குத் துணையாக, பொருள் முடிக்கும் தாளாண்மை – தான் நினைத்த பொருளை ஒருவன் முடிக்கும் முயற்சியானது, தெவம் முடிப்புழி – முற்பிறப்பிற் செய்த தீவினை வந்து இடையூறு செய்தால், மொகொண்டு என் செயும் – தான் வலிந்து என்செய வல்லது? (குறும்பன் – குறுநில மன்னன் – துர்ச்சனன்).

(பொ–ரை) பூக்களில் புக்கு வண்டுகள் ஒலிக்கும் ஊரனே! எங்கும் தடையின்றிச் செல்லவல்ல அரசன் கைக்கொண்ட நாட்டின்கண் குறும்பன் வலிந்து செய்வது ஒன்றுமில்லை. ஆதலால் துன்பமே தனக்குத் துணையாகத் தான் நினைத்த பொருளை ஒருவன் முடிக்கும் முயற்சியானது முற்பிறப்பிற் செய்த தீவினை வந்து இடையூறு செய்தால் தான் வலிந்து என்செய வல்லது? (228)

229. கருமங்கள் வினையின் வகைய

சுட்டிச் சொலப்படும் பேரறிவி னார்கண்ணும்
பட்ட விருத்தம் பலவானால், - பட்ட
பொறியின் வகைய கருமம், அதனால்
அறிவினை ஊழே அடும்.

(ப–ரை) சுட்டி சொல்லப்படும் பேர் அறிவினார் கண்ணும் – மதித்துச் சொல்லப்படும் முன்புள்ள பேரறிவினாரிடத்தும், பட்ட விருத்தம் – உளவாய குற்றம்,

பல ஆனால் – பலவாயின், கருமம் – கருமங்கள், பட்ட பொறியின் வகைய – (தமக்கு முற்பிறப்பின்) உள்ளவாகிய வினையின் வகையினவா யிருக்கும், அதனால் – ஆதலால், அறிவினை – தமது நல்லறிவினை, ஊழே – முன்செய்த ஊழ்வினையே, அடும் – அடும்.

(பொ–ரை) மதித்துச் சொல்லப்படும் முன்புள்ள பேரறிவினாரிடத்தும் உளவாய குற்றம் பலவாயின் கருமங்கள் தமக்கு முற்பிறப்பின் உள்ளவாகிய வினையின் வகையினவா யிருக்கும். ஆதலால், தமது நல்லறிவினை முன்செய்த ஊழ்வினையே அடும். (229)

230. உறற்பால உறுதல்

அங்கண் விசும்பின் அகனிலாப் பாரிக்கும்
திங்களும் தீங்குறுதல் காண்டுமால் - பொங்கி
அறைப்பா அருவி அணிமலை நாட!
உறற்பால யார்க்கு முறும்.

(ப–ரை) அறை பொங்கி பா அருவி அணி மலை நாட – கற்பாறையின்கண் மிக்குவந்து பாயாநின்ற அருவியையுடைய அழகிய மலை நாடனே! அம் கண் விசும்பின் – அழகிய இடமகன்ற ஆகாயத்தினின்றும் , அகல் நிலா பாரிக்கும் – மிக்க சந்திரிகையைப் பரப்பும், திங்களும் – சந்திரனும், தீங்குறுதல் – பாம்பினால் தீங்குறுதலை, காண்டும் – காண்கிறோம் (ஆதலால்), உறற்பால – தமக்கு உறக்கடவ துன்பங்கள், யார்க்கும் – யாவர்க்கும், உறும் – வந்துறும்.

(பொ–ரை) கற்பாறையின்கண் மிக்குவந்து பாயாநின்ற அருவியையுடைய அழகிய மலைநாடனே! அழகிய இடமகன்ற ஆகாயத்தினின்றும் மிக்க சந்திரிகையைப் பரப்பும் சந்திரனும் பாம்பினால் தீங்குறுதலைக் காண்கிறோம். ஆதலால், தமக்கு உறக்கடவ துன்பங்கள் யாவர்க்கும், வந்துறும். (230)

231. உறற்பால தீண்டாது விடாமை

கழுமலத்தில் யாத்த களிறும் கருவூர்
விழுமியோன் மேற்சென் றதனால், - விழுமிய
வேண்டினும் வேண்டா விடினும், உறற்பால
தீண்டா விடுதல் அரிது.

(ப–ரை) கழுமலத்தில் யாத்த களிறும் – கழுமலம் என்னும் ஊரின்கண்ணே கட்டியிருந்த யானையும், கருவூர் – கருவூரின் கண்ணே யிருந்த, விழுமியோன் மேல் – சிறப்புடையவனான கரிகால் வளவனிடம், சென்றதனால் – சென்று தன்மேல் எடுத்துக்கொண்டு போய் அரசிற் குரிமை செய்ததாதலால், விழுமிய – விழுமிய பொருள்களை, வேண்டினும் வேண்டா விடினும் – விரும்பினும் விரும்பாவிட்டாலும், உறற்பால – உறக்கடவன, தீண்டாவிடுதல் – தீண்டாவாவிடுதல், அரிது – அரிது.

(பொ–ரை) கழுமலம் என்னும் ஊரின்கண்ணே கட்டியிருந்த யானையும் கருவூரின் கண்ணே யிருந்த சிறப்புடையவனான கரிகால் வளவனிடம் சென்று

தன்மேல் எடுத்துக்கொண்டு போய் அரசிற் குரிமை செய்ததாதலால் விழுமிய பொருள்களை விரும்பினும் விரும்பாவிட்டாலும் உறக்கடவன தீண்டாவா விடுதல் அரிது. (231)

232. தீண்டுதற்குரியாரை இலக்குமி தீண்டுதல்

ஆஅ வளர்ந்த அணிநெடும் பெண்ணையை
ஏஎ இரவெல்லாம் காத்தாலும் - வாஅப்
படற்பாலார் கண்ணே படுமே, பொறியும்
தொடற்பாலார் கண்ணே தொடும்.

(ப—ரை) ஆ வளர்ந்த – உண்டாகி வளர்ந்த, அணி கெடும் பெண்ணையை – அழகிய நெடிய பனைமரத்தை, ஏ – அடைந்து, இரவெல்லாம் – இராப்பொழு தெல்லாம், காத்தாலும் – அதன் பழத்தின் பொருட்டுக் காத்திருந்தாலும், வா – தம் வாயில், படல் பாலார் கண்ணே – படுதற்குரிய பான்மை யுடையாரிடத்தே, படும் – அப்பழம் விழும் (அது போல), பொறியும் – இலக்குமியும், தொடல்பாலார் கண்ணே – சென்று தீண்டுதற்குரியார் கையின் கண்ணே, தொடும் – சென்று தீண்டும்.

(பொ—ரை) உண்டாகி வளர்ந்த அழகிய நெடிய பனைமரத்தை அடைந்து இராப்பொழுதெல்லாம் அதன் பழத்தின் பொருட்டுக் காத்திருந்தாலும் தம் வாயில் படுதற்குரிய பான்மை யுடையாரிடத்தே அப்பழம் விழும். அது போல இலக்குமியும் சென்று தீண்டுதற்குரியார் கையின்கண்ணே சென்று தீண்டும். (232)

233. பெரிய செல்வம் பெறுதற்கு முன்வினை காரணம்

முற்பெரிய நல்வினை முட்டின்றிச் செய்யாதார்,
பிற்பெரிய செல்வம் பெறலாமோ? வைப்போ
டிகலிப் பொருள்செய எண்ணியக்கால் என்னாம்?
முதலிலார்க் கூதிய மில்.

(ப—ரை) முன் – முன்பிறப்பில், பெரிய நல்வினை – மிக்க புண்ணியத்தை, முட்டு இன்றி – இடையறாமல், செய்யாதார் – செயாதவர், பின் – பின்னைப் பிறக்கும் பிறப்பில், பெரிய செல்வம் – மிக்க செல்வத்தை, பெறல் ஆமோ – பெறுதல் கூடுமோ? வைப்போடு – பிறருடைய நிதியுடன், இகலி – மாறுபட்டு, பொருள் செய எண்ணிக்கால் – பொருள் செய்வோமென்று நினைத்தக் கால், என் ஆம் – என்ன உண்டாகும்? (ஒன்றும் உண்டாகாது.) முதல் இலார்க்கு – முதற்பொருள் இல்லாதவர்க்கு, ஊதியம் இல் – இலாபம் கிடைப்பதில்லை.

(பொ—ரை) முன்பிறப்பில் மிக்க புண்ணியத்தை இடையறாமல் செய்யாதவர் பின்னைப் பிறக்கும் பிறப்பில் மிக்க செல்வத்தைப் பெறுதல் கூடுமோ? பிறருடைய நிதியுடன் மாறுபட்டு பொருள் செய்வோமென்று நினைத்தக்கால் என்ன உண்டாகும்? ஒன்றும் உண்டாகாது. முதற்பொருள் இல்லாதவர்க்கு இலாபம் கிடைப்பதில்லை. (233)

234. கூடுங் காலத்தில் செல்வம் வந்து கூடுதல்

பன்னாளும் நின்ற விடத்தும் கணிவேங்கை
நன்னாளே நாடி மலர்தலால், - மன்னர்
உவப்ப வழிபட் டொழுகினும், செல்வம்
தொகற்பால போழ்தே தொகும்.

(ப—ரை) பல் நாளும் – பல நாளும், நின்ற இடத்தும் – தான் உளதா நின்றவிடத்தும், கணி வேங்கை – கணிகளைப் போல நாளை அறிவிக்கும் வேங்கை, நல் நாளே நாடி மலர்தலால் – தான் மலரக்கடவ நாளை யறிந்து பூத்தலால், மன்னர் உவப்ப – அரசர் மனம் மகிழும்படி, வழிபட்டு ஒழுகினும் – வழிபட்டொழுகி னாராயினும், செல்வம் – செல்வமானது, தொகல்பால் போழ்தே – ஒருவர்க்குக் கூடுங் காலத்தே, தொகும் – வந்து கூடும்.

(பொ—ரை) பல நாளும் தான் உளதா நின்றவிடத்தும் கணிகளைப் போல நாளை அறிவிக்கும் வேங்கை தான் மலரக்கடவ நாளை யறிந்து பூத்தலால் அரசர் மனம் மகிழும்படி வழிபட்டொழுகி னாராயினும் செல்வமானது ஒருவர்க்குக் கூடுங் காலத்தே வந்து கூடும். (234)

235. உவதற்கு உயுமிடம் உளதாதல்

குரைத்துக் கொளப்பட்டார் கோளிழுக்குப் பட்டுப்
புரைத்தெழுந்து போகினும் போவர் - அரக்கில்லுள்
பொய்யற்ற ஐவரும் போயினார் இல்லையே
உய்வதற் குய்யா விடம்.

(ப—ரை) அரக்கு இல்லுள் – துரியோதனன் கட்டுவித்த அரக்கு மாளிகையில் இருந்த, பொ அற்ற ஐவரும் – குற்றமற்ற பாண்டவர் ஐவரும், போயினார் – அவன் இடுவித்த தீயினின்றும் தப்பிப் போயினர் (ஆகவே), குரைத்து – (வஞ்சகரால்) கட்டுரை சொல்லி, கொளப்பட்டவர் – பிணித்துக்கொள்ளப்பட்டவர், கோள் இழுக்குப்பட்டு – (அவ்வஞ்சகருடைய) பிணிப்பினின்றும் தவறி, புரைத்து எழுந்து போகினும் போவர் – தப்பியெழுந்து போகினும் போகாநிற்பர் (ஆதலால்), உய்வதற்கு – பிழைக்கக் கடவதான உயிருக்கு, உய்யா இடம் – பிழைக்க முடியாத இடம், இல்லையே – ஒன்றும் இல்லை.

(பொ—ரை) துரியோதனன் கட்டுவித்த அரக்கு மாளிகையில் இருந்த குற்றமற்ற பாண்டவர் ஐவரும் அவன் இடுவித்த தீயினின்றும் தப்பிப் போயினர். ஆகவே வஞ்சகரால் கட்டுரை சொல்லிப் பிணித்துக் கொள்ளப்பட்டவர் அவ்வஞ்சகருடைய பிணிப்பினின்றும் தவறித் தப்பியெழுந்து போகினும் போகா நிற்பர். ஆதலால் பிழைக்கக் கடவதான உயிருக்குப் பிழைக்க முடியாத இடம் ஒன்றும் இல்லை. (235)

236. ஆவார்க்குத் தீமையும் நன்மையாதல்

இதுமன்னுந் தீதென் றிசைந்ததூஉம் ஆவார்க்
கதுமன்னும் நல்லதே யாகும் - மதுமன்னும்
வீநாறு கானல் விரிதிரைத் தண்சேர்ப்ப!

தீநாள் திருவுடையார்க் கில்.

(ப—ரை) மது மன்னும் வீ – தேனையுடைய நெய்தற் பூக்கள், நாறு – மணம் வீசும், கானல் – கடற்சோலையையுடைய, விரிதிரை – விரிந்த அலைகள் வீசும், தண் –குளிர்ந்த, சேர்ப்ப – சேர்ப்பனே! இது மன்னும் தீது என்று இசைந்ததும் அது – இவ்வினை இவர்க்கு மிகவும் தீங்கினைத் தருவதொன்றேயென்று பிறர் சொல்லும் வகை வந்து பொருந்தியதாகிய வினையும், ஆவார்க்கு – செல்வம் ஆகக் கடவார்க்கு, மன்னும் நல்லதே ஆகும் – மிகவும் நல்லதேயா விளையும், (ஆதலால்) திருவுடையார்க்கு – புண்ணியமுடையார்க்கு, தீ நாள் இல் – தீமையைத் தரும் நாட்கள் இல்லை.

(பொ—ரை) தேனையுடைய நெய்தற் பூக்கள் மணம் வீசும் கடற்சோலையை யுடைய விரிந்த அலைகள் வீசும் குளிர்ந்த சேர்ப்பனே! இவ்வினை இவர்க்கு மிகவும் தீங்கினைத் தருவதொன்றேயென்று பிறர் சொல்லும் வகை வந்து பொருந்தியதாகிய வினையும் செல்வம் ஆகக் கடவார்க்கு மிகவும் நல்லதேயா விளையும் ஆதலால் புண்ணியமுடையார்க்குத் தீமையைத் தரும் நாட்கள் இல்லை. (236)

237. விதிவழி யல்லது வேண்டின கைகூடாமை

ஆற்றுந் தகைய அரசடைந்தார்க் காயினும்
வீற்று வழியல்லால் வேண்டினும் கைகூடா
தேற்றார் சிறிய ரெனல்வேண்டா நோற்றார்க்குச்
சோற்றுள்ளும் வீழும் கறி.

(ப—ரை) நோற்றார்க்கு – தவம் செய்தார்க்கு, சோற்றுள்ளும் – தாம் உண்கின்ற சோற்றுள்ளேயும், கறி வீழும் – (தேடி வருந்தாமலே) கறி வந்து வீழும், (ஆதலால்) ஆற்றும் தகைய அரசு அடைந்தார்க்கு ஆயினும் – எல்லாச் செல்வங்களையும் தரவல்ல தகைமையையுடைய அரசுகளை அடைந்தவர்க்கே யாயினும், வீற்றுவழி அல்லால் – புண்ணியம் உள்ளவழியல்லது, வேண்டினும் – விரும்பி முயன்றாலும், கைகூடா – செல்வங்கள் கைகூடா, தேற்றார் – அறிவிலாதார், சிறியர் – குணத்தால் சிறியரே, எனல் வேண்டா – (ஆதலின் இவர்க்கு ஆவதொரு செல்வம் இல்லை) யென்று இகழவேண்டா.

(பொ—ரை) தவம் செய்தார்க்குத் தாம் உண்கின்ற சோற்றுள்ளேயும் தேடி வருந்தாமலே கறி வந்து வீழும். ஆதலால் எல்லாச் செல்வங்களையும் தரவல்ல தகைமையை யுடைய அரசுகளை அடைந்தவர்க்கே யாயினும் புண்ணியம் உள்ளவழியல்லது விரும்பி முயன்றாலும் செல்வங்கள் கைகூடா அறிவிலாதார் குணத்தால் சிறியரே. ஆதலின் இவர்க்கு ஆவதொரு செல்வம் இல்லை யென்று இகழவேண்டா. (237)

238. ஆகாதார்க்கு ஆகுவ தில்லாமை

ஆகும் சமயத்தார்க் காள்வினையும் வேண்டாவாம்

போகும் பொறியார் புரிவும் பயமின்றே.
ஏகல் மலைநாட! என்செய்தாங் கென்பெறினும்
ஆகாதார்க் காகுவ தில்.

(ப—ரை) ஏ – ஓங்கும், கல் – கற்களையுடைய, மலைநாட – மலை நாடனே! என் செய்து – எல்லா முயற்சியும் செய்து, என் பெறினும் – எல்லாச் செல்வமும் பெற்றாராயினும், ஆகாதார்க்கு – ஆகக்கடவரல் லாதார்க்கு, ஆகுவது – நன்றாகுவது, இல் – இல்லை (ஆதலால்), ஆகும் சமயத்தார்க்கு – செல்வம் ஆகக்கடவ காலம் வந்தடைந்தார்க்கு, ஆள் வினையும் – வருந்தி முயலுதலும், வேண்டா – வேண்டுவதில்லை. போகும் பொறியார் – செல்வம் விட்டு நீங்கும் வினையை யுடையார், புரிவும் – முயன்று செய்தலும், பயம் இன்று – அவர்க்குப் பயனில்லை. (ஆம் – ஏ – அசை.)

(பொ—ரை) ஓங்கும் கற்களையுடைய மலை நாடனே! எல்லா முயற்சியும் செய்து எல்லாச் செல்வமும் பெற்றாராயினும் ஆகக்கடவரல்லாதார்க்கு நன்றாகுவது இல்லை. ஆதலால், செல்வம் ஆகக்கடவ காலம் வந்தடைந்தவர்க்கு வருந்தி முயலுதலும் வேண்டுவதில்லை. செல்வம் விட்டு நீங்கும் வினையையுடையார் முயன்று செய்தலும் அவர்க்குப் பயனில்லை. (238)

239. பகைவர் துன்புறுப்பது பழவினைப் பயனே

பண்டுருத்துச் செய்த பழவினை வந்தெம்மை
இன்றொறுக் கின்ற தெனவறியார் – துன்புறுக்கும்
மேவலரை நோவதென்? மின்னேர் மருங்குலா!
ஏவலாள் ஊருஞ் சுடும்.

(ப—ரை) முன் நேர் மருங்குலா – மின்னலை ஒத்த இடையை யுடையா! ஏவலாள் – தனக்கு ஏவல்செய்பவன், ஊரும் சுடும் – (தீவினை வந்த காலத்தில் தன்னைச் சுடுவதன்றித் தன் ஊரையும் சுடுவான். (ஆதலால்), பண்டு உருத்து செய்த பழவினை – யாம் முன்பு பிறந்து செய்த பழவினை, இன்று வந்து எம்மை ஒறுக்கின்றது – இப்பொழுது வந்து எம்மை வருத்துகின்றது, என அறியார் – என்று எண்ணாதவராய், துன்புறுக்கும் – தம்மைத் துன்பஞ்செய்யும், மேவலரை – பகைவரை, நோவது – நோவது, என் – என்னை?

(பொ—ரை) மின்னலை ஒத்த இடையையுடையா! தனக்கு ஏவல்செய்பவன் தீவினை வந்த காலத்தில் தன்னைச் சுடுவதன்றித் தன் ஊரையும் சுடுவான். ஆதலால் யாம் முன்பு பிறந்து செய்த பழவினை இப்பொழுது வந்து எம்மை வருத்துகின்றது என்று எண்ணாதவராத் தம்மைத் துன்பஞ்செய்யும் பகைவரை நோவது என்னை? (239)

240. உயிருடையார் எய்தா வினை யில்லை

சுடப்பட் டுயிருந்த சோழன் மகனும்
பிடர்த்தலைப் பேரானைப் பெற்ற – கடைக்கால்
செயிரறு செங்கோல் செலீஇயினான் இல்லை
உயிருடையார் எய்தா வினை.

(ப—ரை) சுடப்பட்டு – இளமைப் பருவத்தில் பிறரால் சுடப்பட்டும், உயிர் உந்த – உயிர் பிழைத்துப் போகிய, சோழன் மகனும் – கரிகாலனும், பிடர்த்தலைப் பேரானை – இரும்பிடர்த்தலையார் என்னும் பெயரையுடைய தன் மாமனை, பெற்ற – தனக்குத் துணையாகப் பெற்ற, கடைக்கால் – பிற்காலத்தில், செயிர் அறு செங்கோல் செலீஇயி னான் – (தன் உரிமையரசு பெற்றுக்) குற்றமற்ற செங்கோலை நடத்தினான், (ஆகவே), உயிர் உடையார் – உயிருடையார், எய்தா – அடையாத, வினை – ஒரு நல்வினைப் பயன், இல்லை – இல்லை.

(பொ—ரை) இளமைப் பருவத்தில் பிறரால் சுடப்பட்டும் உயிர் பிழைத்துப் போகிய கரிகாலனும் இரும்பிடர்த்தலையார் என்னும் பெயரையுடைய தன் மாமனைத் தனக்குத் துணையாகப் பெற்ற பிற்காலத்தில் தன் உரிமையரசு பெற்றுக் குற்றமற்ற செங்கோலை நடத்தினான் ஆகவே, உயிருடையார் அடையாத ஒரு நல்வினைப் பயன் இல்லை. (240)

241. அறிவுடையார் உறுகண் அஞ்சாமை

நனியஞ்சத் தக்க அவைவந்தால் தங்கண்
துனியஞ்சார் செய்வ துணர்வார் - பனியஞ்சி
வேழம் பிடிதழூஉம் வேசூழ் மலைநாட!
ஊழம்பு வீழா நிலத்து.

(ப—ரை) வேழம் பனி அஞ்சி – ஆண் யானை பனியால் உண்டாகும் துயரை அஞ்சி, பிடி தழுவும் – பெண் யானையைத் தழுவும், வேசூழ் – மூங்கில் சூழ்ந்த, மலைநாட – மலைநாடனே! ஊழ் அம்பு – தனக்கு இறுதியைத் தரும் ஊழினால் வரும் அம்பு, நிலத்து வீழா – தன்மேலல்லது நிலத்தின்மேல் வீழாவாம் (ஆகையால் தாம் ஒளித்திருப்பினும் வருவது வரும் என்பதைக் கவனிக்காமல்), செய்வது உணர்வார் – செய்யத்தக்கதைச் செய்வதான உணர்வுடையார், நனி அஞ்சத்தக்க அவை – மிகவும் தம்மால் அஞ்சத்தக்க வினைகள், வந்தால் – வந்தாலும், தம் கண்துனி – தமது உறுகண்ணுக்கு, அஞ்சார் – அஞ்சார்.

(பொ—ரை) ஆண் யானை பனியால் உண்டாகும் துயரை அஞ்சிப் பெண் யானையைத் தழுவும் மூங்கில் சூழ்ந்த மலைநாடனே! தனக்கு இறுதியைத் தரும் ஊழினால் வரும் அம்பு தன்மேலல்லது நிலத்தின்மேல் வீழாவாம். ஆகையால் தாம் ஒளித்திருப்பினும் வருவது வரும் என்பதைக் கவனிக்காமல் செய்யத்தக்கதைச் செ–வதான உணர்வுடையார் மிகவும் தம்மால் அஞ்சத் தக்க வினைகள் வந்தாலும் தமது உறுகண்ணுக்கு அஞ்சார். (241)

★ ★ ★

பகுதி - 4

1. அரசியல்பு

242. குற்றஞ் செய்தவரை ஒறுத்தல் அரசியல்பு

எங்கண் இனையர் எனக்கருதின் ஏதமால்:
தங்கண்ண ரானும் தகவில கண்டக்கால்,
வன்கண்ண னாகி ஒறுக்க, ஒறுக்கல்லா
மென்கண்ணன் ஆளான் அரசு.

(ப—ரை) தம் கண்ணர் ஆனும் – தமது கண்போல் வாய்ராயினும், தகவு இல கண்டக்கால் – தகுதியில்லாத செயல்களை (அவரிடம்) கண்டால், எம் கண் இனையர் என – எம் கண்போல்வார் இவர்(இந்தக் குற்றத்தைப் பொறுக்கவேண்டும்) என்று, கருதின் – உள்ளங் கொள்ளின், ஏதம் – அது செங்கோன்மைக்குக் குற்றமாம்: (ஆதலால்), வன்கண்ணன் ஆகி – தான் வன்கண்மை உடையனாகி, ஒறுக்க – (செய்த குற்றத்துக்குத் தக்க) தண்டஞ் செய்க. ஒறுக்கல்லா – தண்டியாத, மென்கண்ணன் – கண்ணோட்ட முள்ளவன், அரசு ஆளான் – அரசினை ஆளமாட்டான் (ஆல் – அசை).

(பொ—ரை) தமது கண்போல்வாராயினும் தகுதியில்லாத செயல்களை அவரிடம் கண்டால் எம் கண்போல்வார் இவர் இந்தக் குற்றத்தைப் பொறுக்க வேண்டும் என்று உள்ளங் கொள்ளின் அது செங்கோன்மைக்குக் குற்றமாம்: ஆதலால் தான் வன்கண்மை உடையனாகி செய்த குற்றத்துக்குத் தக்க தண்டஞ் செய்க. தண்டியாத கண்ணோட்ட முள்ளவன் அரசினை ஆளமாட்டான். (242)

243. மூப்பிளமை முறைமையில் பரிகாரம் ஆகா

சால மறைத்தோம்பிச் சான்றவர் கைகரப்பக்
காலை கழிந்ததன் பின்றையும் - மேலைக்
கறவைக்கன் றூர்ந்தானைத் தந்தையு மூர்ந்தான்
முறைமைக்கு மூப்பிளமை யில்.

(ப—ரை) மேலை – முன்னாளில், கறவைக்கன்று ஊர்ந்தானை – கறவைக் கன்றின்மேல் தேரூர்ந்து அக்கன்றைக் கொன்றவனாகிய தன் மகனை, சான்றவர் – சான்றோரான மந்திரிமார், சால மறைத்து ஓம்பி கைகரப்ப – மிகவும் மறைத்தோம்பி அச்செயலை வெளிப்படாமல் ஒளிப்பவும், காலை கழிந்ததன் பின்றையும் – நெடுங்காலம் சென்ற பின்பும், தந்தையும் – தந்தையாகிய சோழனும், ஊர்ந்தான் – தேரைச் செலுத்திக் கொன்றான் (ஆதலால்), முறைமைக்கு – வழக்கிற்கு, மூப்பு இளமை – மூப்பென்பதும் இளமையென்பதும், இல் – இல்லை.

(பொ—ரை) முன்னாளில் கறவைக் கன்றின்மேல் தேரூர்ந்து அக்கன்றைக் கொன்றவனாகிய தன் மகனைச் சான்றோரான மந்திரிமார் மிகவும் மறைத்தோம்பி அச்செயலை வெளிப்படாமல் ஒளிப்பவும் நெடுங்காலம் சென்ற பின்பும் தந்தையாகிய சோழனும் தேரைச் செலுத்திக் கொன்றான். ஆதலால், வழக்கிற்கு மூப்பென்பதும்

இளமையென்பதும் இல்லை. (243)

244. நடுவுநிலைமை

முறைதெரிந்து செல்வர்க்கும் நல்கூர்ந் தவர்க்கும்
இறைதிரியான் நேரொக்க வேண்டும் - முறைதிரிந்து
நேரொழுகா னாயின் அதுவாம் ஒருபக்கம்
நீரொழுகிப் பாலொழுகு மாறு.

(ப—ரை) முறை தெரிந்து – செய்யும் முறைமையைத் தெரிந்து, இறை – அரசன், திரியான் – வழுவானா, செல்வர்க்கும் நல்கூர்ந்தவர்க்கும் – செல்வர்க்கும் ஏழைகளுக்கும், நேர் ஒக்கவேண்டும் – நடுவாகச் செய்யவேண்டும். முறைதிரிந்து – முறைதவறி, நேர் ஒழுகான் ஆயின் – அரசன் நடுவாகச் செய்யானாயின், அது – அது, ஒரு பக்கம் நீர் ஒழுகி – தாயினது மார்பினின்று ஒரு பிள்ளையின் பக்கம் நீர் ஒழுக, (ஒருபக்கம்) பால் ஒழுகும் ஆறு – மற்றொரு பிள்ளையின் பக்கம் பால் ஒழுகுமாறு போலும்.

(பொ—ரை) செய்யும் முறைமையைத் தெரிந்து அரசன் வழுவானாச் செல்வர்க்கும் ஏழைகளுக்கும் நடுவாகச் செய்யவேண்டும். முறைதவறி அரசன் நடுவாகச் செய்யானாயின் அது தாயினது மார்பினின்று ஒரு பிள்ளையின் பக்கம் நீர் ஒழுக மற்றொரு பிள்ளையின் பக்கம் பால் ஒழுகுமாறு போலும். (244)

245. வருத்தாமல் வரி வாங்குதல்

பொருத்த மழியாத பூந்தண்டார் மன்னர்
அருத்தம் அடிநிழ லாரை - வருத்தாது
கொண்டாரும் போலாதே கோடல் அதுவன்றோ
வண்டுதா துண்டு விடல்.

(ப—ரை) பொருத்தம் அழியாத – செங்கோல் முறைமை கோடாத, தண் பூதார் மன்னர் – குளிர்ந்த பூமாலையணிந்த அரசர், அடிநிழலாரை – தம் அடிநிழலுள், வாழும் – குடிகளை, வருத்தாது – வருத்தாமல், கொண்டாரும் போலாதே – வருத்தி வாங்கினவரும்போ லாகாமல், அருத்தம் – இறைப் பொருளை, கோடல் – காலமறிந்து கொள்க. அது – அங்ஙனம் செய்வது, வண்டு – வண்டானது, தாது உண்டுவிடல் அன்றோ – தாதுண்ணும் பூவை வருத்தாதே உண்டுவிடுதலோ டொக்கும்.

(பொ—ரை) செங்கோல் முறைமை கோடாத குளிர்ந்த பூமாலையணிந்த அரசர் தம் அடிநிழலுள் வாழும் குடிகளை வருத்தாமல் வருத்தி வாங்கினவரும் போலாகாமல் இறைப் பொருளைக் காலமறிந்து கொள்க. அங்ஙனம் செய்வது வண்டானது தாதுண்ணும் பூவை வருத்தாதே உண்டுவிடுதலோ டொக்கும். (245)

246. நிலுவை வைக்காமல் வரி தண்டுதல்

பாற்பட்டு வாழ்ப வெனினும் குடிகண்மேல்
மேற்பட்ட கூட்டு மிகநிற்றல் வேண்டாவாம்
கோற்றலையே யாயினும் கொண்டீக காணுங்கால்

பாற்றலைப் பாலூற லில்.

(ப—ரை) பால் பட்டு வாழ்ப எனினும் – தன் ஆட்சிக்குட்பட்டு வழுவாது வாழத்தக்கவர்களே யாயினும், குடிகள்மேல் – குடிகள்மீது, மேற்பட்ட – நிலுவையாயுள்ள, கூட்டு – இறைப்பொருள், மிக நிற்றல் வேண்டா – மிகுதியாக நிற்றல் வேண்டா, காணுங்கால் – ஆராயுமிடத்து, பால் தலை பால் ஊரல் இல் – (சேரக் கறக்கலாமென்று கறவாது விட்ட) பாலின்மேல் (அதிகமாகப்) பால் சுரத்தல் இல்லை (ஆகவே), கோல் தலையேயாயினும் – சூடுமிதிக்கும் இடத்திலேயாயினும் நின்று, கொண்டீக – அந்த இறையைக் கொள்க.

(பொ—ரை)தன் ஆட்சிக்குட்பட்டு வழுவாது – வாழத்தக்கவர்களேயாயினும் குடிகள் மீது நிலுவையாயுள்ளஇறைப்பொருள் மிகுதியாக நிற்றல் வேண்டா. ஆராயுமிடத்துச் சேரக் கறக்கலாமென்று கறவாது விட்ட பாலின்மேல் அதிகமாகப் பால் சுரத்தல் இல்லை. ஆகவே, சூடுமிதிக்கும் இடத்திலேயாயினும் நின்று, அந்த இறையைக் கொள்க. (246)

247. அதிகப்படி வரிகொண்டு அளிசெய்தல்

அடைய வடைந்தாரை அல்லவை செய்து
கொடைவேந்தன் கோல்கொடிய னாகிக் குடிகண்மேல்
கூட்டிறப்பக் கொண்டு தலையளிப்பின் அஃதன்றோ
சூட்டறுத்து வாயி லிடல்.

(ப—ரை) அடைய அடைந்தாரை – தன்னை நெருங்க அடைந்தவரை, அல்லவை செய்து – தீங்கு செய்து, கொடை வேந்தன் – கொடைத் தொழிலையுடைய அரசன், கோல் கொடியன் ஆகி – கொடுங்கோலை யுடையனாகி, குடிகள்மேல் – குடிமக்களிடம், கூட்டு – கொள்ளும் இறையை, இறப்ப கொண்டு – அடைவிற் கொள்ளாது மிகக் கொண்டு, தலையளிப்பின் – அந்தக் குடிகளைப் பின்னை அளிசெயின், அஃது – அது, சூடு அறுத்து வாயில் இடல் அன்றோ – கோழியினது சூட்டையறுத்து அந்தக் கோழிக்கு இரையாக அதனை வாயுள் இடுதல்போலும்.

(பொ—ரை) தன்னை நெருங்க அடைந்தவரைத் தீங்கு செய்து கொடைத் தொழிலையுடைய அரசன் கொடுங்கோலையு டையனாகிக் குடிமக்களிடம் கொள்ளும் இறையை அடைவிற் கொள்ளாது மிகக் கொண்டு அந்தக் குடிகளைப் பின்னை அளிசெயின் அது கோழியினது சூட்டையறுத்து அந்தக் கோழிக்கு இரையாக அதனை வாயுள் இடுதல்போலும். (247)

248. கொடுங்கோலுக்குக் குடிகள்செய்யும் பரிகாரம் இல்லை

வெண்குடைக்கீழ் வாழும் குடிகட்கு வேந்தனும்
செங்கோல னல்லாக்கால் செவதென்? - பொங்கு
படுதிரைச் சேர்ப்ப!மற் றில்லையே யானை
தொடுவுண்ணின் மூடுங் கலம்.

(ப—ரை) படு திரை பொங்கு சேர்ப்ப – மிக்க அலைகள் பொங்கியெழாநின்ற

கடற்சேர்ப்பனே! வெண் குடைக்கீழ் வாழும் குடிகட்கு – தனது வெண்குடையின்கீழ் வாழத்தக்க குடிகளுக்கு, வேந்தன் – அரசனானவன், செங்கோலன் அல்லாக்கால் – செங்கோன்மை நடத்தாமல் கோடுங்கோன்மையைச் செய்வானாயின், செய்வது என் – அதற்குச் செய்யும் பரிகாரம் யாது? (யாதும் இல்லை), யானை தொடு உண்ணின் மூடும் கலம் மற்று இல்லை – யானை உருட்டி உண்டால் அதனை மூடுங்கலம் வேறில்லை (அதுபோல்).

(பொ–ரை) மிக்க அலைகள் பொங்கியெழாநின்ற கடற்சேர்ப்பனே! யானை உருட்டி உண்டால் அதனை மூடுங்கலம் வேறில்லை அதுபோலத் தனது வெண்குடையின்கீழ் வாழத்தக்க குடிகளுக்கு அரசனானவன் செங்கோன்மை நடத்தாமல் கோடுங்கோன்மையைச் செய்வானாயின் அதற்குச் செய்யும் பரிகாரம் யாது? யாதும் இல்லை. (248)

249. பகைவரை அடாதவரும் நீதி தவறினவரும் எளியராவர்

ஒளியாரை மீதூர்ந் தொழுகுவ தல்லால்
களியானை மன்னர்க்கோ கைகடத்தல் ஏதம்
துளியுண் பறவைபோல் செவ்வனோர்ப் பாரும்
எளியாரை எள்ளாதா ரில்.

(ப–ரை) ஒளியாரை – புகழ் பொருந்திய பிற மன்னரை, மீதூர்ந்து ஒழுகுவது அல்லால் – அடர்ந்தொழுகாமையோடு, கைகடத்தல் – தம் அரசநீதி கெட ஒழுகுதலும், களி யானை மன்னர்க்கு – மதமயக்கமுள்ள யானைச் சேனையை யுடைய மன்னர்க்கு, ஏதம் – கௌரவக் குறைவேயாம் (ஆதலால், தாம் எளிராகாத வகை இவ்விரண்டும் ஒழியவேண்டும்), துளி உண் பறவை போல் – மழைத்துளியை உண்ணும் பறவையாகிய வானம்பாடிபோல், செவ்வன் ஓர்ப்பாரும் – (ஒரு பங்கு ஓடாமல்) செவ்வையே பார்ப்பாருள்ளும், எளியாரை எள்ளாதார் – எளியாரை இகழாதவர், இல் – இல்லை. (ஓ – அசை.)

(பொ–ரை) புகழ் பொருந்திய பிற மன்னரை அடர்ந்தொழுகாமையோடு தம் அரசநீதி கெட ஒழுகுதலும் மதமயக்கமுள்ள யானைச் சேனையை யுடைய மன்னர்க்குக் கௌரவக் குறைவேயாம். ஆதலால், தாம் எளியராகாத வகை இவ்விரண்டும் ஒழியவேண்டும். மழைத்துளியை உண்ணும் பறவையாகிய வானம்பாடிபோல் ஒரு பங்கு ஒடாமல் செவ்வையே பார்ப்பாருள்ளும் எளியாரை இகழாதவர் இல்லை. (249)

250. பகைவரை வெல்லும் படை அரசனுடைய அன்பே

மறுமனத்த னல்லாத மாநலத்த வேந்தன்
உறுமனத்த னாகி ஒழுகின், - செறுமனத்தார்
பாயிரங் கூறிப் படைதொக்கால் என்செய்ப?
ஆயிரங் காக்கைக்கோர் கல்.

(ப–ரை) மறு மனத்தன் அல்லாத – குற்றமுடைய மனத்தானல்லாத, மா நலத்த வேந்தன் – பெரிய நலத்தினையுடைய அரசன், உறு மனத்தனாகி ஒழுகின் – எல்லார்மேலும் அன்புற்ற மனத்தையுடையவனா ஒழுகுவனாகில், செறு மனத்தார் – கொல்லும் மனத்தையுடைய பகைவர், பாயிரம் கூறி – வீரத்துக்கு வேண்டும் முகவுரைகள் சொல்லி, படை தொக்கால் – தம்படையைத் திரட்டினால், என் செய்ப – அவ்வரசனை யாது செய்ய வல்லார்? ஆயிரம் காக்கைக்கு ஓர் கல் – ஆயிரம் காக்கையை ஓட்டுதற்கு ஒரு கல் போதுமன்றோ.

(பொ–ரை) குற்றமுடைய மனத்தானல்லாத பெரிய நலத்தினையுடைய அரசன் எல்லார்மேலும் அன்புற்ற மனத்தையுடையவனா ஒழுகுவனாகில் கொல்லும் மனத்தை யுடைய பகைவர் வீரத்துக்கு வேண்டும் முகவுரைகள் சொல்லித் தம்படையைத் திரட்டினால் அவ்வரசனை யாது செய்ய வல்லார்? ஆயிரம் காக்கையை ஓட்டுதற்கு ஒரு கல் போதுமன்றோ. (250)

251. பகைவர் வலியைக் கெடுப்பது கோலின் தட்பமே

அங்கோ லவிர்தொடி! ஆழியா னாயினும்
செங்கோல னல்லாக்கால் சேர்ந்தாரும் எள்ளுவரால்
வெங்கோன்மை வேந்தர்கண் வேண்டும் சிறிதெனினும்
தண்கோ லெடுக்குமா மெய்.

(ப–ரை) அம் கோல் அவிர் தொடி – அழகிய கோல்போலும் திரண்டு விளங்கிய வளையை யுடையா! வேந்தர்கண் வெங்கோன்மை சிறிது வேண்டும் எனினும் – தன் பகைவேந்தரிடத்து வெங்கோன்மை சிறிது வேண்டினானாயினும், செங்கோலன் அல்லாக்கால் – (தன்கீழ் வாழ்வார்க்குச்) செங்கோலனல்லாதவிடத்து, ஆழியான் ஆயினும் – சக்கரப்படையை உடையவனேயாயினும், சேர்ந்தாரும் எள்ளுவர் – சேர்ந்தாரும் (சேராதவரும்) இகழ்வர், தண்கோல் – தண்ணளியை யுடைய கோல்தானே, மெய் – மெய்யாக, எடுக்குமாம் – தன் பகைவரது வலியைக் கெடுக்கும் போரைத் தரும். (ஆல் – அசை)

(பொ–ரை) அழகிய கோல்போலும் திரண்டு விளங்கிய வளையை யுடையா! தன் பகைவேந்தரிடத்து வெங்கோன்மை சிறிது வேண்டினானாயினும் தன்கீழ் வாழ்வார்க்குச் செங்கோலனல்லாதவிடத்து சக்கரப்படையை உடையவனேயாயினும் சேர்ந்தாரும் சேராதவரும் இகழ்வர். தண்ணளியையுடைய கோல்தானே மெய்யாகத் தன் பகைவரது வலியைக் கெடுக்கும் போரைத் தரும். (251)

252. அரச னாணையின்கீழ்ப் பிறராணை நடவாமை

மன்னவ னாணைக்கீழ் மற்றையார் மீக்கூற்றம்
என்ன வகையால் செயப்பெறுப? - புன்னைப்
பரப்புநீர் தாவும் படுகடல்தண் சேர்ப்ப!
மரத்தின்கீழ் ஆகா மரம்.

(ப–ரை) புன்னை பரப்பு நீர் தாவும் படு கடல் தண் சேர்ப்ப – புன்னைப்

பரப்பின்கண் வந்து நீர் பரவுதலான மிக்க கடலின் குளிர்ந்த சேர்ப்பனே! மரத்தின்கீழ் மரம் ஆகா – ஒரு மரத்தின்கீழ் வேறு மரங்கள் வைத்தால் அவை ஓங்கி வளரமாட்டா. (ஆதலால்), மன்னவன் ஆணை கீழ் – அரசன் ஆக்கினை செலுத்துமிடத்தில், மற்றையார் – மற்றுள்ளார், மீக்கூற்றம் – தம்மைச் சிறப்பித்துச் சொல்லும் தம்முடைய ஆக்கினையை, என்ன வகையால் – எவ்விதத்தால், செயப்பெறுப – செய்யப் பெறுவர் (தம்முடைய ஆக்கினை நடத்தப்பெறார்), (ஓ–அசை).

(பொ–ரை) புன்னைப் பரப்பின்கண் வந்து நீர் பரவுதலான மிக்க கடலின் குளிர்ந்த சேர்ப்பனே! ஒரு மரத்தின்கீழ் வேறு மரங்கள் வைத்தால் அவை ஓங்கி வளரமாட்டா. ஆதலால், அரசன் ஆக்கினை செலுத்துமிடத்தில் மற்றுள்ளார் தம்மைச் சிறப்பித்துச் சொல்லும் தம்முடைய ஆக்கினையை எவ்விதத்தால் செய்யப் பெறுவர் தம்முடைய ஆக்கினை நடத்தப் பெறார். (252)

253. அரசர் ஆக்கலும் அழித்தலும்

வழிப்பட் டவரை வலியராகச் செய்தார்
அழிப்பினும் ஆக்கினு மாகும் – விழுத்தக்க
பையமர் மாலைப் பணைத்தோளா! பாத்தறிவென்
மெல்லக்? கவுட்கொண்ட நீர்.

(ப–ரை) விழு தக்க பை அமர் மாலை பணைதோளா – மேன்மையான மிருதுவுள்ள மாலை தரித்த பெரிய தோளையுடையா! கவுள் கொண்ட நீர் – கவுளில் கொண்டடக்கிய நீரைக் குடிக்கலுமாம் உமிழ்தலுமாகும் (அதுபோல), வழிப்பட்டவரை – தம்மை வழிப்பட்டொழுகியவரை, வலியரா(க)ச் செய்தார் – வலியராம் வகை அவர்க்கு முதன்மையைக் கொடுத்தார், அழிப்பினும் ஆக்கினும் ஆகும் – தாமே பின்னையும் அவரை அழியச் செயினும் ஆகச் செயினும் அவ்விரண்டும் தமக்கு இயலும். மெல்ல பாத்தறிவு – இதற்கு மெல்ல ஆராய்ந்தறிவு, என் – என்னை?

(பொ–ரை) மேன்மையான மிருதுவுள்ள மாலை தரித்த பெரிய தோளையுடையா! கவுளில் கொண்டடக்கிய நீரைக் குடிக்கலுமாம் உமிழ்தலுமாகும். அதுபோலத் தம்மை வழிப்பட்டொழுகியவரை வலியராம் வகை அவர்க்கு முதன்மையைக் கொடுத்தார். தாமே பின்னையும் அவரை அழியச்செயினும் ஆகச் செயினும் அவ்விரண்டும் தமக்கு இயலும். இதற்கு மெல்ல ஆராய்ந்தறிவு என்னை? (253)

254. தலைமை கருதுவோரை நேர்செய்திருத்தலின் அபாயம்

தலைமை கருதும் தகையாரை வேந்தன்
நிலைமையால் நேர்செய் திருத்தல் - மலைமிசைக்
காம்பனுக்கு மென்றோளா! அஃதன்றோ ஓரறையுள்
பாம்போ டுடனுறையும் ஆறு.

(ப–ரை) மலை மிசை காம்பு அனுக்கும் – மலைமேல் உண்டாகிய மூங்கிலை அழிக்கும், மென் தோளா – மெல்லிய தோளையுடையா! தலைமை கருதும் தகையாரை – தமக்குத் தலைமை செய்து கொள்ள வேண்டும் என்று கருதியிருக்கும்

தன்மையுடையாரை, வேந்தன் – அரசனானவன், நிலைமையால் நேர்செய்திருத்தல் அஃது – பல கௌரவ நிலைமையைத் தனக்குச் சமானமாகச் செய்து அவரொடு கூடியிருத்தலாகிய அது, ஓர் அறையுள் பாம்போடு உடனுறையும் ஆறு அன்றோ – பாம்பு வாழுவ தறிந்த அவ்வறையின் கண்ணே பாம்பொடு கூடி உறையும் தன்மையோ டொக்கும்.

(பொ–ரை) மலைமேல் உண்டாகிய மூங்கிலை அழிக்கும் மெல்லிய தோளையுடையா! தமக்குத் தலைமை செய்துகொள்ள வேண்டும் என்று கருதியிருக்கும் தன்மையுடையாரை அரசனானவன் பலகௌரவ நிலைமையைத் தனக்குச் சமானமாகச் செய்து அவரொடு கூடியிருத்தலாகிய அது பாம்பு வாழுவ தறிந்த அவ்வறையின் கண்ணே பாம்பொடு கூடி உறையும் தன்மையோ டொக்கும். (254)

255. அரசன் அடிமைகொண்டால் ஒருப்படுதல்

கூற்றும் உயிர்கொள்ளும் போழ்து குறிப்பறிந்து
மாற்ற முடையாரை ஆராயா - தாற்றவும்
முல்லை புரையும் முறுவலாய்! செய்வதென்
வல்லை அரசாட்சி கொளின்.

(ப–ரை) முல்லை புரையும் முறுவலா – முல்லை முகையை ஒத்த பல்வரிசையை யுடையா! உயிர் கொள்ளும்போழ்து – உயிரைக் கொள்ளும்பொழுது, கூற்றும் – யமனும், மாற்றம் உடையாரை – வார்த்தை சொல்லுகின்றவர்களை, குறிப்பு அறிந்து ஆராயாது – வார்த்தையின் குறிப்பை ஆராய்ந்தறிவதில்லை (அதுபோல), அரசு – அரசன், ஆற்றவும் வல்லை – மிகவும் விரைந்து, ஆட்கொளின் – பிறரை முறையன்றி அடிமைகொண்டால், செய்வது என் – செய்வ தொன்றுண்டோ?

(பொ–ரை) முல்லை முகையை ஒத்த பல்வரிசையை யுடையா! உயிரைக் கொள்ளும்பொழுது யமனும் வார்த்தை சொல்லுகின்றவர்களை வார்த்தையின் குறிப்பை ஆராய்ந்தறிவதில்லை. அதுபோல அரசன் மிகவும் விரைந்து பிறரை முறையன்றி அடிமை கொண்டால் செய்வ தொன்றுண்டோ? (255)

256. அற்பரிடத்தில் அதிகாரம் கொடார்

உடைப்பெருஞ் செல்வத் துயர்ந்த பெருமை
அடக்கமில் உள்ளத்த னாகி - நடக்கையின்
ஒள்ளிய னல்லான்மேல் வைத்தல், குரங்கின்கைக்
கொள்ளி கொடுத்து விடல்.

(ப–ரை) அடக்கம் இல் உள்ளத்தனாகி – தான் (நல்லாரால் அடக்கவும்) அடங்காத மனதுற்றவனாகி, நடக்கையின் ஒள்ளியனல்லான்மேல் – ஒழுக்கத்தால் மேன்மையில்லாதவன் மேலே, உடைப்பெருஞ் செல்வத்து உயர்ந்த பெருமை – உடைய பெருஞ் செல்வத்தான் வரும் உயர்ந்த முதன்மையை, வைத்தல் – வைத்தலானது, குரங்கின் கை – குரங்கின் கையிலே, கொள்ளி கொடுத்துவிடல் – கொள்ளிக் கட்டையைக் கொடுத்ததனோ டொக்கும்.

(பொ—ரை) தான் நல்லாரால் அடக்கவும் அடங்காத மனதுற்றவனாகி ஒழுக்கத்தால் மேன்மை யில்லாதவன் மேலே உடைய பெருஞ் செல்வத்தான் வரும் உயர்ந்த முதன்மையை வைத்தலானது குரங்கின் கையிலே கொள்ளிக் கட்டையைக் கொடுத்ததனோ டொக்கும். (256)

257. பொல்லாங்கு செதாரும் வணங்கும்படி செய்தல்

எல்லையொன் றின்றியே இன்னாசெய் தாரையும்
ஒல்லை வெகுளார், உலகாளுது மென்பவர்,
சொல்லின் வளாஅத்தம் தாணிழல் கொள்பவே,
கொல்லையுள் கூழ்மரமே போன்று.

(ப—ரை) கொல்லையுள் – புனத்தின்கண், கூழ்மரமே போன்று – தமக்கு உண்கைக் கிடமாக நிறுத்திய மரம் போலும், உலகு ஆளுது என்பவர் – உலகை ஆள்வேம் என்னும் அரசர், எல்லை ஒன்று இன்றியே இன்னா செய்தாரையும் – அளவு ஒன்று மின்றியே பொல்லாது செய்தாரையும், ஒல்லை வெகுளார் – விரைந்து கோபியாரா, சொல்லின் வளா – தமது சொல்லாலே வளைத்து, தம் தாள் நிழல் – தம் அடி நிழலின் கண்ணே, கொள்ப – ஒதுங்கும்படி கொள்வர்.

(பொ—ரை) புனத்தின்கண் தமக்கு உண்கைக் கிடமாக நிறுத்திய மரம் போலும் உலகை ஆள்வேம் என்னும் அரசர் அளவு ஒன்று மின்றியே பொல்லாது செய்தாரையும் விரைந்து கோபியாராத் தமது சொல்லாலே வளைத்துத் தம் அடி நிழலின் கண்ணே ஒதுங்கும்படி கொள்வர். (257)

258. பெரியாரைச் சார்ந்து பயன்பெறுதல்

பொலந்தா ரிராமன் துணையாகத் தான்போந்
திலங்கைக் கிழவற் கிளையான் – இலங்கைக்கே
போந்திறை யாயதூஉம் பெற்றான் பெரியாரைச்
சார்ந்து கெழீஇயிலா ரில்.

(ப—ரை) பொலம் தார் இராமன் – பொன்மாலையுடைய இராமனை, தான் துணையாக போந்து – தனக்குத் துணையாகக் கருதிப் போந்து, இலங்கை கிழவற்கு இளையான் – இலங்கைக் குரியவனாகிய இராவணனுக்கு இளையானான விபீஷணன், இலங்கைக்கே போந்து இறையாயதும் பெற்றான் – இலங்கைக்கே மீட்டும் அரசனாகும் பதவியையும் பெற்றான் (ஆதலால்), பெரியாரை சார்ந்து – பெரியராயிருப்பாரைச் சார்ந்தால், கெழு இலார் – அந்தச் சார்பினாலே பயன் பெறாதவர், இல் – இல்லை. (கெழு – (கெழுமை – வளம்) – பயன்இ)

(பொ—ரை) பொன்மாலையுடைய இராமனைத் தனக்குத் துணையாகக் கருதிப் போந்து இலங்கைக் குரியவனாகிய இராவணனுக்கு இளையானான விபீஷணன் இலங்கைக்கே மீட்டும் அரசனாகும் பதவியையும் பெற்றான். ஆதலால், பெரியராயிருப் பாரைச் சார்ந்தால் அந்தச் சார்பினாலே பயன் பெறாதவர் இல்லை. (258)

2. அமைச்சர்

259. அரசன் திறத்துக்கு அவன் சபை அறிகுறி

கல்வி யகலமும் கட்டுரை வய்ாபாடும்
கொல்சின வேந்தன் அவைகாட்டும் - மல்கி
தலைப்பா இழிதரு தண்புனல் நீத்தம்
மலைப்பெயல் காட்டுந் துணை.

(ப—ரை) மல்கி – நிறைந்து, தலை பா – குன்றிடமெல்லாம் பரந்து, இழிதரு – வந்து வீழாநின்ற, தண் புனல் நீத்தம் – குளிர்ந்த வெள்ளத்தினது பெருமை, மலை பெயல் – மலையிலே மழைபெய் பெயலை, காட்டும் துணை – அறிவிக்கும் அளவாம் (அதுபோல), கொல் சின வேந்தன் – பகைவரிடத்துக் கொலைத்தொழிலையும் கோபத்தையும் உடைய அரசனது, கல்வி அகலமும் – கல்வியின் பெருமையையும், கட்டுரை வாய்பாடும் – அவன் சொல்லும் சொல்வன்மையையும், அவை – அவனைச் சுற்றியிருக்கும் அவையார் களம், காட்டும் – அறிவிக்கும்.

(பொ—ரை) நிறைந்து குன்றிடமெல்லாம் பரந்து வந்து வீழாநின்ற குளிர்ந்த வெள்ளத்தினது பெருமை மலையிலே மழைபெய்த பெயலை அறிவிக்கும் அளவாம். அதுபோலப் பகைவரிடத்துக் கொலைத் தொழிலையும் கோபத்தையும் உடைய அரசனது கல்வியின் பெருமையையும் அவன் சொல்லும் சொல்வன்மையையும் அவனைச் சுற்றியிருக்கும் அவையார் களம் அறிவிக்கும். (259)

260. அரசன் எப்படி அமைச்சரும் அப்படி

செயிரறு செங்கோல் சினவேந்தன் தீமை
பயிரறு பக்கத்தார் கொள்வர் துகிர்புரையும்
செவ்வா முறுவனற் சின்மொழியா! செய்தானை
ஒவ்வாத பாவையோ வில்.

(ப—ரை) துகிர் புரையும் செவ்வா முறுவல் நல் சில் மொழியா – பவளத்தையொக்கும் சிவந்த வாயையும் வெள்ளிய பல் வரிசையையும் நல்ல மெல்லிய மொழியையும் உடையா! செய்தானை ஒவ்வாத பாவையோ இல் – எழுதுமவன் கருத்துக் கொவ்வாத சித்திரம் இல்லை (அதுபோல), செயிர் அறு செங்கோல் – குற்றமற்ற செங்கோலையுடைய, சினவேந்தன் தீமை – சினவேந்தனது கொடிய தொழிலை, பயிர் அறு – அருவருப்பற்ற, பக்கத்தார் – அமைச்சரும், கொள்வர் – செவர்.

(பொ—ரை) பவளத்தையொக்கும் சிவந்த வாயையும் வெள்ளிய பல் வரிசையையும் நல்ல மெல்லிய மொழியையும் உடையா! எழுதுமவன் கருத்துக் கொவ்வாத சித்திரம் இல்லை. அதுபோலக் குற்றமற்ற செங்கோலையுடைய சினவேந்தனது கொடிய தொழிலை அருவருப்பற்ற அமைச்சரும் செய்வர். (260)

261. அமைச்சரைக் கண்ணாகக் கொள்ளாத அரசன்

கற்றார் பலரைத்தன் கண்ணாக இல்லாதான்
உற்றிடர்ப் பட்ட பொழுதின்கண் தேற்றம்,
மரையா துணைபயிரும் மாமலை நாட!

சுரையாழ் நரம்பறுத் தற்று.

(ப—ரை) மரையா – மரையாக்கள், துணை பயிரும் – தம் துணைகளை அழைக்கும், மா மழைநாட – பெரிய மலைநாடனே! கற்றார் பலரை – இராசநீதிக்கேற்ற நூல்களைக் கற்ற மந்திரிகள் பலரை, தன் கண்ணாக இல்லாதான் – தன் கண்ணாக இல்லாத அரசன், உற்ற இடர்ப்பட்ட பொழுதின்கண் – தனக்கு ஏதாயினும் ஒரு துன்பம் வந்த போது, தேற்றம் – தான் ஒருதலையாகத் துணியும் தெளிவு, சுரை யாழ் – (ஒரு நரம்பையுடைய) செங்கோட்டியாழின், நரம்பு – (அந்த) ஒரு நரம்பையும், அறுத்தற்று – அறுத்தாற்போலும்.

(பொ—ரை) மரையாக்கள் தம் துணைகளை அழைக்கும் பெரிய மலைநாடனே! இராசநீதிக்கேற்ற நூல்களைக் கற்ற மந்திரிகள் பலரைத் தன் கண்ணாக இல்லாத அரசன் தனக்கு ஏதாயினும் ஒரு துன்பம் வந்த போது தான் ஒருதலையாகத் துணியும் தெளிவு ஒரு நரம்பையுடைய செங்கோட்டியாழின் அந்த ஒரு நரம்பையும் அறுத்தாற்போலும். (261)

262. அமைச்சரை ஆராய்ந்து வசப்படுத்தல்

நல்லவும் தீயவும் நாடிப் பிறருரைக்கும்
நல்ல பிறவும் உணர்வாரைக் கட்டுரையின்
வல்லிதி னாடி வலிப்பதே புல்லத்தைப்
புல்லம் புறம்புல்லு மாறு.

(ப—ரை) நல்லவும் தீயவும் நாடி – இவை நல்லவென்றும் இவை தீயவென்றும் ஆராய்ந்து, பிறர் உரைக்கு நல்ல (உம்) பிறவும் உணர்வாரை – பிறர் உரைக்கும் நல்லவற்றையும் நல்லவல்லாத வற்றையும் அறியவல்லாரை, வல்லிதின் நாடி – விரைந்து ஆராய்ந்து, கட்டுரையின் – கட்டுரைவலத்தால், வலிப்பது – தம் வயமாகச் செய்வது, புல்லத்தை – எருதை, புல்லம் – எருதால், புறம்புல்லும் ஆறு – தன்மாட்டணைக்குமாறு போலாம். (ஏ – அசை.)

(பொ—ரை) இவை நல்லவென்றும் இவை தீயவென்றும் ஆராய்ந்து பிறர் உரைக்கும் நல்லவற்றையும் நல்லவல்லாத வற்றையும் அறிய வல்லாரை விரைந்து ஆராய்ந்து கட்டுரை வலத்தால் தம் வயமாகச் செய்வது எருதை எருதால் தன்மாட்டணைக்குமாறு போலாம். (262)

263. உயிர்கள் இனிது வாழ்தற்கு அமைச்சர் காரணம்

மனத்தினும் வாயினும் மெயினும் செய்கை
அனைத்தினும் ஆன்றவிந்தா ராகி - நினைத்திருந்
தொன்றும் பரியலரா ஓம்புவார் இல்லெனின்,
சென்று படுமாம் உயிர்.

(ப—ரை) செய்கை அனைத்தினும் – செய்கை எல்லாவற்றின் கண்ணும்,

மனத்தினும் வாயினும் மெயினும் – மனத்தாலும் வாயாலும் உடம்பாலும், ஆன்றவிந்தார் ஆகி – அடங்கியொடுங்கினவரா, நினைத்திருந்து – நன்மையே கருதியிருந்து, ஒன்றும் பரியலரா – எதற்கும் வருந்தாமல், ஓம்புவார் – காக்கும் பெரியோர், இல்லெனின் – இல்லையாயின், உயிர் – எல்லா உயிரும், சென்றுபடும் – அழிவுறும், (ஆம் – அசை.)

(பொ–ரை) செய்கை எல்லாவற்றின் கண்ணும் மனத்தாலும் வாயாலும் உடம்பாலும் அடங்கி யொடுங்கினவரா நன்மையே கருதியிருந்து எதற்கும் வருந்தாமல் காக்கும் பெரியோர் இல்லையாயின் எல்லா உயிரும் அழிவுறும். (263)

264. அமைச்சர் சொல்லை அரசன் கொள்ளுதல்

செயல்வேண்டா நல்லன செய்விக்கும்: தீய
செயல்வேண்டி நிற்பின் விலக்கும்: இகல்வேந்தன்
தன்னை நலிந்து தனக்குறுதி கூறலால்
முன்னின்னா மூத்தார்வாய்ச் சொல்.

(ப–ரை) மூத்தார் வாய்ச்சொல் – பெரியோரது வாய்ச்சொல்லானது, செயல் வேண்டா நல்லன – தான் செய்தலை விரும்பாத நல்லனவற்றை, செய்விக்கும் – செய்யும்படி செய்யும்; தீய செயல் வேண்டி நிற்பின் – தீமைகளைச் செய்தலை விரும்பி நிற்பின், விலக்கும் – அதனை விலக்கும். இகல் வேந்தன் தன்னை – வலிமை பொருந்திய அரசனை, நலிந்து – வருத்தி, தனக்கு – அவனுக்கு, உறுதிகூறலால் – நன்மையாயினவற்றையே சொல்லுதலால், முன் இன்னா – அவர் சொல் முன்னே துன்பம் தருவதாகும்.

(பொ–ரை) பெரியோரது வாய்ச்சொல்லானது தான் செய்தலை விரும்பாத நல்லனவற்றைச் செய்யும்படி செய்யும்; தீமைகளைச் செய்தலை விரும்பி நிற்பின் அதனை விலக்கும். வலிமை பொருந்திய அரசனை வருத்தி அவனுக்கு நன்மையாயினவற்றையே சொல்லுதலால் அவர் சொல் முன்னே துன்பம் தருவதாகும். (264)

265. பொய்யுரைத்தாயினும் அரசனை நல்வழிப்படுத்தல்

செறிவுடைத் தார்வேந்தன் செவ்வியல பெற்றால்
அறிவுடையார் அவ்வியமும் செய்வர் - வறிதுரைத்துப்
பிள்ளை களைமருட்டும் தாயர்போல் அம்புலிமேல்
ஒள்ளியகாட் டாளர்க் கரிது.

(ப–ரை) செறிவு உடை – நெருங்கியுள்ள, தார்வேந்தன் – மாலை தரித்த அரசன், செவ்வி அல பெற்றால் – தகுதி அல்லாதவைகளைச் செய்யப்பெற்றால், அம்புலிமேல் வறிது உரைத்து – சந்திரனைக் காட்டிப் பயனல்லாததைச் சொல்லி, பிள்ளைகளை மருட்டும் தாயர்போல் – பிள்ளைகளை மருட்டும் தாய்மார்போல், அறிவுடையார் – அறிவுடைய மந்திரிகள், அவ்வியமும் செய்வர் – பொய்யுரைத்து வஞ்சித்தாயினும் அரசனை (அச்செயல் களினின்றும் விலக்கி) நல்லவற்றை விரும்பி

நடக்கும்படி செய்வர். ஆளர்க்கு – அவனால் ஆளப்பட்ட மந்திரிகளுக்கு, ஒள்ளிய காட்டு – (உண்மையால்) ஒள்ளியவற்றால் தெளிவித்தல், அரிது – அரிதாகும் (அவ்வியம் – மனக்கோட்டம், அவ்வியம் செய்தலாவது, வஞ்சகமாகப் பொய்யுரைத்தல்).

(பொ–ரை) நெருங்கியுள்ள மாலை தரித்த அரசன் தகுதி அல்லாதவைகளைச் செய்யப்பெற்றால் சந்திரனைக் காட்டிப் பயனல்லாததைச் சொல்லிப் பிள்ளைகளை மருட்டும் தாய்மார்போல் அறிவுடைய மந்திரிகள் பொய்யுரைத்து வஞ்சித்தாயினும் அரசனை அச்செயல்களினின்றும் விலக்கி நல்லவற்றை விரும்பி நடக்கும் படி செய்–வர். அவனால் ஆளப்பட்ட மந்திரிகளுக்கு உண்மையால் தெளிவித்தல் அரிதாகும். (265)

266. அரசன் செய்த தீங்கைக் கல்விமான்கள் பொறுக்க

தீயன வல்ல செயினும் திறல்வேந்தன்
காவன சிந்தியார் கற்றறிந்தார் - பாயும்
புலிமுன்னர்ப் புல்வாய்க்குப் போக்கில், அதுவே
வளிமுன்னர் வைப்பாரம் இல்.

(ப–ரை) பாயும் புலிமுன்னர் – (தன்மீது) பாதலான புலியின் முன், புல்வாய்க்கு – மானுக்கு, போக்கு இல் – தப்பிப்போகும் உபாயம் இல்லை. வளிமுன்னர் – மிகவெழுந்த காற்றின்முன், வை பாரம் இல் – வைக்கோல் சுமை நிலைத்துநிற்றல் இல்லை. அதுவே – அதுபோலவே, தீயன அல்ல – தீமையைத் தருவனவாகிய பாவங்களை, திறல் வேந்தன் – வெற்றிபெறும் இயல்புள்ள அரசன், செயினும் – செய்தானாயினும், கற்றறிந்தார் – கற்றறிந்தவர்கள், காவன சிந்தியார் – அவன் வெறுக்கத் தக்கனவற்றைச் செய்ய நினையார்.

(பொ–ரை) தன்மீது பாதலான புலியின் முன் மானுக்குத் தப்பிப்போகும் உபாயம் இல்லை. மிகவெழுந்த காற்றின்முன் வைக்கோல் சுமை நிலைத்துநிற்றல் இல்லை. அதுபோலவே தீமையைத் தருவனவாகிய பாவங்களை வெற்றிபெறும் இயல்புள்ள அரசன் செய்தானாயினும் கற்றறிந்தவர்கள் அவன் வெறுக்கத் தக்கனவற்றைச் செய்ய நினையார். (266)

3. மன்னரைச் சேர்ந்தொழுகல்

267. பேரரசர் ஏவியதைச் சோம்பாமற் செய்க

கொடித்திண்டோ மன்னரால் கூட்டுண்டு வாழ்வார்
எடுத்துமேற் கொண்டவ ரேய வினையை
மடித்தொழிதல் என்னுண்டாம்? மாணிழா! கள்ளைக்
குடித்துக் குழைவாரோ இல்.

(ப–ரை) மாண் இழா – மாட்சிமைப்பட்ட ஆபரணத்தை உடையா! கள்ளை குடித்து – கள்ளைக் குடித்துவைத்து, குழைவார் – (குடித்தோமென்று) வருந்துவார்,

இல் – ஒருவரும் இல்லை, கொடி திண் தேர் மன்னரால் – கொடிகட்டிய திண்ணிய தேரையுடைய அரசரால், கூட்டுண்டு வாழ்வார் – பகுதிப்பணம் கொள்ளப்பட்டு உயிர்வாழ்கின்ற சிற்றரசர்கள், அவர் எடுத்து மேற்கொண்டு ஏ(வி)ய வினையை – அவ்வரசர் ஒரு காரியத்தை உட்கொண்டு ஏவிய வினையை, மடித்தொழிதல் – செய்யாமல் சோம்பியிருத்தலால், என் உண்டாம்? – என்ன பயன் உண்டாகும்? (ஒன்றும் இல்லை). (ஒ – அசை.)

(பொ—ரை) மாட்சிமைப்பட்ட ஆபரணத்தை உடையா! கள்ளைக் குடித்துவைத்துக் குடித்தோ மென்று வருந்துவார் ஒருவரும் இல்லை. கொடிகட்டிய திண்ணிய தேரையுடைய அரசரால் பகுதிப்பணம் கொள்ளப்பட்டு உயிர்வாழ்கின்ற சிற்றரசர்கள் அவ்வரசர் ஒரு காரியத்தை உட்கொண்டு ஏவிய வினையைச் செ–ய்யாமல் சோம்பியிருத்தலால் என்ன பயன் உண்டாகும்? ஒன்றும் இல்லை. (267)

268. அரசன் ஏவியது செய்வோர் நன்மை பெறுதல்

வெற்றிவேல் வேந்தன் வியங்கொண்டால் யாமொன்றும்
பெற்றிலே மென்பது பேதைமையே - மற்றதனை
எவ்வ மிலராகிச் செய்க. அதுவன்றோ
செய்கென்றான் உண்கென்னு மாறு.

(ப—ரை) வெற்றி வேல் வேந்தன் – வெற்றியை யுடைய வேல் வேந்தன், வியம் கொண்டால் – (ஒன்றைச் செய்கவென்று) ஏவல் கொண்டால், யாம் ஒன்றும் பெற்றிலேம் என்பது – யாம் ஒன்றும் பெற்றிலோ மென்று மறுத்தல், பேதைமையே – அறியாமையேயாம், அதனை – அவர் ஏவிய காரியத்தை, எவ்வம் இலராகி – துன்பம் இலராகி, செய்க – செய்க. அது – அது, செய்க என்றான் – ஒரு காரியத்தைச் செய்க என்றவன், உண்க என்னும் ஆறு அன்றோ – உண்க என்னுமா றன்றோ.

(பொ—ரை) வெற்றியையுடைய வேல் வேந்தன் ஒன்றைச் செய்கவென்று ஏவல் கொண்டால் யாம் ஒன்றும் பெற்றிலோமென்று மறுத்தல் அறியாமையே யாம். அவர் ஏவிய காரியத்தைத் துன்பம் இலராகிச் செய்க. அது ஒரு காரியத்தைச் செய்க என்றவன் உண்க என்னுமா றன்றோ. (268)

269. அரசன் ஏவியதைத் தமர் செய்யாமை தவறு

எமரிது செய்க எமக்கென்று வேந்தன்
தமரைத் தலைவைத்த காலைத் - தமரவற்கு
வேலின்வா யாயினும் வீழார் மறுத்துரைப்பின்,
ஆலென்னிற் பூலென்னு மாறு.

(ப—ரை) எமர் எமக்கு இது செய்க என்று – நீர் உறவின ராதலால் எமக்கு இக்காரியத்தைச் செய்து தரவேண்டு மென்று, வேந்தன் – அரசன், தமரை தலைவைத்த காலை – உறவினரை அக்காரியத் தினிடத்தே ஏவிய காலை, தமர் – ஏவப்பட்ட அந்த உறவினர், வேலின்வா ஆயினும் வீழார் – அவ்வரசனுக்காக வேலின் வாயின்கண்ணாயினும் இறவாது, மறுத்து உரைப்பின் – எம்மால் முடியாதென்று

மறுத்துரைப்பின், (அது,) ஆல் என்னில் – ஒருவன் ஆலமரத்தை ஆலமரமென்று சொன்னால், பூல் என்னும் ஆறு – மற்றொருவன் பூலாமரம் என்றதனோ டொக்கும்.

(பொ–ரை) நீர் உறவினராதலால் எமக்கு இக்காரியத்தைச் செய்து தரவேண்டு மென்று அரசன் உறவினரை அக்காரியத் தினிடத்தே ஏவிய காலை ஏவப்பட்ட அந்த உறவினர் அவ்வரசனுக்காக வேலின் வாயின்கண்ணாயினும் இறவாது எம்மால் முடியாதென்று மறுத்துரைப்பின், அது ஒருவன் ஆலமரத்தை ஆலமரமென்று சொன்னால் மற்றொருவன் பூலாமரம் என்றதனோ டொக்கும். (269)

270. அரச ருவப்பன செய்பவர் அரிய பொருள் பெறுவர்

விடலமை செய்து வெருண்டகன்று நில்லா
துடலரு மன்னர் உவப்ப வொழுகின்,
மடலணி பெண்ணை மலிதிரைச் சேர்ப்ப!
கடல்படா வெல்லாம் படும்.

(ப–ரை) மடல் அணி பெண்ணை மலி திரை சேர்ப்ப – மடலுடைய பனைமரங்கள் மலிந்த திரைச் சேர்ப்பனே! உடல் அரு மன்னர் – பிறரால் வருத்தமுடியாத அறிவினையுடைய அரசர், விடலமை செய்து – விடலமை(யச்) செய்தாரென்று, வெருண்டு – அஞ்சி, அகன்று நில்லாது – விட்டு நீங்காமல், உவப்ப ஒழுகின் – பின்னும் அவர் உவப்பனவே செய்தொழுகு வாராகில், (அங்ஙனம் ஒழுகினவருக்கு,) கடல்படா எல்லாம் – கடலில் உண்டாகாதனவெல்லாம், படும் – உண்டாம்.

(பொ–ரை) மடலுடைய பனைமரங்கள் மலிந்த திரைச் சேர்ப்பனே! பிறரால் வருத்தமுடியாத அறிவினையுடைய அரசர் விடலமையச் செய்தாரென்று அஞ்சி விட்டு நீங்காமல் பின்னும் அவர் உவப்பனவே செதொழுகுவாராகில், அங்ஙனம் ஒழுகினவருக்குக் கடலில் உண்டாகாதனவெல்லாம் உண்டாம். (270)

271. கரும முடித்தவன்மேல் முடித்த புகழ் நிற்கும்

உவப்ப உடன்படுத்தற் கேய கருமம்
அவற்றவற் றாந்துணைய வாகிப் பயத்தால்
வினைமுதிரின் செய்தான்மே லேறும், பனைமுதிரின்
தாய்தாண்மேல் வீழ்ந்து விடும்.

(ப–ரை) பனை முதிரின் – பனையினது பழம் முற்றின, தாய் தாள் மேல் – தாய் பனையது தாளின்மேலே, வீழ்ந்துவிடும் – விழும் (அங்ஙனமே), உவப்ப உடன்படுத்தற்கு ஏய கருமம் – அரசன் தானுவக்கும்படி செய்து முடித்தற்கு ஒருவனை ஏவிய காரியங்கள், அவற்றவற் றாந்துணைய பயத்தால் ஆகி – அந்த அந்தக் காரியங்களின் அளவாகிய பயனோடும் கூடி, வினை முதிரின் – அவ்வினை செய்து முடியின், செய்தான் மேல் ஏறும் – அவ்வினை செய்தான்மேல் நிற்கும்.

(பொ–ரை) பனையினது பழம் முற்றினதாய்ப் பனையது தாளின்மேலே விழும். அங்ஙனமே அரசன் தானுவக்கும்படி செய்து முடித்தற்கு ஒருவனை ஏவிய காரியங்கள்

அந்த அந்தக் காரியங்களின் அளவாகிய பயனொடும் கூடி அவ்வினை செய்து முடியின் அவ்வினை செதான்மேல் நிற்கும். (271)

272. பேரரசரை யடைந்தவர் பிறரை யஞ்சார்

செருக்கெழு மன்னர் திறலுடையார்ச் சேர்ந்தார்
ஒருத்தரை யஞ்சி உலைதலும் உண்டோ?
உருத்த சுணங்கின் ஒளியிழா! கூரி
தெருத்து வலியதன் கொம்பு.

(ப—ரை) உருத்த சுணங்கின் ஒளியிழா – தோன்றிய சுணங்கினை யுடைய ஒளியிழா! வலிய எருத்து தன் கொம்பு கூரிது – வலிய எருத்தின் கொம்பு கூரிது (ஆதலால்), திறலுடையார் செருகெழு மன்னர் சேர்ந்தார் – வலியுள்ள போர்மேவியிருந்த அரசரை அடைந்தவர்கள், ஒருத்தரை அஞ்சி – பிறரொருவருக்கு அஞ்சி, உலைதலும் – தளர்தலும், உண்டோ – உண்டோ.

(பொ—ரை) தோன்றிய சுணங்கினையுடைய ஒளியிழா! வலிய எருத்தின் கொம்பு கூரிது. ஆதலால் வலியுள்ள போர்மேவியிருந்த அரசரை அடைந்தவர்கள் பிறரொருவருக்கு அஞ்சித் தளர்தலும் உண்டோ. (272)

273. மன்னன் மதித்தவனை மாந்தரும் மதிப்பர்

வேந்தன் மதித்துவப்பப் பட்டாரைக் கொண்டேனை
மாந்தரும் ஆங்கே மதித்துணர்வர் - ஆய்ந்த
நலமென் கதுப்பினா! நாடினெய் பெய்த
கலனேநெய் பெய்து விடும்.

(ப—ரை) ஆய்ந்த ந(ல்)ல மென் கதுப்பினா – ஆராய்ந்த நல்ல மெல்லிய கூந்தலையுடையா! நாடின் – விசாரிக்கின், நெய் பெய்த கலனே – நெய்யிட்ட கலமே, நெய் பெய்துவிடும் – நெய்யிட்டு வரும் (அதுபோல), வேந்தன் மதித்து உவப்பப்பட்டாரை – வேந்தனால் நன்கு மதித்து நன்றெனப்பட்டவரை, கொண்டு – விரும்பிக்கொண்டு, ஏனை மாந்தரும் – மற்றுள்ள மாந்தரும், ஆங்கே – அவனைப்போல, மதித்து உணர்வர் – நன்கு மதித்துணர்வர்.

(பொ—ரை) ஆராய்ந்த நல்ல மெல்லிய கூந்தலையுடையா! விசாரிக்கின் நெய்யிட்ட கலமே நெயிட்டு வரும். அதுபோல வேந்தனால் நன்கு மதித்து நன்றெனப்பட்டவரை விரும்பிக்கொண்டு மற்றுள்ள மாந்தரும் அவனைப்போல நன்கு மதித்துணர்வர். (273)

274. அரசனை யடைந்தவர் ஒன்றும் வேண்டாமை

ஆண்டகை மன்னரைச் சார்ந்தார்தாம் அல்லுறினும்
ஆண்டொன்று வேண்டுது மென்ப துரையற்க
பூண்டாங்கு மார்ப! பொருடக்கார் வேண்டாமை

வேண்டிய தெல்லாந் தரும்.

(ப—ரை) பூண் தங்கு மார்ப – அணிகலன்களைத் தரித்த மார்பனே! ஆண்டகை மன்னரைச் சார்ந்தார் – ஆண்டகைமையையுடைய அரசரைச் சேர்ந்தொழுகுவார், தாம் அல் உறினும் – தாம் வறுமையால் அல்லலுற்றாராயினும், ஆண்டு – அவர் மாட்டு, ஒன்று வேண்டுதும் என்பது – ஒன்றனை வேண்டுவோம் என்பதனை, உரையற்க – சொல்லற்க. பொருள் தக்கார் – பிறரால் மதிக்கப்படுவார், வேண்டாமை – ஒன்றானை வேண்டா தொழுகுதல், வேண்டியது எல்லாம் தரும் – தாம் வேண்டிய பொருளெல்லாவற்றையும் தரும்.

(பொ—ரை) அணிகலன்களைத் தரித்த மார்பனே! ஆண்டகைமையையுடைய அரசரைச் சேர்ந்தொழுகு வார் தாம் வறுமையால் அல்லலுற்றாராயினும் அவர் மாட்டு ஒன்றனை வேண்டுவோம் என்பதனைச் சொல்லற்க. பிறரால் மதிக்கப்படுவார் ஒன்றனை வேண்டா தொழுகுதல் தாம் வேண்டிய பொருளெல்லாவற்றையும் தரும். (274)

275. சேவகரால் காரியங்கொள்வது செவ்விதன்று

காவலனை ஆக வழிபட்டார் மற்றவ
னேவல் வினைசெய் திருந்தார்க் குதவடுத்தல்
ஆவணைய நின்றதன் கன்று முலையிருப்பத்
தாயணல் தான்சுவைத் தற்று.

(ப—ரை) காவலனை – அரசனை, ஆக – தமக்கு நட்பாம் வகை, வழிபட்டார் – வழிபட்டொழுகினார், அவன் ஏவல் வினை செய்திருந்தார்க்கு – அவனால் ஏவப்பட்ட வேலை செய்திருந்த பிறருக்கு, உதவு அடுத்தல் – உதவியை அடுத்து அவரால் காரியங் கோடல், அணையநின்ற ஆ – தன்னை அணையநின்ற பசுவினை, தன் கன்று தான் – அதன் கன்று, தாய் முலை இருப்ப – தாயின் மடி இருக்க (அதனைத் தவிர்த்து), அணல் – தாயின் அணலை, சுவைத்தற்று – சுவைத்தது போலாம். (மற்று – அசை.) அணல் – கீழ்வா, மிடறு.

(பொ—ரை) அரசனைத் தமக்கு நட்பாம் வகை வழிபட் டொழுகினார் அவனால் ஏவப்பட்ட வேலை செய்திருந்த பிறருக்கு உதவியை அடுத்து அவரால் காரியங் கோடல் தன்னை அணையநின்ற பசுவினை அதன் கன்று தாயின் மடி இருக்க அதனைத் தவிர்த்துத் தாயின் அணலைச் சுவைத்தது போலாம். (275)

276. காலமறிந்து சொல்வோர்க்குக் கருமம் முடிதல்

சிறப்புடை மன்னவரைச் செவ்வியி னோக்கித்
திறத்தின் உரைப்பார்க்கொன் றாகாத தில்லை
விறற்புகழ் மன்னர்க் குயிரன்ன ரேனும்
புறத்தமைச்சின் நன்றகத்துக் கூன்.

(ப—ரை) சிறப்புடை மன்னவரை – சிறப்புடைய அரசரை, செவ்வியின்

நோக்கி – செவ்வியுள்ள காலமறிந்து நோக்கி, திறத்தின் உரைப்பார்க்கு – திறப்பட உரைப்பார்க்கு, ஆகாதது ஒன்று இல்லை – முடியாத கருமம் ஒன்றுமில்லை. விறல் புகழ் – மிக்க புகழையுடைய, மன்னர்க்கு – அரசருக்கு, உயிர் அன்னரேனும் – உயிர் போல்பவரே யாயினும், புறத்து அமைச்சின் – கோயிலின் புறத்தே ஒழுகும் அமைச்சரைக் காட்டிலும் அகத்து கூன் நன்று – கோயிலினுள்ளே வாழும் கூனே நன்று.

(பொ–ரை) சிறப்புடைய அரசரைச் செவ்வியுள்ள காலமறிந்து நோக்கித் திறப்பட உரைப்பார்க்கு முடியாத கருமம் ஒன்றுமில்லை. மிக்க புகழையுடைய அரசருக்கு உயிர் போல்பவரே யாயினும் கோயிலின் புறத்தே ஒழுகும் அமைச்சரைக் காட்டிலும் கோயிலினுள்ளே வாழும் கூனே நன்று. (276)

277. மன்னர் விரும்புவதைத் தாமும் விரும்பற்க

இடுகுடைத்தேர் மன்னர் எமக்கமையு மென்று
கடிதவர்தாம் காதலிப்ப தாமகாதல் கொண்டு
முடிய எனைத்தும் உணரா முயறல்,
கடிய கனைத்து விடல்.

(ப–ரை) இடு குடை தேர் மன்னர் – இடப்படும் தவளக்குடையையுடைய தேர் மன்னர், எமக்கு அமையுமென்று – எமக்கு இது தக்கதென்று, அவர் தாம் கடிது காதலிப்ப(து) – அவர் தாம் மிகவும் விரும்பின பொருளை, தாம் – தாமும், காதல் கொண்டு – விரும்பி, எனைத்தும் உணரா(து) – எவ்வளவும் ஆராயாது, முடிய முயறல் – தமக்கு அப்பொருள் முடியும்படி முயற்சி செய்தலானது, கடியன – கடிய புலி முதலாயினவற்றை, கனைத்துவிடல் – தம்மிடம் வர அழைத்ததனோ டொக்கும்.

(பொ–ரை) இடப்படும் தவளக்குடையையுடைய தேர் மன்னர் எமக்கு இது தக்கதென்று அவர் தாம் மிகவும் விரும்பின பொருளைத் தாமும் விரும்பி எவ்வளவும் ஆராயாது தமக்கு அப்பொருள் முடியும்படி முயற்சி செய்தலானது கடிய புலி முதலாயினவற்றைத் தம்மிடம் வர அழைத்ததனோ டொக்கும். (277)

278. அரசன் சீர்கெட்ட விடத்தும் அவனை இகழார்

சீர்த்தகு மன்னர் சிறந்தனைத்துங் கெட்டாலும்
நேர்த்துரைத் தெள்ளார் நிலைநோக்கிச் - சீர்த்த
கிளையின்றிப் போஒத் தனித்தாயக் கண்ணும்
இளைதென்று பாம்பிகழ்வா ரில்.

(ப–ரை) சீர்த்த கிளை இன்றி தனித்து ஆயக்கண்ணும் – மிக்க சுற்றம் இல்லாதொழிந்து ஒன்றியானவிடத்தும், பாம்பு – பாம்பினை, இளைதென்று – சிறிய தென்று, இகழ்வார் – (எச்சரிக்கையின்றி) இகழ்ந்திருப்பவர், இல் – இல்லை (அதுபோல), சீர் தகு மன்னர் – சீர்மை தக்க அரசர், சிறந்த அனைத்தும் கெட்டாலும் – சீர்மைகளெல்லாம் கெட்டவிடத்தும், நிலைநோக்கி – அந்நிலையை நோக்கி, நேர்த்து உரைத்து – அவரோடு மாறுபட் டுரைத்து, எள்ளார் – இகழார்.

(பொ—ரை) மிக்க சுற்றம் இல்லாதொழிந்து ஒன்றியான விடத்தும் பாம்பினைச் சிறியதென்று எச்சரிக்கை யின்றி இகழ்ந்திருப்பவர் இல்லை, அதுபோலச் சீர்மை தக்க அரசர் சீர்மைகளெல்லாம் கெட்டவிடத்தும் அந்நிலையை நோக்கி அவரோடு மாறுபட் டுரைத்து இகழார். (278)

279. அரசர் இருவரிடையில் புகுந்தவன் தீமை யடைவான்

செருக்குடைய மன்ன ரிடைப்புக் கவருள்
ஒருத்தற் குதவாத சொல்லின் தனக்குத்
திருத்தலு மாகாது தீதாம் அதுவே
எருத்திடை வைக்கோல் தினல்.

(ப—ரை) செருக்குடை மன்னர் இடை புக்கு – களிப்புடைய அரசர் இருவரிடையே ஒருவன் புகுந்து, அவருள் ஒருத்தற்கு உதவாத சொல்லின் – அவருள் ஒருவனுக்கு ஆகாத சொற்களைச் சொன்னால், (அவர்கள் இருவரும் வேறுபட்டுண்டான விரோதத்தை) தனக்கு திருத்தலும் ஆகாது – தன்னால் திருத்தலும் ஆகாமல், தீது ஆம் – தனக்குத் தீமையா விளையும், அது எருத்திடை வைக்கோல் தினல் – அது இரண்டெருதின் நடுவேயிட்ட வைக்கோலை ஓர் உழப்பெருது புகுந்து தின்னலுற்றால் அவ்விரண்டாலும் துன்பமுற்றுத் தின்னவும் பெறாதது போலும். (ஏ–அசை.)

(பொ—ரை) களிப்புடைய அரசர் இருவரிடையே ஒருவன் புகுந்து அவருள் ஒருவனுக்கு ஆகாத சொற்களைச் சொன்னால், அவர்கள் இருவரும் வேறுபட்டுண்டான விரோதத்தைத் தன்னால் திருத்தலும் ஆகாமல் தனக்குத் தீமையா விளையும். அது இரண்டெருதின் நடுவேயிட்ட வைக்கோலை ஓர் உழப்பெருது புகுந்து தின்னலுற்றால் அவ்விரண்டாலும் துன்பமுற்றுத் தின்னவும் பெறாதது போலும். (279)

280. அரசனிடம் கவர்ந்த பொருளால் அவனை வசப்படுத்தல்

பன்னாள் தொழில்செய் துடைய கவர்ந்துண்டார்,
இன்னாமை செய்யாமை வேண்டிஇறைவர்க்குப்
பொன்யாத்துக் கொண்டு புகுதல், குவளையைத்
தன்னாரால் யாத்து விடல்.

(ப—ரை) இறைவர்களுக்கு பல் நாள் தொழில் செய்து – அரசர்க்குப் பலநாளும் காரியஞ் செய்து, உடைய – அவருடைய பொருள்களை, கவர்ந்து உண்டார் – விரும்பி உண்டவர், இன்னாமை செய்யாமை வேண்டி – அவ்வரசர் பின் பொல்லாங்கு செய்யாமையைக் கருதி, பொன் – தம்மிடத்துண்டாகிய பொருளை, யாத்துக்கொண்டு – சேரக் கட்டிக் கொண்டு, புகுதல் – போக்கொடுத்தல், குவளையை – செங்கழுநீர் மலரை, தன் நாரால் – அதன் நாராலே, யாத்துவிடல் – தொடுப்பதனோ டொக்கும்.

(பொ—ரை) அரசர்க்குப் பலநாளும் காரியஞ் செய்து அவருடைய பொருள்களை விரும்பி உண்டவர் அவ்வரசர் பின் பொல்லாங்குச் செய்யாமையைக் கருதித் தம்மிடத்துண்டாகிய பொருளைச் சேரக் கட்டிக் கொண்டு போய்க்

கொடுத்தல் செங்கழுநீர் மலரை அதன் நாராலே தொடுப்பதனோ டொக்கும். (280)

281. தம்மை யாக்கிய அரசனை வஞ்சித்துக் கொன்றவர்

மெம்மையே நின்று மிகநோக்கப் பட்டவர்
கைம்மேலே நின்று கறுப்பன செய்தொழுகிப்
பொம்மேலே கொண்டவ் விறைவற்கொன் றார்குறை
தம்மேலே வீழப் பனை.

(ப—ரை) மெம்மையே நின்று – தெளிதற்கண்ணே நின்று, மிக நோக்கப்பட்டவர் – மிகுதியை உடையராக நோக்கி அரசனால் சிறப்புச் செய்யப்பட்டவர், கைமேலே நின்று – தமக்காம் திறத்தின் மேலே நின்று, கறுப்பன செதொழுகி – (தம்மை உயர்வாக்கிய) அரசன் கோபிப்பனவற்றைச் செய்தொழுகி, பொய் மேலே கொண்டு – வஞ்சனையை மேற்கொண்டு, அ இறைவன் கொன்றார் – அவ்வரசனைக் கொன்றவர், பனை தம்மேலே வீழ குறைப்பர் – பனை தம்மேலே விழும்படி வெட்டினவரோ டொப்பர்.

(பொ—ரை) தெளிதற்கண்ணே நின்று மிகுதியை உடையராக நோக்கி அரசனால் சிறப்புச் செய்யப்பட்டவர் தமக்காம் திறத்தின் மேலே நின்று தம்மை உயர்வாக்கிய அரசன் கோபிப்பனவற்றைச் செய்தொழுகி வஞ்சனையை மேற்கொண்டு அவ்வரசனைக் கொன்றவர் பனை தம்மேலே விழும்படி வெட்டினவரோ டொப்பர். (281)

282. அரசன் கறுவு கொள்ளத்தக்கன செய்யார்

வெஞ்சின மன்னவன் வேண்டாத வேசெயினும்
நெஞ்சத்துட் கொள்வ சிறிதும் செயல்வேண்டா
என்செய் தகப்பட்டக் கண்ணும் எழுப்புபவோ
துஞ்சு புலியைத் துயில்?

(ப—ரை) என் செய்து அகப்பட்டக்கண்ணும் – எல்லாத் துன்பங்களையும் தமக்குச் செய்து அகப்பட்ட விடத்தும், துஞ்சு புலியை – உறங்குகின்ற புலியை, துயில் எழுப்புபவோ – துயிலெழுப்புவரோ? வெஞ்சினம் மன்னவன் – கொடிய கோபத்தையுடைய அரசன், வேண்டாதன செயினும் – தன்கீழ் வாழ்வாரைத் தகாதன செய்தானாயினும், நெஞ்சத்துள் கொள்வ – அவன் மனத்தில் கறுவுகொள்ளத் தக்கவற்றை, சிறிதும் செயல் வேண்டா – சிறிதும் (அவன் கீழ் வாழ்வார்) செய்யலாகாது.

(பொ—ரை) எல்லாத் துன்பங்களையும் தமக்குச் செது அகப்பட்ட விடத்தும் உறங்குகின்ற புலியைத் துயிலெழுப்புவரோ? கொடிய கோபத்தை யுடைய அரசன் தன்கீழ் வாழ்வாரைத் தகாதன செதானாயினும் அவன் மனத்தில் கறுவுகொள்ளத் தக்கவற்றைச் சிறிதும் அவன் கீழ் வாழ்வார் செய லாகாது. (282)

283. அரசனைக் கோபிப்பது உயிர்க்கிறுதி யாகும்

தாமேயும் தம்மைப் புறந்தர வாற்றாதார்

வாமான்றேர் மன்னரைக் காவ தெவன்கொலோ?
ஆமா உகளும் அணிவரை வெற்ப! கேள்
ஏமரார் கோங்கேறி னார்.

(ப—ரை) ஆமா – காட்டுப் பசு, உகளும் – பாயும், அணி – அழகிய, வரை வெற்ப – மலைநாடனே! கேள்– கேட்பாயாக. கோங்க ஏறினார் – கோங்கமரத்தை ஏறினார், ஏமரார் – தம்முயிர்க்குக் காவல் இலராவர், தம்மை தாமேயும் புறந்தர் ஆற்றாதார் – தம்மைத் தாமாகவும் பாதுகாத்துக்கொள்ள மாட்டாதார், வா(வு)ம் மான் தேர் மன்னரை – வாவிப் பாயும் குதிரை கட்டிய தேரையுடைய அரசரை, காவது – கோபிப்பது, எவன் – என்ன பயனை நோக்கி? (தம் உயிர்க்கு இறுதியாகிய பயனை நோக்கிப் போலும்இ) (கொல் – ஒ – அசை.)

(பொ—ரை) காட்டுப் பசு பாயும் அழகிய மலைநாடனே! கேட்பாயாக. கோங்கமரத்தில் ஏறினார் தம்முயிர்க்குக் காவல் இலராவர். தம்மைத் தாமாகவும் பாதுகாத்துக்கொள்ள மாட்டாதார் வாவிப்பாயும் குதிரை கட்டிய தேரையுடைய அரசரைக் கோபிப்பது என்ன பயனை நோக்கி? தம் உயிர்க்கு இறுதியாகிய பயனை நோக்கிப் போலும். (283)

284. அரசன் பொறுத்தானென்று மேலும் பொறாதன செய்தல்

உறாஅ வகையது செய்தாரை வேந்தன்
பொறாஅன் போலப் பொறுத்தால் – பொறாஅமை
மேன்மேலும் செய்து விடுதல் அதுவன்றோ
கூன்மேல் எழுந்த குரு.

(ப—ரை) உறா வகையது செய்தாரை – உறுதியில்லாத கருமத்தைச் செய்தாரை, வேந்தன் – அரசன், பொறான்போல் பொறுத்தால் – வெளியில் பொறாதவனைப்போலக் காட்டி மனத்தால் பொறுத்தால், பொறாதவை – பின்னும் அவன் பொறாதனவற்றை, மேன்மேலும் செய்துவிடுதல் – மேன்மேலும் செய்தலாகிய அது, கூன்மேல் எழுந்த குரு அன்றோ – கூனின்மேல் எழுந்த கழலைக் கட்டியோ டொக்கும்.

(பொ—ரை) உறுதியில்லாத கருமத்தைச் செய்தாரை அரசன் வெளியில் பொறாதவனைப்போலக் காட்டி மனத்தால் பொறுத்தால் பின்னும் அவன் பொறாதன வற்றை மேன்மேலும் செய்தலாகிய அது கூனின்மேல் எழுந்த கழலைக்கட்டியோ டொக்கும். (284)

285. குறளையைப் பொயென்று அரசனைத் தெருட்டல்

பொருளல்லார் கூறிய பொய்க்குறளை வேந்தன்
தெருளுந் திறந்தெரித லல்லால் - வெருளவெழுந்
தாடு பவரோடே ஆடார் உணர்வுடையார்;
ஆடுபணைப் பொய்க்காலே போன்று.

(ப—ரை) பொருளல்லார் – ஒரு பொருளாகக் கொள்ளப்படாதோர், கூறிய – சொல்லிய, பொய் குறளை – பொய்யாகிய குறளையை, வேந்தன் தெருளும், திறம் – (பொய்யென்று) அரசன் தெளியும் திறங்களை, தெரிதல் அல்லால் – ஆராய்ந்து அரசனைத் தெளிவித்தலல்லாமல், உணர்வுடையார் – (அரசனிடமுள்ள) உணர்வுடையார், வெருள – குறளையைச் சொல்லப்பட்டவர் அஞ்சும்படி, ஆடுபவரோடு – குறளை சொல்லி ஆடுகின்றவர்களோடு, எழுந்து – தாமும் எழுந்து, ஆடு பணை பொக்காலே போன்று – மூங்கிலால் செத பொய்க்கால் ஆடுவது போன்று, ஆடார் – ஆடார்.

(பொ—ரை) ஒரு பொருளாகக் கொள்ளப்படாதோர் சொல்லிய பொய்யாகிய குறளையை, வேந்தன் தெருளும் பொய்யென்று அரசன் தெளியும் திறங்களை ஆராய்ந்து அரசனைத் தெளிவித்தலல்லாமல் அரசனிடமுள்ள உணர்வுடையார் குறளையைச் சொல்லப்பட்டவர் அஞ்சும்படி குறளை சொல்லி ஆடுகின்றவர்களொடு தாமும் எழுந்து மூங்கிலால் செய்த பொய்க்கால் ஆடுவது போன்று ஆடார். (285)

4. பகைத்திறம்

286. தம்வலி யில்லார் புகழெய்தாமை

வன்சார் புடைய ரெனினும் வலிபெய்து
தஞ்சார் பிலாதாரைத் தேசூன்ற லாகுமோ?
மஞ்சுசூழ் சோலை மலைநாட! யார்க்கானும்
அஞ்சுவார்க் கில்லை யரண்.

(ப—ரை) மஞ்சு சூழ் சோலை மலைநாட – மேகம் தங்கும் சோலையையுடைய மலைநாடனே! வன்சார்பு உடையர் எனினும் – வலியாரைச் சார்பாக உடையவராயினும், தம் சார்பு இலாதாரை – தம்வலி இல்லாதாரை, வலி பெய்து – வலி உண்டாக்குவித்து, தேசு ஊன்றல் ஆகுமோ – புகழை உண்டாக்கும் செயலின்கண்ணே ஊன்றுவிக்க ஒருவரால் முடியுமோ? யார்க்கானும் – யாவர்க்காயினும், அஞ்சுவார்க்கு அரண் இல்லை – அஞ்சுவோர்க்கு ஓர் அரண் இல்லை.

(பொ—ரை) மேகம் தங்கும் சோலையையுடைய மலைநாடனே! வலியாரைச் சார்பாக உடையவராயினும் தம்வலி இல்லாதாரை வலி உண்டாக்குவித்துப் புகழை உண்டாக்கும் செயலின்கண்ணே ஊன்றுவிக்க ஒருவரால் முடியுமோ? யாவர்க்காயினும் அஞ்சுவோர்க்கு ஓர் அரண் இல்லை. (286)

287. உண்டானபோதே பகையைக் களைதல்

எதிர்த்த பகையை இளைதாய போழ்தே
கதித்துக் களையின் முதிராதே. தீர்த்து
நனிநயப்பச் செய்தவர் நண்பெல்லாந் தீரத்
தனிமரம் காடாத லில்.

(ப–ரை) எதிர்த்த பகையை – தம்மொடு மாறுபட்டுத் தோன்றிய பகையை, இளைதாய போழ்தே – அது உண்டான போதே, கதித்து களையின் – விரைந்து களைந்துவிட்டால், முதிராது – அது முதிராது. அவர் நண்பெல்லாம் – அவருடைய நண்பினரையெல்லாம், நனி நயப்ப செய்து – தம்மொடு நயப்பச் செய்து, தீரத் தீர்த்து – பிரிக்கப் பிரித்தால், தனிமரம் காடு ஆதல் இல் – தனியே ஒரு மரம் நின்று காடாவதில்லை. (அதுபோல் அவர் தான் அஞ்சத்தக்க பகைவராகார்.)

(பொ–ரை) தம்மொடு மாறுபட்டுத் தோன்றிய பகையை அது உண்டான போதே விரைந்து களைந்து விட்டால் அது முதிராது. அவருடைய நண்பினரையெல்லாம் தம்மொடு நயப்பச் செது பிரிக்கப் பிரித்தால் தனியே ஒரு மரம் நின்று காடாவதில்லை. அதுபோல் அவர் தான் அஞ்சத்தக்க பகைவராகார். (287)

288. நலிந்த பகைவரை உடனே நலிதல்

முன்னலிந் தாற்ற முரண்கொண் டெழுந்தோரைப்
பின்னலிது மென்றிருத்தல் பேதைமையே - மின்னின்று
காம்பன்ன தோளி! கலத்திற் கடித்தோடும்
பாம்பின்பல் கொள்வாரோ இல்.

(ப–ரை) மின் நின்று – மின்னல்போல் காந்தி நிலைபெற்று, காம்பு அன்ன தோளி – மூங்கில் போன்ற தோள்களை யுடையா! கலத்தின் – கலத்தினின்றும், கடித்து – ஒருவரைக் கடித்துவிட்டு, ஓடும் – ஓடும், பாம்பின் பல் – பாம்பின் பல்லை, கொள்வார் – பிடுங்குவார், இல் – இல்லை. ஆற்ற முரண் கொண்டு – மிகவும் மாறுபாடுகொண்டு, முன் நலிந்தோரை – முந்துறத் தம்மை நலித்தவரை, பின் – பின்பு, நலிதும் என்று – நலிவோமென்று, இருத்தல் – கருதியிருத்தல், பேதைமையே – அறியாமையே யாம்.

(பொ–ரை) மின்னல்போல் காந்தி நிலைபெற்று மூங்கில் போன்ற தோள்களையுடையா! கலத்தினின்றும் ஒருவரைக் கடித்துவிட்டு ஓடும். பாம்பின் பல்லைப் பிடுங்குவார் இல்லை. மிகவும் மாறுபாடு கொண்டு முந்துறத் தம்மை நலித்தவரைப் பின்பு நலிவோமென்று கருதியிருத்தல் அறியாமையே யாம். (288)

289. பகைவரை வேரறுத்தல்

நிரம்ப நிரையத்தைக் கண்டந் நிரையம்
வரம்பில் பெரியானும் புக்கான் - இரங்கார்,
கொடியார மார்ப! குடிகெட வந்தால்,
அடிகெட மன்றி விடல்.

(ப–ரை) ஆரம் கொடி மார்ப – முத்துத் தனிவடத்தை யுடைய மார்பனே! வரம்பு இல் பெரியானும் – குணத்தால் அளவில்லாத பெரியானாகிய தருமனும், நிரையத்தை

– (பொய் உரைத்தால் புகும்) நரகத்தை, நிரம்ப கண்டு – நன்றாக அறிந்திருந்தும், அ நிரையம் புகுந்தான் – (ஒரு பொய் உரைத்து) அந்த நரகத்தில் புகுந்தான் (ஆதலால்), குடிகெட வந்தால் – தாம் பிறந்த குடி கெடுவதொரு காலம் வந்தால் (அது கெடாத வகை), இரங்கார் – பகைவர்க்கிரங்காமல், அடிகெட – அவர் வேரற, மன்றிவிடல் – தண்டஞ் செய்துவிடுக.

(பொ–ரை) முத்துத் தனிவடத்தையுடைய மார்பனே! குணத்தால் அளவில்லாத பெரியானாகிய தருமனும் பொய் உரைத்தால் புகும் நரகத்தை நன்றாக அறிந்திருந்தும் ஒரு பொய் உரைத்து அந்த நரகத்தில் புகுந்தான். ஆதலால், தாம் பிறந்த குடி கெடுவதொரு காலம் வந்தால் அது கெடாத வகை பகைவர்க் கிரங்காமல் அவர் வேரற தண்டஞ் செய்துவிடுக. (289)

290. பகைவர் ஒட்டாமை

தமரல் லவரைத் தலையளித்துக் கண்ணும்
அமராக் குறிப்பவர்க் காகாதே தோன்றும்
சுவர்நிலம் செய்தமையக் கூட்டியக் கண்ணும்
உவர்நிலம் உட்கொதிக்கு மாறு.

(ப–ரை) சுவர்நிலம் செய்து அமையக் கூட்டியக்கண்ணும் – சுவர் மண்ணாகச் செய்து நிரம்பச் செறியும்படி கூட்டினவிடத்தும், உவர்நிலம் – உவர்மண், உட்கொதிக்கும் ஆறு – உட்கொதித்து உதிருமாறு போல, தமர் அல்லவரை – உறவல்லாத பகைவரை, தலையளித்தக் கண்ணும் – தாம் காத்தலும், ஆகாதே – அத்தலையளிப்பு ஆகாதே, அமரா குறிப்பு தோன்றும் – விரும்பாத குறிப்பாகப் பகைவர்க்குத் தோன்றும்.

(பொ–ரை) சுவர் மண்ணாகச் செய்து நிரம்பச் செறியும்படி கூட்டினவிடத்தும் உவர்மண் உட்கொதித்து உதிருமாறு போல உறவல்லாத பகைவரைத் தாம் காத்தலும் அத்தலையளிப்பு ஆகாதே விரும்பாத குறிப்பாகப் பகைவர்க்குத் தோன்றும். (290)

291. பகைவரை வசப்படுத்த லாகாமை

முகம்புறத்துக் கண்டால் பொறுக்கலா தாரை
அகம்புகுது மென்றிரக்கும் ஆசை, இருங்கடத்துத்
தக்க நெறியிடைப் பின்னும் செலப்பெறார்
ஒக்கலை வேண்டி அழல்.

(ப–ரை) முகம் புறத்து கண்டால் பொறுக்க லாதாரை – தம் முகத்தைப் புறத்துக் கண்டாலும் பொறுக்காதவரை, அகம் புகுதும் என்று இரக்கும் ஆசை – எம்மனையின் கண்ணே இன்று வாரும் என்று அவரை வேண்டிக்கொள்ளும் ஆசையானது, இரு கடத்து – பெரிய காட்டில், தக்க நெறியிடை – (பின் செல்ல எளிதான) தகுந்த வழியின்கண், பின்னும் செலப்பெறார் – பெற்றோர்ப் பின்னும் செல்லப்பெறாத புதல்வர், ஒக்கலை வேண்டி – அவருடைய இடுப்பிலே ஏறிப்போக வேண்டி, அழல் – அழுதலோடொக்கும்.

(பொ—ரை) தம் முகத்தைப் புறத்துக் கண்டாலும் பொறுக்காதவரை எம்மனையின் கண்ணே இன்று வாரும் என்று அவரை வேண்டிக்கொள்ளும் ஆசையானது பெரிய காட்டில் பின் செல்ல எளிதான தகுந்த வழியின்கண் பெற்றோர்ப் பின்னும் செல்லப் பெறாத புதல்வர் அவருடைய இடுப்பிலே ஏறிப் போக வேண்டி அழுதலோ டொக்கும். (291)

292. பெரியாரொடு பகை கொள்ளாமை

ஆற்றப் பெரியார் பகைவேண்டிக் கொள்ளற்க
போற்றாது கொண்டரக்கன் போரின் அகப்பட்டான்
நோற்ற பெருமை யுடையாரும் கூற்றம்
புறங்கொம்மை கொட்டினா ரில்.

(ப—ரை) நோற்ற பெருமை உடையாரும் – தவம் பண்ணின பெரியோரும், கூற்றம் புறம் – யமனுடைய முதுகில், கொம்மை கொட்டினார் – கொம்மை கொட்டிப் பிழைத்தவர், இல் – இல்லை (ஆதலால்), ஆற்ற பெரியார் பகை – மிகவும் (வலியால்) பெரியாரொடு கொள்ளும் பகையை, வேண்டி – விரும்பி, கொள்ளற்க – கொள்ளா தொழிக, அரக்கன் – (முற்காலத்தில்) ஓரரக்கன், போற்றாது கொண்டு – அறிவினாலாராய்ந்து பாதுகாவாது பெரியாரொடு பகைகொண்டு, போரின் – போரின் கண்ணே, அகப்பட்டான் – அகப்பட் டிறந்து போயினான்.

(பொ—ரை) தவம் பண்ணின பெரியோரும் யமனுடைய முதுகில் கொம்மை கொட்டிப் பிழைத்தவர் இல்லை. ஆதலால் மிகவும் வலியால் பெரியாரொடு கொள்ளும் பகையை விரும்பிக் கொள்ளா தொழிக. முற்காலத்தில் ஓரரக்கன் அறிவினாலாரா—ய்ந்து பாதுகாவாது பெரியாரொடு பகைகொண்டு போரின் கண்ணே அகப்பட் டிறந்து போயினான். (292)

293. பெரியாரைச் சார்ந்தாரொடு மாறுகொள்ளாமை

பெரியாரைச் சார்ந்தார்மேல் பேதைமை கந்தாச்
சிறியார் முரண்கொண் டொழுகல், - வெறியொலி
கோனா யினம்வெரூஉம் வெற்ப! புலம்புகின்
தீநாய் எழுப்புமாம் எண்கு.

(ப—ரை) வெறி ஒலி – வெறியாட் டொலியை, கோனா இனம் – ஓனாயினங்கள், வெருவும் – அஞ்சாநின்ற, வெற்ப – வெற்பனே! பெரியாரை சார்ந்தார்மேல் – வலியாற் பெரியாரைச் சார்ந்தவர்மேல், சிறியார் – பற்றாத வலியாற் சிறியார், பேதைமை கந்து ஆ(க) – தமது அறியாமையே பற்றுக்கோடாக, முரண் கொண்டு ஒழுகல் – மாறு கொண்டொழுகுதல், புலம் – (கரடி வசிக்கும்) காட்டின் கண், தீநாய் புகின் – தீய நாய் புக்கால், எண்கு எழுப்புமாம் – அங்கு வாழும் கரடியை எழுப்புமதனோ டொக்கும் (வெறியாட்டு – வேலனாடல்).

(பொ—ரை) வெறியாட் டொலியை ஓனாயினங்கள் அஞ்சாநின்ற வெற்பனே! வலியாற் பெரியாரைச் சார்ந்தவர்மேல் பற்றாத வலியாற் சிறியார் தமது அறியாமையே பற்றுக்கோடாக மாறு கொண்டொழுகுதல் கரடி வசிக்கும் காட்டின் கண் தீய நாய்

புக்கால் அங்கு வாழும் கரடியை எழுப்புமதனோ டொக்கும். (293)

294. வலியாரொடு பொருதல் குற்றம்

இகலின் வலியாரை எள்ளி எளியார்
இகலின் எதிர்நிற்றல் ஏதம் - அகலப்போய்
என்செய்தே யாயினும் உந்தீக சாவாதான்
முன்கை வளையுந் தொடும்.

(ப—ரை) எளியார் – எளியார், இகலின் வலியாரை – போரில் வல்லவரை, எள்ளி – இகழ்ந்து, இகலின் – போரில், எதிர் நிற்றல் – அவரெதிர் நின்று பொருதல், ஏதம் – குற்றமாம், என் செய்தேயாயினும் – ஏதோ உபாயம் செய்தேயாயினும், அகல போ – தூரப்போய், உந்தீக – பிழைக்க சாவாதான் – சாவாதவன், முன்கை வளையும் – தன் முன் கையினிடும் கடகமும், தொடும் – பெறுவான்.

(பொ—ரை) எளியார் போரில் வல்லவரை இகழ்ந்து, போரில் அவரெதிர் நின்று பொருதல் குற்றமாம். ஏதோ உபாயம் செய்தேயாயினும் தூரப் போய் பிழைக்க. சாவாதவன் தன் முன் கையினிடும் கடகமும் பெறுவான். (294)

295. வலிய பகைவருக்குக் கோபம் உண்டாக்காமை

வென்றடு கிற்பாரை வெப்பித் தவர்காய்வ
தொன்றொடு நின்று சிறியார் பலசெய்தல்,
குன்றொடு தேன்கலாம் வெற்ப! அதுபெரிதும்
நன்றொடு வந்ததொன் றன்று.

(ப—ரை) குன்றொடு தேன் கலாம் வெற்ப – குவடுகளும் தேன் பொதிகளும் தம்முள் விரவி நெருங்கிய வெற்பை யுடையானே! வென்று அடுகிற்பாரை – வென்று தம்மைக் கொல்ல வல்லவரை, வெப்பித்து – மனத்தைக் கொதிப்பித்து, அவர் காய்வது ஒன்றொடு நின்று – அவர் கோபிப்ப தொரு காரியத்தொடு நின்று, சிறியார் – எளியார், பல செய்தல் அது – பல குற்றங்களைச் செய்தலாகிய அது, பெரிதும் நன்றொடு வந்ததொன் றன்று – தனக்கு மிகவும் நன்மையொடு சேர்ந்ததொன்றன்று.

(பொ—ரை) குவடுகளும் தேன் பொதிகளும் தம்முள் விரவி நெருங்கிய வெற்பை யுடையானே! வென்று தம்மைக் கொல்ல வல்லவரை மனத்தைக் கொதிப்பித்து அவர் கோபிப்ப தொரு காரியத்தொடு நின்று எளியார் பல குற்றங்களைச் செய்தலாகிய அது தனக்கு மிகவும் நன்மையொடு சேர்ந்ததொன்றன்று. (295)

296. வலியாரை வெகுள்வித்து உயிரிழத்தல்

உரைத்தவர் நாவோ பருந்தெறியா தென்று
சிலைத்தெழுந்து செம்மாப் பவரே - மலைத்தால்
இழைத்த திகவா தவரைக் கனற்றிப்
பலிப்புறத் துண்பார்உ ணா.

(ப—ரை) உரைத்தவர் நா பருந்து எறியாதென்று – பிறரை உரைக்கத் தகாதனவற்றை உரைத்தவரது நாவினை (ச் செத்த பிறகு) பருந்தும் எறியாதென்று

கருதி, சிலைத்து எழுந்து – எல்லாருடனும் கோபித்தெழுந்து, செம்மாப்பவரே – கர்வித்திருப்பவரே, மலைத்தால் – தம்மொடு மாறுபட்டால், இழைத்தது – (அம்மாறுபட்டாரைத் தாம்) செய்ய நினைத்ததை,இகவாதவரை – தப்பாது முடிக்க வல்லவரை, கனற்றி – வெகுள்வித்து, (மாறுபட்டாரால் தாம் இறந்துபோய்), பலி புறத்து – பலியிடும் கல்லின் புறத்திட்ட, உணா – உணவினை, உண்பார் – உண்பவராவர்.

(பொ–ரை) பிறரை உரைக்கத் தகாதனவற்றை உரைத்தவரது நாவினைச் செத்த பிறகு பருந்தும் எறியாதென்று கருதி எல்லாருடனும் கோபித்தெழுந்து கர்வித்திருப்பவரே தம்மொடு மாறுபட்டால் அம்மாறுபட்டாரைத் தாம் செய்ய நினைத்ததைத் தப்பாது முடிக்க வல்லவரை வெகுள்வித்து, மாறுபட்டாரால் தாம் இறந்துபோய் பலியிடும் கல்லின் புறத்திட்ட உணவினை உண்பவராவர். (296)

297. பழம் பகைவரை நள்ளாமை

தழங்குகுரல் வானத்துத் தண்பெயல் பெற்றால்
கிழங்குடைய வெல்லாம் முளைக்குமோ ராற்றால்
விழைந்தவரை வேர்சுற்றக் கொண்டொழுகல் வேண்டா
பழம்பகை நட்பாத லில்.

(ப–ரை) தழங்கு குரல் வானத்து தண்பெயல் பெற்றால் – முழங்கும் ஓசையை யுடைய மேகத்தின்கண் உள்ள குளிர்ந்த பெயலைப் பெற்றால், கிழங்கு உடைய எல்லாம் – கிழங்குடைய புல் முதலாயின வெல்லாம், ஓர் ஆற்றால் – ஒரு வகையால், முளைக்கும் – முளையா நிற்கும். பழம் பகை நட்பு ஆதல் இல்லை – பழம் பகைவர் நட்பாதல் இல்லை (ஆகையால்), அவரை விழைந்து – பழம் பகைவரை விரும்பி, வேர்சுற்றக் கொண்டொழுகல் வேண்டா – வேரூன்றும்படி ஒருவரும் நட்பாகக் கொண்டொழுக வேண்டா.

(பொ–ரை) முழங்கும் ஓசையை யுடைய மேகத்தின் கண் உள்ள குளிர்ந்த பெயலைப் பெற்றால் கிழங்குடைய புல் முதலாயின வெல்லாம் ஒரு வகையால் முளையா நிற்கும். பழம் பகைவர் நட்பாதல் இல்லை. ஆகையால், பழம் பகைவரை விரும்பி வேரூன்றும்படி ஒருவரும் நட்பாகக் கொண்டொழுக வேண்டா. (297)

298. உட்பகை துன்பந் தரும்

வெள்ளம் பகையெனினும் வேறிடத்தார் செய்வதென்?
கள்ளம் உடைத்தாகிச் சார்ந்த கழிநட்புப்
புள்ளொலிப் பொய்கைப் புனலூர! அஃதன்றோ
அள்ளில்லத் துண்ட தனிசு.

(ப–ரை) புள் ஒலி பொய்கை – பறவைகளின் ஒலி பொருந்திய தடாகங்கள் உள்ள, புனல் ஊர – புனலூரனே! வேறு இடத்தார் பகை – தமக்கு இடையிட்ட நாட்டின்கண் உள்ள பகைவர், வெள்ளம் எனினும் – வெள்ளம் என்கிற கணக்கா மிகப் பலராயினும், செய்வது – அவர்கள் வந்து (தம்மை நலிந்து) செய்யும் துன்பம், என் – என்ன? கள்ளம் உடைத்தாகி சார்ந்த கழி நட்பு அஃது – மனத்தில் வஞ்சனை பொருந்தித் தம்மைச் சார்ந்த (உட்பகை யுள்ளவரது) மிக்க நட்பானது, அள் இல்லத்து

உண்ட தனிசு அன்றோ – மனம் நெருங்கினவராய் வீட்டிலுள்ளாரிடம் கொண்ட கடன்போலும்.

(பொ–ரை) பறவைகளின் ஒலி பொருந்திய தடாகங்கள் உள்ள புனலூரனே! தமக்கு இடையிட்ட நாட்டின்கண் உள்ள பகைவர் வெள்ளம் என்கிற கணக்கா மிகப் பலராயினும் அவர்கள் வந்து தம்மை நலிந்து செய்யும் துன்பம் என்ன? மனத்தில் வஞ்சனை பொருந்தித் தம்மைச் சார்ந்த உட்பகையுள்ளவரது மிக்க நட்பானது மனம் நெருங்கினவரா*ய்* வீட்டிலுள்ளாரிடம் கொண்ட கடன்போலும். (298)

299. வெளிப்பகை தீயதன்று

இம்மைப் பழியும் மறுமைக்குப் பாவமும்
தம்மைப் பரியார் தமரா யடைந்தாரின்
செம்மைப் பகைகொண்டு சேராதார் தீயரோ?
மைம்மைப்பின் நன்று குருடு.

(ப–ரை) இம்மை பழியும் – இம்மைக்கு விளையும் பழியையும், மறுமைக்கு பாவமும் – மறுமைக்கு விளையும் பாவத்தையும், தம்மை பரியார் – தம்மிடத்தினின்றும் நீக்காரா, தமரா அடைந்தாரின் – (உட்பகை கொண்டு) உறவினரா வாழ்வார்போல், செம்மை பகை கொண்டு – நேரே பகைகொண்டு, சேராதார் – சேர்ந்தொழுகாதார், தீயரோ – தீயரோ? (தீயரல்லர்), மைம்மைப்பின் – தெரிவதும் தெரியாததுமாகும் கண்ணின் தன்மையைக் காட்டிலும், குருடு நன்று – குருட்டுக் கண்ணின் தன்மையே நன்று.

(பொ–ரை) இம்மைக்கு விளையும் பழியையும் மறுமைக்கு விளையும் பாவத்தையும் தம்மிடத்தினின்றும் நீக்காரா உட்பகை கொண்டு உறவினரா வாழ்வார்போல் நேரே பகைகொண்டு சேர்ந்தொழுகாதார் தீயரோ? தீயரல்லர். தெரிவதும் தெரியாததுமாகும். கண்ணின் தன்மையைக் காட்டிலும் குருட்டுக் கண்ணின் தன்மையே நன்று. (299)

300. வென்ற பகைவரை வெகுளல்

பொருந்தா தவரைப் பொருதட்ட கண்ணும்
இருந்தமையா ராகி இறப்ப வெகுடல்,
விரிந்தருவி வீழ்தரும் வெற்ப! அதுவே
அரிந்தரிகால் நீர்ப்படுக்கு மாறு.

(ப–ரை) அருவி விரிந்து வீழ்தரும் வெற்ப – அருவி பரந்து வீழும் வெற்பனே! பொருந்தாதவரை – பகைவரை, பொருது அட்ட கண்ணும் – போர்செய்து வென்ற விடத்தும், இருந்து அமையாராகி – அவ்வளவொடு பொருந்தியிருத்தலைச் செய்யாராகி, இறப்ப வெகுடல் அது – இறக்கும்படி மேலும் கோபத்தைச் செலுத்துதலானது, அரிந்த அரிகால் – முன்னே தலையரிந்து வைத்த அரிகாலை, நீர்ப்படுக்கும் ஆறு – உழுது நீரிலே அழுகப் புதைக்கும் தன்மைபோலாம். (ஏ-அசை.)

(பொ—ரை) அருவி பரந்து வீழும் வெற்பனே! பகைவரைப் போர்செய்து வென்றவிடத்தும் அவ்வளவொடு பொருந்தி யிருத்தலைச் செய்யாராகி இறக்கும் படி மேலும் கோபத்தைச் செலுத்துதலானது முன்னே தலையரிந்து வைத்த அரிகாலை உழுது நீரிலே அழுகப் புதைக்கும் தன்மைபோலாம். (300)

301. வலியிலாரொடு பகைகொள்ளல் பயனின்று

வன்பாட் டவர்பகை கொள்ளினும் மேலாயார்
புன்பாட் டவர்பகை கோடல் பயமின்றே
கண்பாட்ட பூங்கழிக் கானலந் தண்சேர்ப்ப!
வெண்பாட்டம் வெள்ளந் தரும்.

(ப—ரை) கண் பாட்ட பூ கழிக்கானல் அம் தண் சேர்ப்ப – கண்களின் தன்மையாயுள்ள பூங்குவளை யுடைய கானலந்தண் சேர்ப்பனே! வெண்பாட்டம் – (பருவமழை யன்றியே) வெண்பாட்டமும், வெள்ளம் தரும் – வெள்ளந் தரும் (ஆதலால்), மேலாயார் – மேலானவர், வன்பாட்டவர் பகை கொள்ளினும் – வலிய தகைமையை யுடையாரொடு பகை கொண்டாலும், புன்பாட்டவர் பகை கோடல் – எளிய தகைமையை யுடையாரொடு பகை கொள்ளுதல், பயம் இன்றே – யாதொரு பயனும் படாது.

(பொ—ரை) கண்களின் தன்மையாயுள்ள பூங்குவளையுடைய கானலந்தண் சேர்ப்பனே! பருவமழை யன்றியே வெண்பாட்டமும் வெள்ளந்தரும். ஆதலால், மேலானவர் வலிய தகைமையை யுடையாரொடு பகை கொண்டாலும் எளிய தகைமையையுடையாரொடு பகை கொள்ளுதல் யாதொரு பயனும் படாது. (301)

5. பகையறுக்கும் (உபாயம்) திறம்

302. உருவு பகை தவிர்த்தல்

வாட்டிற லானை வளைத்தார்கள் அஞ்ஞான்று
வீட்டிய சென்றார் விளங்கொளி - காட்டப்
பொருவறு தன்மைகண் டஃதொழிந்தார் அஃதால்
உருவு திருவூட்டு மாறு.

(ப—ரை) வாள் திறலானை – நாந்தகம் என்னும் வாளினால் வலியுள்ள விஷ்ணுவை, அ ஞான்று – முன்னொருகால், வீட்டிய சென்றார் வளைத்தார்கள் – கொல்லவேண்டிச் சென்று கடலின்கண் புகுந்து வளைத்த மதுவும் கைடவனும் என்னும் அசுரர் இருவரும், விளங்கு ஒளி காட்ட – அவ்விஷ்ணு திருவுருவம் விளங்கநின்று ஒளியைக் காட்ட, பொருவு அறு – அவ்வொப்பில்லாத, தன்மை – வடிவின் தன்மையை, கண்டு – கண்டு, அஃது – தாம் நினைத்துச் சென்ற கொலையை, ஒழித்தார் – தவிர்த்தார்கள். அஃது உருவு திரு ஊட்டும் ஆறு – அது அழகிய தன் உருவே செல்வத்தை நுகர்விக்கும் நெறியாம் (ஆல் – அசை).

(பொ—ரை) நாந்தகம் என்னும் வாளினால் வலியுள்ள வி ணுவை முன்னொருகால் கொல்ல வேண்டிச் சென்று கடலின்கண் புகுந்து வளைத்த மதுவும் கைடவனும் என்னும் அசுரர் இருவரும் அவ்வி ணு திருவுருவம் விளங்கநின்று

ஒளியைக் காட்ட அவ்வொப்பில்லாத வடிவின் தன்மையைக் கண்டு தாம் நினைத்துச் சென்ற கொலையைத் தவிர்த்தார்கள். அது அழகிய தன் உருவே செல்வத்தை நுகர்விக்கும் நெறியாம். (302)

303. வலியாரிடம் அடங்கி மெலியாரை மீதூர்தல்

வலியாரைக் கண்டக்கால் வாய்வாளா ராகி
மெலியாரை மீதூரு மேன்மை யுடைமை,
புலிகலாங் கொள்யானைப் பூங்குன்ற நாட!
வலியலாந்தா யக்கு வலிது.

(ப—ரை) புலி – புலியொடு, கலாம்கொள் யானை – பகைகொள்ளும் யானையையுடைய, பூ குன்றம் நாட – அழகிய குன்ற நாடனே! வலியாரை – தம்மின் வலியாரை, கண்டக்கால் – கண்டால், வாய்வாளார் ஆகி – வாயால் ஒன்றும் பேசாராகி, மெலியாரை – தம்மின் மெலியாரை (க் கண்டால்), மீதூரும் மேன்மை யுடைமை – அடர்த்துச் சொல்லும் மேம்பாடுடைமை யானது, வலியலாம் தாயக்கு வலிது – வலிதன்றா மக்காலம் வலிதாயின வாறுபோலும். (தாயம் – சமய வாப்பு – காலம்.)

(பொ—ரை) புலியொடு பகைகொள்ளும் யானையை யுடைய அழகிய குன்றநாடனே! தம்மின் வலியாரைக் கண்டால் வாயால் ஒன்றும் பேசாராகித் தம்மின் மெலியாரைக் கண்டால் அடர்த்துச் சொல்லும் மேம்பாடுடைமையானது வலிதன்றா மக்காலம் வலிதாயின வாறுபோலும். (303)

304. பலரைத் துணையாகக் கொள்க

ஒன்னார் அடநின்ற போழ்தின் ஒருமகன்
தன்னை எனைத்தும் வியவற்க - துன்னினார்
நன்மை யிலரா விடினும், நனிபலராம்
பன்மையிற் பாடுடைய தில்.

(ப—ரை) ஒன்னார் அடநின்ற போழ்தின் – தனது பகைவர் போர் செய்யத் தொடங்கிய பொழுதில், ஒரு மகன் – தனியனா யுள்ளவன், தன்னை எனைத்தும் வியவற்க – தான் பகைவரை வெல்ல வல்லனாகத் தன்னை எத்துணையும் வியவாதொழிக. துன்னினார் – தன்மேல் போர் செய்யச் செறிந்தவர், நன்மை இலரா— விடினும் – வீரத்தின்கண் நன்மை இலராயினும், நனி பலராம் பன்மையின் – அவர் மிகவும் பலராம் பன்மையின், பாடு உடையது இல் – பெருமையுடையது இல்லை.

(பொ—ரை) தனது பகைவர் போர் செய்யத் தொடங்கிய பொழுதில் தனியனா யுள்ளவன் தான் பகைவரை வெல்ல வல்லனாகத் தன்னை எத்துணையும் வியவாதொழிக. தன்மேல் போர் செய்யச் செறிந்தவர் வீரத்தின்கண் நன்மை இலராயினும் அவர் மிகவும் பலராம் பன்மையின் பெருமையுடையது இல்லை. (304)

305. வலிய பகைவனைத் தமது துணைவலியால் தவிர்த்தல்

தன்னலி கிற்பான் தலைவரின் தானவற்குப்
பின்னலி வானைப் பெறல்வேண்டும் - என்னதூஉம்
வாய்முன்ன தாக வலிப்பினும் போகாதே

நாய்பின்ன தாகத் தகர்.

(ப—ரை) வாய் முன்னது ஆக – வாய் முன்னது ஆம்படி, வலிப்பினும் – கட்டியிழுத்தாலும், தகர் – ஆடு, நாய் பின்னது ஆக – தன் பின்னே நாய் வர, என்னதும் – யாதும், போகாது – போகாது, (ஆகையால்) தன் நலிகிற்பான் – தன்னை நலியவல்லான், தலைவரின் – தன்மேல் படையெழுவனாயின், அவற்குப் பின் – அவனுக்குப் பின்னே நின்று, நலிவானை – வருத்தும் பகைவனை, தான் பெறல்வேண்டும் – தான் தேடிக்கொள்ளல் வேண்டும். (ஏ – அசை.)

(பொ—ரை) வாய் முன்னது ஆம்படி கட்டியிழுத்தாலும் ஆடு தன் பின்னே நாய் வர யாதும் போகாது. ஆகையால், தன்னை நலியவல்லான் தன்மேல் படையெழுவனாயின் அவனுக்குப் பின்னே நின்று வருத்தும் பகைவனைத் தான் தேடிக்கொள்ளல் வேண்டும். (305)

306. பகைவரைச் சார்ந்தாரை வசப்படுத்தல்

யானுமற் றிவ்விருந்த எம்முனும் ஆயக்கால்
வீரஞ் செயக்கிடந்த தில்லென்று கூடப்
படைமாறு கொள்ளப் பகைதூண்ட லஃதே
இடைநாயிற் கென்பிடு மாறு.

(ப—ரை) யானும் – யானும், இ இருந்த எம்முனும் – இவ்விடத்திருந்த என் தமயனுமாக, ஆயக்கால் – ஒருவினை செய்யத் தொடங்கினால், வீரம் செயக்கிடந்தது – பகைவரால் வீரம் செய்யக் கிடந்தது, இல் என்று – ஒன்றுமில்லையென்று சொல்லி, கூட – பகைவருக்குத் துணை செய்யத்தக்கவரும் தம்மொடு கூடி, படை மாறுகொள்ள – படைத்தொழிலின்கண் மாறு கொள்ளும் வகை, பகை தூண்டல் அஃது – பகைமையைத் தூண்டுதலானது, இடை நாக்கு – இடையருடைய நாக்கு, என்பு இடும் ஆறு – (கள்ளர்) எலும்பிடுமாறு போலும்.

(பொ—ரை) யானும் இவ்விடத்திருந்த என் தமயனுமாக ஒருவினை செயத் தொடங்கினால் பகைவரால் வீரம் செயக் கிடந்தது ஒன்றுமில்லை யென்று சொல்லிப் பகைவருக்குத் துணை செயத்தக்கவரும் தம்மொடு கூடிப் படைத்தொழிலின்கண் மாறு கொள்ளும் வகை பகைமையைத் தூண்டுதலானது இடையருடைய நாக்குக் கள்ளர் எலும்பிடுமாறு போலும். (306)

307. பகைவனுக்கும் மற்றொருவனுக்கும் பகையாக்கல்

இயற்பகை வெல்குறுவா னேமாப்ப முன்னே
அயற்பகை தூண்டி விடுத்தோர் - நயத்தால்
கறுவழங்கிக் கைக்கெளிதாச் செய்க அதுவே
சிறுகுரங்கின் கையாற்று ழா.

(ப—ரை) இயற்பகை வெல்குறுவான் – தனக்கு இயல்பான பகையாகிய பகைவனை வெல்லத் தொடங்கினவன், முன்னே ஏமாப்ப – முன்னே தனக்கு அரணாக, அயல் பகை தூண்டிவிடுத்து – (தன் பகைவனுக்கு) வேறொரு பகைவனை வளர்த்துவிட்டு, ஓர் நயத்தால் – ஒரு வழியால், கறு வழங்கி – கறுவினால் ஒழுகி,

கைக்கு எளிதா – தன்கைக்கு எளிதாக, செய்க – தன் பகைவனை நெருக்குக. அது – அங்ஙனம் செய்தல், சிறு குரங்கின் கையால் துழா – பெரிய குரங்கு குட்டிக் குரங்கின் கையாலே வேகின்ற கூழைத் துழாவிய செயலை ஒக்கும் (கறு – கோபம்.)

(பொ–ரை) தனக்கு இயல்பான பகையாகிய பகைவனை வெல்லத் தொடங்கினவன் முன்னே தனக்கு அரணாகத் தன் பகைவனுக்கு வேறொரு பகைவனை வளர்த்துவிட்டு ஒரு வழியால் கறுவினால் ஒழுகித் தன்கைக்கு எளிதாகத் தன் பகைவனை நெருக்குக. அங்ஙனம் செய்தல் பெரிய குரங்கு குட்டிக் குரங்கின் கையாலே வேகின்ற கூழைத் துழாவிய செயலை ஒக்கும். (307)

308. தம் பகைவரை அவர் பகைவரைக் கொண்டு களைதல்

மாற்றத்தை மாற்றம் உடைத்தலான், மற்றவர்க்
காற்றும் பகையால் அவர்க்களைய வேண்டுமே;
வேற்றுமை யார்க்குமுண் டாகலான் ஆற்றுவான்
நூற்றுவரைக் கொன்று விடும்.

(ப–ரை) வேற்றுமை – உணர்வு வேறுபாடு, யார்க்கும் உண்டு ஆதலான் – யாவர்க்கும் உண்டு ஆகையாலும், மாற்றத்தை – பகையை, மாற்றம் – பகை, உடைக்கலான் – கெடுத்தலாலும், மற்றவர்க்கு – தம் பகைவருக்கு, ஆற்றும் பகையால் – அவ்வாறு கெடுதிசெய்யக்கூடிய பகையால், அவர் – தம்பகைவரை, களையவேண்டும் – ஒழிக்க வேண்டும், ஆற்றுவான் – அங்ஙனம் செய்யவல்லவன், நூற்றுவரை – பல பகைவரை, கொன்றுவிடும் – நாசம் செயக்கூடும்.

(பொ–ரை) உணர்வு வேறுபாடு யாவர்க்கும் உண்டு. ஆகையாலும் பகையை பகை கெடுத்தலாலும் தம் பகைவருக்கு அவ்வாறு கெடுதிசெய்யக்கூடிய பகையால் தம்பகைவரை ஒழிக்க வேண்டும். அங்ஙனம் செய்ய வல்லவன் பல பகைவரை நாசம் செயக்கூடும். (308)

309. உட்பகை யுடையாரைக் கொண்டு பகைவரைக் களைதல்

தெள்ளி யுணரும் திறனுடையார் தம்பகைக்
குள்வாழ் பகையைப் பெறுதல் உறுதியே
கள்ளினால் கள்ளறுத்தல் காண்டும். அதுவன்றோ
முள்ளினால் முட்களையு மாறு.

(ப–ரை) தெள்ளி உணரும் திறன் உடையார் – ஆராய்ந்துணரும் திறத்தையுடையார், தம் பகைக்குள் வாழ் – தம் பகைவருக்குள்ளே வாழும், பகையை – உட்பகையாரை, பெறுதல் – (தமக்கு வசமாகப் பெறுதல், உறுதியே – தமக்கு நன்மையே. கள் – முன் குடித்த ஒரு விதமான கள்ளின் வெறியை, கள்ளினால் அறுத்தல் – பின் குடிக்கும் மற்றொரு விதமான கள்ளினால் நீக்குதலை, காண்டும் – காண்கிறோம். அது முள் முள்ளினால் களையுமாறு அன்றோ – அது தன் காலில் பாய்ந்த முள்ளை மற்றொரு முள்ளினாலே களையும் விதமாகும்.

(பொ—ரை) ஆராய்ந்துணரும் திறத்தை யுடையார் தம் பகைவருக்குள்ளே வாழும் உட்பகையாரைத் தமக்கு வசமாகப் பெறுதல் தமக்கு நன்மையே. முன் குடித்த ஒரு விதமான கள்ளின் வெறியைப் பின் குடிக்கும் மற்றொரு விதமான கள்ளினால் நீக்குதலைக் காண்கிறோம். அது தன் காலில் பாய்ந்த முள்ளை மற்றொரு முள்ளினாலே களையும் விதமாகும். (309)

310. நலிந்த விடத்துத் தளராதவனை நட்டல் நன்றன்று

நலிந்தொருவர் நாளும் அடுபாக்குப் புக்கால்
மெலிந்தொருவர் வீழாமை கண்டு - மலிந்தடைதல்
பூப்பிழைத்து வண்டு புடையாடும் கண்ணினா!
ஏப்பிழைத்துக் காக்கொள்ளு மாறு.

(ப—ரை) பூ பிழைத்து வண்டு புடையாடும் கண்ணினா – பூக்களைத் தப்ப உணர்ந்து வண்டுகள் (இவை பூ வென்று தெளிந்து வந்து) பக்கத்தில் ஆடப்பெறும் கண்ணை யுடையா! ஒருவர் நாளும் நலிந்து அடுபாக்கு புக்கால் – ஒருவர் ஒருவனை நாடொறும் நலிந்து கெடுக்கப் புகுந்தால், ஒருவர் மெலிந்து வீழாமை கண்டு – அவன் தளர்ந்து வீழாமையைக் கண்டு, மலிந்து அடைதல் – பின்பு அவனிடம் மிக்குச் சென்று நட்பாக அடைதல், ஏ பிழைத்து கா கொள்ளும் ஆறு – முந்துற ஒருவனை எய்த அம்பு தப்புதலால் எய்யப்பட்டவனைப் பின்பு தனக்கு அரணாகக் கொண்டதனோ டொக்கும்.

(பொ—ரை) பூக்களைத் தப்ப உணர்ந்து வண்டுகள் இவை பூ வென்று தெளிந்து வந்து பக்கத்தில் ஆடப்பெறும் கண்ணையுடையா! ஒருவர் ஒருவனை நாடொறும் நலிந்து கெடுக்கப் புகுந்தால் அவன் தளர்ந்து வீழாமையைக் கண்டு பின்பு அவனிடம் மிக்குச் சென்று நட்பாக அடைதல் முந்துற ஒருவனை எய்த அம்பு தப்புதலால் எய்யப்பட்டவனைப் பின்பு தனக்கு அரணாகக் கொண்டதனோ டொக்கும். (310)

311. சத்துருவை வெல்லும் சதுர்வித உபாயம்

மறையா தினிதுரைத்தல், மாண்பொரு ளீதல்,
அறையா னகப்படுத்துக் கோடல், - முறையால்
நடுவணாச் சென்றவரை நன்கெறித லல்லால்,
ஒடியெறியத் தீராப் பகை.

(ப—ரை) மறையாது இனிது உரைத்தல் – ஒளிக்காமல் வெளிப்படையாக இன்சொல் சொல்லுதல், மாண் பொருள் ஈதல் – மாட்சிமைப்பட்ட பொருளைக் கொடுத்தல், அறையான் அகப்படுத்துக் கோடல் – சூழ்ச்சி பொருந்திய வஞ்சனையால் பகைவருடைய நட்பினரைத் தமக்கெளிய நட்பாக வேறுபடுத்திக் கொள்ளுதல், முறையால் நடுவணா(க) சென்று அவரை நன்கு எறிதல் – முறைமையாலே பின்னைக் கெட்டார்க்கு நல்ல நடுநிலைமையாம்படி மேலடர்த்துச் சென்று பகைவரை மிகவும் எறிதல், அல்லால் – ஆகிய இந்நான்கு விதத்தாலுமன்றி, ஒடி எறிய – இடையன்

மரத்தை வெட்டி ஒடியெறிந்து வைக்குமாறுபோலப் பகைகொண்டு வைத்தால், பகை தீரா(து) – பகை தீராது.

(பொ—ரை) ஒளிக்காமல் வெளிப்படையாக இன்சொல் சொல்லுதல் மாட்சிமைப்பட்ட பொருளைக் கொடுத்தல் சூழ்ச்சி பொருந்திய வஞ்சனையால் பகைவருடைய நட்பினரைத் தமக்கெளிய நட்பாக வேறுபடுத்திக் கொள்ளுதல் முறைமையாலே பின்னைக் கெட்டார்க்கு நல்ல நடு நிலைமையாம்படி மேலடர்த்துச் சென்று பகைவரை மிகவும் எறிதல் ஆகிய இந்நான்கு விதத்தாலுமன்றி இடையன் மரத்தை வெட்டி ஒடியெறிந்து வைக்குமாறு போலப் பகைகொண்டு வைத்தால் பகை தீராது. (311)

6. படை வீரர்

312. பகைவரைத் தாக்கி வெல்பவரே வீரர்

நூக்கி அவர்வெலினும் தாம்வெலினும் வெஞ்சமத்துள்
தாக்கி எதிர்ப்படுவர் தக்கவர் அஃதன்றிக்
காப்பி கைத்திருந்து காவார் மிகவுரைத்தல்
யாப்பினுள் அட்டிய நீர்.

(ப—ரை) வெம் சமத்துள் – வெவ்விய போர்க் களத்திலே, அவர் வெலினும் தாம் வெலினும் – பகைவர் வென்றாலும் தாம் வென்றாலும், தாக்கி நூக்கி – அடர்த்துத் தள்ளி, எதிர்ப்படுவர் – தோற்றமிகுவோர், தக்கவர் – வீரத்துக்குத் தக்கவர், அஃதன்றி – அத்தன்மை யின்றி, காப்பின் அகத்து இருந்து – அரணகத்திருந்து, காவார் – கோபிப்பவரா, மிக உரைத்தல் – மிகவும் வீரஞ் சொல்லுதலானது, யாப்பினுள் – அழுந்தக் கட்டிய கட்டிலே, அட்டிய நீர் – குத்திய நீர்போல் பகைவரைத் தம்மேல் மிக்க சினமுண்டாக்கு மவ்வள வே.

(பொ—ரை) வெவ்விய போர்க்களத்திலே, பகைவர் வென்றாலும் தாம் வென்றாலும் அடர்த்துத் தள்ளித் தோற்றமிகுவோர் வீரத்துக்குத் தக்கவர். அத்தன்மை யின்றி அரணகத்திருந்து கோபிப்பவரா மிகவும் வீரஞ் சொல்லுதலானது அழுந்தக் கட்டிய கட்டிலே குத்திய நீர்போல் பகைவரைத் தம்மேல் மிக்க சினமுண்டாக்கு மவ்வளவே. (312)

313. தன் அரசனுக்குத் தன் உடம்பை உதவல்

உற்றா லிறைவற் குடம்பு கொடுக்கிற்பான்
மற்றவற் கொன்னாரோ டொன்றுமோ? - தெற்ற
முரண்கொண்டு மாறாய உண்ணுமோ? உண்ணா
இரண்டே றொருதுறையுள் நீர்.

(ப—ரை) தெற்ற – தெளிவாக, முரண்கொண்டு – தம்முள் விரோதங் கொண்டு, மாறாய இரண்டு ஏறு – மாறாகிய இரண்டெருதுகள், ஒரு துறையுள் – ஒரு துறையில் (புகுந்து), நீர் உண்ணுமோ – நீர் உண்ணுமோ? உண்ணா – (அவையிரண்டும்

தம்மிற் பொருந்தி) உண்ணமாட்டா (அதுபோல), இறைவற்கு உற்றால் – தன்னுடைய அரசனுக்கு ஒரு துன்பம் உற்றால், உடம்பு – தன்னுடம்பை, கொடுக்கிற்பான் – அவனுக்குக் கொடுக்கவல்லவன், மற்றவற்கு ஒன்னாரோடு – அவ்வரசனுக்குப் பகைவரானவரோடு, ஒன்றுமோ – பொருந்துவானோ?

(பொ–ரை) தெளிவாகத் தம்முள் விரோதங் கொண்டு மாறாகிய இரண்டெருதுகள் ஒரு துறையில் புகுந்து நீர் உண்ணுமோ? அவையிரண்டும் தம்மிற் பொருந்தி உண்ணமாட்டா. அதுபோலத் தன்னுடைய அரசனுக்கு ஒரு துன்பம் உற்றால் தன்னுடம்பை அவனுக்குக் கொடுக்கவல்லவன் அவ்வரசனுக்குப் பகைவரானவ ரொடு பொருந்துவானோ? (313)

314. வீரமில்லாதார் சிறப்படையார்

ஆற்ற வினைசெய்தார் நிற்பப் பலவுரைத்
தாற்றாதார் வேந்தனை நோவது - சேற்றுள்
வழாஅமைக் காத்தோம்பி வாங்கும் எருதாங்
கெழாஅமைச் சாக்கா டெழல்.

(ப–ரை) ஆற்ற வினைசெய்தார் நிற்ப – போரின்கண் ஆற்றவல்லாரா வினைசெய்தார் ஒன்றும் நொந்து கொள்ளாமல் நிற்ப, ஆற்றாதார் – போரின்கண் புக்கு ஒருவினை செய்யாதாற், வேந்தனை பல உரைத்து நோவது – வேந்தனைப் பல வார்த்தை சொல்லி ஒரு சிறப்பும் செய்திலனென்று நோவதானது, சேற்றுள் – சேற்றின் கண், வழாமை காத்து வாங்கும் எருது– வழுவியழுந்தாதபடி காத்துப் போற்றி ஈர்க்கக் கூடிய எருது, எழாமை – புடைபெயர்ந்து செல்லாமல், சாக்காடு எழல் – சாவது போலும்.

(பொ–ரை) போரின்கண் ஆற்றவல்லாரா வினைசெய்தார் ஒன்றும் நொந்து கொள்ளாமல் நிற்ப போரின்கண் புக்கு ஒருவினை செய்யாதார் வேந்தனைப் பல வார்த்தை சொல்லி ஒரு சிறப்பும் செய்திலனென்று நோவதானது சேற்றின் கண் வழுவியழுந்தாதபடி காத்துப் போற்றி ஈர்க்கக்கூடிய எருது புடைபெயர்ந்து செல்லாமல் சாவது போலும். (314)

315. அரசன் நன்கு மதிக்காவிட்டாலும் வீரர் வினை செய்க

தாரேற்ற நீண்மார்பின் தம்மிறைவன் நோக்கியக்கால்
போரேற்று மென்பார் பொதுவாக்கல் வேண்டுமோ?
யார்மேற்றாக் கொள்ளினும் கொண்டீக காணுங்கால்
ஊர்மேற்ற தாமமணர்க் கோடு.

(ப–ரை) காணுங்கால் – ஆராயுங்கால், அமணர்க்கு – காட்டிலிருந்து தவஞ் செய்யும் அமணர்க்கும், ஓடு – இரந்துண்ணும் ஓட்டாற்பயன், ஊர் மேற்றது – பலர் உறையும் ஊரின் கண்ணது, தார் ஏற்ற நீள் மார்பின் தம் இறைவன் – மாலை பொருந்திய பெரிய மார்பையுடைய அரசன், நோக்கியக்கால் – பகைவரை வெல்லவேண்டித் தனது வீரரைக் குறித்து நோக்கியக்கால், போர் ஏற்றும் என்பார்

– போரை ஏற்றுக்கொண்டு போர் செய்வோமென்று தம்மை மதித்துரைப்பார், பொது வாக்கல் வேண்டுமோ – அந்த நோக்கினைத் தம்மேற் கொள்ளாது பொதுப்பட நோக்கினானென்று கொள்ளவேண்டா. யார் மேற்றா(க)க் கொள்ளினும் – யாவர் மேற்றாக நோக்கினானாயினும், கொண்டீக – தம்மேலே நோக்கினானாகக் கொண்டு அதனை முற்றுப்பெறச் செய்யத் தொடங்குக.

(பொ–ரை) ஆராயுங்கால் காட்டிலிருந்து தவஞ் செய்யும் அமணர்க்கும் இரந்துண்ணும் ஓட்டாற்பயன் பலர் உறையும் ஊரின் கண்ணது. மாலை பொருந்திய பெரிய மார்பையுடைய அரசன் பகைவரை வெல்ல வேண்டித் தனது வீரரைக் குறித்து நோக்கியக்கால் போரை ஏற்றுக்கொண்டு போர் செய்வோமென்று தம்மை மதித்துரைப்பார் அந்த நோக்கினைத் தம்மேற் கொள்ளாது பொதுப்பட நோக்கினானென்று கொள்ளவேண்டா. யாவர்மேற்றாக நோக்கினா னாயினும் தம்மேலே நோக்கினானாகக் கொண்டு அதனை முற்றுப்பெறச் செய்யத் தொடங்குக. (315)

316. தம் வீரத்தைத் தாமே புகழ்த லாகாது

செம்மாந்து செல்லும் செறுநரை அட்டவர்
தம்மேல் புகழ்பிறர் பாராட்டத் - தம்மேற்றாம்
வீரஞ்சொல் லாமையே வீழ்க களிப்பினும்
சோரப் பொதியாத வாறு.

(ப–ரை) செம்மாந்து செல்லும் – கர்வ முடையவரா நிமிர்ந்தொழுகும், செறுநரை – பகைவரை, அட்டவர் – வென்று கொன்றவர், தம்மேல் புகழ் – தம்மேலுள்ள புகழை, பிறர் பாராட்ட – பிறர் பாராட்ட, தம்மேற்று ஆம் வீரம் – தம்மிடத்துள்ள வீரத்தை, சொல்லாமையே வீழ்க – தாம் சொல்லா தொழிக. (அங்ஙனம் சொல்லாமை), களிப்பினும் – கள்ளுண்டு மிகக் களித்தாராயினும், சோர பொதியாத ஆறு – தம்பொருளைச் சோரப் பொதியாத வாறு போலும்.

(பொ–ரை) கர்வமுடையவரா நிமிர்ந்தொழுகும் பகைவரை வென்று கொன்றவர் தம்மேலுள்ள புகழைப் பிறர் பாராட்டத் தம்மிடத்துள்ள வீரத்தைத் தாம் சொல்லாதொழிக. அங்ஙனம் சொல்லாமைக் கள்ளுண்டு மிகக் களித்தாராயினும் தம்பொருளைச் சோரப் பொதியாத வாறு போலும். (316)

317. சொல்லாலன்றிப் பகைவரைச் செயலால் அடுதல்

உரைத்தாரை மீதூரா மீக்கூற்றம், பல்லிசினை
நெரித்த சினைபோலும் நீளிரும் புன்னைப்
பொரிப்பூ இதழுறைக்கும் பொங்குநீர்ச் சேர்ப்ப!
நரிக்கூஉக் கடற்கெய்தா வாறு.

(ப–ரை) பல்லி சினை நெரித்தது போலும் – பல்லியினுடைய முட்டையை நெரித்ததுபோல, நீள் இரு புன்னை பொரி பூ – மலர்ந்த நீண்ட பெரிய புன்னையின் பொரிநிறம்போன்ற பூக்களின், இதழ் உறைக்கும் – இதழ்கள் பெய்யாநின்ற,

பொங்குநீர் சேர்ப்ப – பொங்குநீர்ச் சேர்ப்பனே! உரைத்தாரை – தம்மால் அவமதித்துச் சொல்லப்பட்டாரை, மீதூரா மீக்கூற்றம் – செயலால் அடர்க்கமாட்டாது வாயால் அடர்த்துச் சொல்லும் வார்த்தை, நரிக்கூஉ கடற்கு எய்தாத ஆறு – நரியின் கூப்பிடு கடலின் ஓசையைத் தாழ்விக்கமாட்டாத வாறுபோலும்.

(பொ–ரை) பல்லியினுடைய முட்டையை நெரித்ததுபோல மலர்ந்த நீண்ட பெரிய புன்னையின் பொரிநிறம்போன்ற பூக்களின் இதழ்கள் பெய்யாநின்ற பொங்குநீர்ச் சேர்ப்பனே! தம்மால் அவமதித்துச் சொல்லப்பட்டாரைச் செயலால் அடர்க்கமாட்டாது வாயால் அடர்த்துச் சொல்லும் வார்த்தை நரியின் கூப்பிடு கடலின் ஓசையைத் தாழ்விக்கமாட்டாத வாறுபோலும். (317)

318. வலிய பகைவர்மேல் எளிய வீரர் படை விடுதல்

அமர்நின்ற போழ்தின்கண் ஆற்றுவா ரேனும்,
நிகரின்றி மேல்விடுதல் ஏதம் - நிகரின்றி
வில்லொடுநே ரொத்த புருவத்தா! அஃதன்றோ
கல்லொடு கையெறியு மாறு.

(ப–ரை) வில்லொடு நேர் ஒத்த புருவத்தா – வில்லொடு நேரொத்த புருவத்தினை யுடையா! அமர்கின்ற போழ்தின்கண் – யுத்த மில்லாத காலத்தில் நிகர் இன்றி ஆற்றுவாரேனும் – சமானமில்லாமல் பகைவர் மேல் வீரம் காட்டத்தக்கவரெனினும், (அமர் முட்டின்) நிகர் இன்றி – தாம் அவர்க்கு நிகர்போகா திருந்துவைத்து, மேல்விடுதல் – அவர்மேல் சென்று படைவிடுதல், ஏதம் – தமக்குத் துன்பமாம், அஃது கல்லொடு கையெறியும் ஆறு அன்றோ – அது கல்லுடனே தன்கை எறியுமாறு போலும்.

(பொ–ரை) வில்லொடு நேரொத்த புருவத்தினையுடையா! யுத்த மில்லாத காலத்தில் சமானமில்லாமல் பகைவர் மேல் வீரம் காட்டத்தக்கவரெனினும், அமர் முட்டின் தாம் அவர்க்கு நிகர்போகா திருந்துவைத்து அவர்மேல் சென்று படைவிடுதல் தமக்குத் துன்பமாம். அது கல்லுடனே தன்கை எறியுமாறு போலும். (318)

319. வலியடங்கியபின் பகைவரை வெல்வோமென்பது வீண்

வரைபுரை வேழத்த வன்பகையென் றஞ்சா
உரையுடை மன்னருள் புக்காங் கவையுள்
நிரையுரைத்துப் போகாதொன் றாற்றத் துணிக
திரையவித் தாடார் கடல்.

(ப–ரை) திரை அவித்து கடல் ஆடார் – அலையை நீக்கிச் சமுத்திரத்தில் நீராடுவோம் என்று பார்த்திருப்பார் இல்லை (அதுபோல), உரை உடை மன்னருள் புக்கு – புகழுடைய மன்னர் நடுவே புகுந்து, ஆங்கு அவையுள் நிரை உரைத்து – அவ்விடத்திருந்த சபையுள் 'பகைவரை வெல்லக்கடவோம்' என்று ஒழுங்காகச் சில சொற்களைச் சொல்லிவைத்து (போரின்கண் புகாரா), வன்பகை வரைபுரை வேழத்த என்று அஞ்சா – வலியபகை மலைபோலும் யானைகளை உடையவாயிருந்தன (ஆதலால் இந்தச் சமயம் வெல்ல முடியாது) என்று நினைத்து அஞ்சி, போகாது –

போய்விடாமல், ஒன்று ஆற்ற துணிக – ஒரு வெற்றியைச் செய்யத் துணிக.

(பொ–ரை) அலையை நீக்கிச் சமுத்திரத்தில் நீராடுவோம் என்று பார்த்திருப்பார் இல்லை. அது போலப் புகழுடைய மன்னர் நடுவே புகுந்து அவ்விடத்திருந்த சபையுள் 'பகைவரை வெல்லக் கடவோம்' என்று ஒழுங்காகச் சில சொற்களைச் சொல்லிவைத்துப் போரின்கண் புகாரா வலியபகை மலைபோலும் யானைகளை உடையவாயிருந்தன. ஆதலால், இந்தச் சமயம் வெல்ல முடியாது என்று நினைத்து அஞ்சிப் போய்விடாமல் ஒரு வெற்றியைச் செய்யத் துணிக. (319)

320. எளிய பகைவரை இரக்கமின்றி அடுதல் இழிவே

காத்தாற்று கிற்பாரைக் கண்டால் எதிருரையார்
பார்த்தாற்றா தாரைப் பரியாது மீதூர்தல்,
யாத்ததே சில்லார் படையாண்மை, நாவிதன்வாள்
சேப்பிலைக்குக் கூர்த்து விடல்.

(ப–ரை) காத்து ஆற்றுகிற்பாரை கண்டால் – போரைக் காத்து ஆற்றவல்லாரைக் கண்டால், எதிர் உரையார் – எதிருரையாரா, ஆற்றாதாரை – தமக்கு ஆற்றாதாரை, பார்த்து பரியாது – பார்த்து இரங்காது; மீதூர்தல் – அடர்த்தலாகிய, யாத்த தேசு இல்லார் படையாண்மை – தமக்குளதாகிய புகழ் இல்லாதவர் செய்யும் படையாண்மையானது, நாவிதன் வாள் – அம்பட்டன் கத்தி, சேப்பிலைக்கு – சேப்பிலையை அறுக்க, கூர்த்துவிடல் – கூர்த்தனோ டொக்கும்.

(பொ–ரை) போரைக் காத்து ஆற்றவல்லாரைக் கண்டால் எதிருரையாராத் தமக்கு ஆற்றாதாரைப் பார்த்து இரங்காது; அடர்த்தலாகிய தமக்குளதாகிய புகழ் இல்லாதவர் செய்யும் படையாண்மையானது அம்பட்டன் கத்தி சேப்பிலையை அறுக்கக் கூர்த்தனோ டொக்கும். (320)

321. ஆற்றாதார் பகைவர்கையில் அகப்படுதல்

இஞ்சி அடைத்துவைத் தேமாந் திருப்பினும்
அஞ்சி அகப்படுவார் ஆற்றாதார் - அஞ்சி
இருள்புக் கிருப்பினும் மெயே வெரூஉம்புள்
இருளி னிருந்தும் வெளி.

(ப–ரை) இஞ்சி அடைத்துவைத்து – மதிலினை அடைத்து வைத்து, ஏமாந்திருப்பினும் – காவலுடையோம் என்றிருப்பினும், ஆற்றாதார் – பகைவர்க்கு ஆற்றமாட்டாதார், அஞ்சி அகப்படுவார் – அஞ்சி அகப்படுவர். இருள் புக்கிருப்பினும் – இரவாகியிருந்தும், இருளின் இருந்தும் – இருளாகிய இடத்தில் இருந்தும், புள் – கோட்டான், அஞ்சி வெளி – அச்சங் கொண்டு வெளியிலிருந்தாற்போல, மெயே வெருவும் – உள்ளபடி காக்கைக்குப் பயப்படும்.

(பொ–ரை) மதிலினை அடைத்து வைத்துக் காவலுடையோம் என்றிருப்பினும் பகைவர்க்கு ஆற்ற மாட்டாதார் அஞ்சி அகப்படுவர். இரவாகியிருந்தும் இருளாகிய இடத்தில் இருந்தும் கோட்டான் அச்சங் கொண்டு வெளியிலிருந்தாற்போல உள்ளபடி, காக்கைக்குப் பயப்படும். (321)

322. ஆடம்பரங் காட்டி அரசனிடம் சோறுண்ணல்

உருத்தெழு ஞாட்பினுள் ஒன்னார் தொலையச்
செருக்கினால் செய்கல்லார் செவாரே போலத்
தருக்கினால் தம்மிறைவன் கூழுண் பவரே
கருக்கினால் கூறைகொள் வார்.

(ப—ரை) உருத்து எழுந்த ஞாட்பினுள் – வெகுண்டெழுந்த போரின்கண், ஒன்னார் தொலைய – பகைவர் தொலையும்படி, செருக்கினால் செய்கல்லார் – தம் படைச்செருக்கினால் போர்செய்ய மாட்டாரா, செவாரேபோல – செய்வாரைப்போலே வலிசொல்லி, தருக்கினால் – ஆடம்பரத்தால், தம் இறைவன் கூழ் – தம் அரசன் சோற்றை, உண்பவரே – உண்ணும் போலி வீரரே, கருக்கினால் – படாடோபத்தால், கூறைகொள்வார் – புது வஸ்திரம் பரிசு பெறுபவரோ டொப்பர்.

(பொ—ரை) வெகுண்டெழுந்த போரின்கண் பகைவர் தொலையும்படி தம் படைச்செருக்கினால் போர்செய்ய மாட்டாராச் செய்வாரைப்போலே வலிசொல்லி ஆடம்பரத்தால் தம் அரசன் சோற்றை உண்ணும் போலி வீரரே படாடோபத்தால் புது வஸ்திரம் பரிசு பெறுபவரோ டொப்பர். (322)

323. முன்னோர் பெருமையைச் சொல்லி வயிறு வளர்த்தல்

அமர்விலங்கி ஆற்ற அறியவும் பட்டார்
எமர்மேலை இன்னரால் யார்க்குரைத்தும் என்று
தமர்மறையால் கூழுண்டு சேறல் அதுவே
மகன்மறையத் தாய்வாழு மாறு.

(ப—ரை) "அமர் விலங்கி – போரின்கண் பகையை விலங்கி, ஆற்ற அறியவும் பட்டார் – மிகவும் எல்லாராலும் அறியவும் பட்டார், மேலை எமர் இன்னர் – பூர்வத்தில் எங்குடியினுள்ளார் இத்தன்மையர், யார்க்கு உரைத்தும் – இத்தன்மையை யாவர்க்குச் சொல்லுவோம்," என்று – என்று பிறருக்குச் சொல்லி, தமர் மறையால் கூழ் உண்டு சேறல் அது – தம் குடியில் பிறந்து முன் மேம்பட்ட உறவினராலே சோறு பெற்று உண்டொழுகுதலான தன்மை, தாய் மகன் மறைய வாழும் ஆறு – பெற்ற தாய் மகனால் தன் கணவனொடு வாழுமாறு போலும்.

(பொ—ரை) "போரின்கண் பகையை விலங்கி மிகவும் எல்லாராலும் அறியவும் பட்டார் பூர்வத்தில் எங்குடியினுள்ளார் இத்தன்மையர், இத்தன்மையை யாவர்க்குச் சொல்லுவோம்," என்று பிறருக்குச் சொல்லித் தம் குடியில் பிறந்து முன் மேம்பட்ட உறவினராலே சோறு பெற்று உண்டொழுகுதலான தன்மை பெற்ற தாய் மகனால் தன் கணவனொடு வாழுமாறு போலும். (323)

324. பேதை தறுகணன் ஆகான்

உறுகண் பலவும் உணராமை கந்தாகத்
தறுகண்மை யாகாதாம் பேதை - தறுகண்
பொறிப்பட்ட வாறல்லால் பூணாதென் றெண்ணி
அறிவச்சம் ஆற்றப் பெரிது.

(ப—ரை) உறுகண் பலவும் உணராமை – வந்து தனக்குற்ற உறுகண் பலவற்றையும் உணரத்தக்க அறிவில்லாமையே, கந்து ஆ(க) – பற்றுக்கோடாக, தறுகண்மை ஆகாதாம் பேதை – தறுகண்மை உடையனென்று சொல்லப்படாத பேதை, தறுகண் – தறுகண்மை, பொறிப்பட்ட ஆறு அல்லால் – புண்ணியம் உண்டான வலியல்லது, பூணாது – பொருந்தாது, என்று எண்ணி – என்று விசாரித்து, அறிவு அச்சம் – அவ்வறிவினால் வந்த அச்சம், ஆற்ற பெரிது – பேதைக்கு மிகப்பெரிது. (ஆம் – அசை)

(பொ—ரை) வந்து தனக்குற்ற உறுகண் பலவற்றையும் உணரத்தக்க அறிவில்லாமையே பற்றுக்கோடாகத் தறுகண்மை உடையனென்று சொல்லப்படாத பேதை தறுகண்மை புண்ணியம் உண்டான வலியல்லது பொருந்தாது என்று விசாரித்து அவ்வறிவினால் வந்த அச்சம் பேதைக்கு மிகப்பெரிது. (324)

325. வலிய பகைவ ரில்லாதார் படைவீரரை வேண்டார்

தன்னின் வலியானைத் தானுடைய னல்லாதான்
என்ன குறையன் இளையரால்? மன்னும்
புலியிற் பெருந்திறல வாயினும் பூசை
எலியில் வழிப்பெறா பால்.

(ப—ரை) புலியின் மன்னும் பெருந்திறல் வாயினும் – புலிபோல மன்னும் பெரிய வலியை உடையன வாயினும், பூசை – பூனைகள், எலி இல் வழி – எலியால் நலிவில்லாத மனையின்கண், பால்பெறா – பாலைப் பெறா (அதுபோல), தன்னின் வலியானை – தன்னைக் காட்டிலும் மிக்க வலியுடையனாகிய பகைவனை, தான் உடையனல்லாதான் – தான் உடைய னல்லாத அரசன், இளையரால் – இளையராயுள்ள படை வீரரால், என்ன குறையன் – என்ன காரியம் உடையன்?

(பொ—ரை) புலிபோல மன்னும் பெரிய வலியை உடையனவாயினும் பூனைகள் எலியால் நலிவில்லாத மனையின்கண் பாலைப் பெறா. அதுபோலத் தன்னைக் காட்டிலும் மிக்க வலியுடையனாகிய பகைவனைத் தான் உடையனல்லாத அரசன் இளையராயுள்ள படை வீரரால் என்ன காரியம் உடையன்? (325)

326. வலியிலார் தம் படையைப் பொலியச்செய்தல் நன்று

கொடையும் ஒழுக்கமும் கோளுள் ளுணர்வும்
உடைய ரெனப்பட் டொழுகிப் பகைவர்
உடையமேற் செல்கிற்கும் ஊற்றம் இலாதார்
படையின் படைத்தகைமை நன்று.

(ப—ரை) கொடையும் – கொடைத்தொழிலும், ஒழுக்கமும் – செங்கோன் முறைமையும், கோளுள் உணர்வும் – படை குடி முதலியவற்றால் கோட்பாடுள்ள உணர்வும், உடையார் எனப்பட்டொழுகி – இவர் உடையர் என்னும்படி தாம் ஒழுகி, பகைவர் உடைய – பகைவர் கெட்டோட, மேல் செல்கிற்கும் ஊற்றம் இலாதார் – மேற்சென்றுவிடுதற்கு மிக்க வலியில்லாதவர், படையின் – படையெழுந்து சென்று வலியப் போர் செய்தலின், படைத் தகைமை – தம்படையைப் பொலிவுடைத்தாகப்

பண்ணிப் பாதுகாத்திருக்கு மதுவே, நன்று – நன்றாம்.

(பொ—ரை) கொடைத்தொழிலும் செங்கோன் முறைமையும் படை குடி முதலியவற்றால் கோட்பாடுள்ள உணர்வும் இவர் உடையர் என்னும்படி தாம் ஒழுகிப் பகைவர் கெட்டோட மேற்சென்று விடுதற்கு மிக்க வலியில்லாதவர் படையெழுந்து சென்று வலியப் போர் செய்தலின் தம்படையைப் பொலிவுடைத்தாகப் பண்ணிப் பாதுகாத்திருக்கு மதுவே நன்றாம். (326)

327. மகண் மறுத்து மொழிதல்

இருகயல் உண்கண் இளையவளை வேந்தன்
தருகென்றாற் றன்னையரு நேரார் - செருவறைந்து
பாழித்தோள் வட்டித்தார் காண்பாம் இனிதல்லால்
வாழைக்காய் உப்புறைத்த லில்.

(ப—ரை) இருகயல் உண்கண் இளையவளை – இரண்டு கயல் போன்ற மையுண்ட கண்களையுடைய இளையவளாகிய இவளை, வேந்தன் தருக என்றால் – வேந்தன் தருக என்று தூதனுப்பினால், தன்னையரும் – இவள் அன்னைமாரும், நேரார் – கொடுத்தற்கு உடம்படாரா, செரு அறைந்து – செருவிற்குப் பறையறையப் பண்ணி, பாழிதோள் வட்டித்தார் – வலியுள்ள தோள்களைப் புடைத்தனர், காண்பாம் – நாம் இதனால் பின் விளைவதனைப் பார்ப்போம், வாழைக்காய் இனிதல்லால் உப்பு உறைத்தல் இல் – வாழைக்காய் எக்காலத்தும் இனிதாயிருப்பதல்லது உப்பு உறைத்தல் இல்லை.

(பொ—ரை) இரண்டு கயல் போன்ற மையுண்ட கண்களையுடைய இளையவளாகிய இவளை வேந்தன் தருக என்று தூதனுப்பினால் இவள் அன்னைமாரும் கொடுத்தற்கு உடம்படாராச் செருவிற்குப் பறையறையப் பண்ணி வலியுள்ள தோள்களைப் புடைத்தனர். நாம் இதனால் பின் விளைவதனைப் பார்ப்போம். வாழைக்காய் எக்காலத்தும் இனிதாயிருப்பதல்லது உப்பு உறைத்தல் இல்லை. (327)

★ ★ ★

பகுதி - 5

1. இல்வாழ்க்கை

328. பொது

நாணின்றி ஆகாது பெண்மை, நயமிகு
ஊணின்றி ஆகா துயிர்வாழ்க்கை - பேணுங்கால்
கைத்தின்றி ஆகா கருமங்கள் காரிகையா!
வித்தின்றிச் சம்பிரத மில்.

(ப—ரை) காரிகையா – பெண்ணே! பேணுங்கால் – ஆராயுங்கால், பெண்மை – பெண்மைக்குணம், நாண் இன்றி – நாணின்றி, ஆகாது – உளதாகாது. உயிர்வாழ்க்கை – உயிர்வாழ்க்கை, நயம் மிகு – சுவைமிக்க, ஊண் இன்றி – உணவின்றி, ஆகாது – உளதாகாது, கருமங்கள் – காரியங்கள், கைத்து இன்றி – கைப்பொருளின்றி, ஆகா – உளவாகா, வித்து இன்றி – வித்தின்றி, சம்பிரதம் – விளையும் விளைவு, இல் – இல்லை.

(பொ—ரை) பெண்ணே! ஆராயுங்கால் பெண்மைக் குணம் நாணின்றி உளதாகாது. உயிர்வாழ்க்கை சுவைமிக்க உணவின்றி உளதாகாது. காரியங்கள் கைப்பொருளின்றி உளவாகா. வித்தின்றி விளையும் விளைவு இல்லை. (328)

329. பெற்ற அளவால் உவக்க

உரிதனிற் றம்மோ டுழந்தமை கண்டு
பிரிவின்றிப் போற்றப் படுவார் - திரிவின்றித்
தாம்பெற் றதனால் உவவார் பெரிதகழின்
பாம்புகாண் பாரும் உடைத்து.

(ப—ரை) உரிதனில் – உரிமையால், தம்மொடு பிரிவின்றி உழந்தமை கண்டு – தம்மொடு பிரிவின்றிப் பழகினமை கண்டு, போற்றப்படுவார் – பாதுகாக்கப் படுவார், திரிவு இன்றி – மனத்தின்கண் ஒரு வேறுபாடின்றி, தாம் பெற்றதனால் – பாதுகாப்பானால் தாம் பெற்ற பொருளினால், உவவார் – உவவாது பின்பும் ஆசைப்படாநிற்பர். பெரிது அகழின் – மிகவும் அகழ்ந்தால், பாம்பு காண்பாரும் உடைத்து – பாம்பு காண்பாரையும் உலகம் உடைத்து.

(பொ—ரை) உரிமையால் தம்மொடு பிரிவின்றிப் பழகினமை கண்டு பாதுகாக்கப்படுவார் மனத்தின்கண் ஒரு வேறுபாடின்றிப் பாதுகாப்பானால் தாம் பெற்ற பொருளினால் உவவாது பின்பும் ஆசைப்படாநிற்பர். மிகவும் அகழ்ந்தால் பாம்பு காண்பாரையும் உலகம் உடைத்து. (329)

330. புறத்தாற் பொலிவுறல்

அகத்தா லழிவு பெரிதாயக் கண்ணும்
புறத்தாற் பொலிவுறல் வேண்டும் எனைத்தும்
படுக்கை இலராக் கண்ணும், உடுத்தாரை

உண்டி வினவுவா ரில்.

(ப—ரை) படுக்கை இலர் ஆயக்கண்ணும் – பாயலுள் படுக்கும் ஆடை இலராகியவிடத்தும், உடுத்தாரை – உடுத்த உடையால் பொலிந்தாரை, உண்டி வினவுவார் இல் – உண்டிரோ என்று கேட்பவர் இல்லை (ஆதலால்), அகத்தால் அழிவு – தம் வீட்டிலுள்ள வறுமை, பெரிது ஆயக்கண்ணும் – பெரிதாயின விடத்தும், எனைத்தும் – எவ்விதத்தானும், புறத்தால் பொலிவு உறல்வேண்டும் – புறத்தால் காணத் தம்முடைய மேனி பொலிவு பெற்றிருத்தலைச் செய்யவேண்டும்.

(பொ—ரை) பாயலுள் படுக்கும் ஆடை இலராகிய விடத்தும் உடுத்த உடையால் பொலிந்தாரை உண்டிரோ என்று கேட்பவர் இல்லை. ஆதலால், தம் வீட்டிலுள்ள வறுமை பெரிதாயின விடத்தும் எவ்விதத்தானும் புறத்தால் காணத் தம்முடைய மேனி பொலிவு பெற்றிருத்தலைச் செய்யவேண்டும். (330)

331. நன்மனைவிய ருடையார்

சொல்லாமை நோக்கிக் குறிப்பறியும் பண்பிற்றம்
இல்லாளே வந்த விருந்தோம்பிச் - செல்வத்
திடரின்றி ஏமாந் திருந்தாரே, நாளும்
கடலுள் துலாம்பண்ணி னார்.

(ப—ரை) சொல்லாமை நோக்கிக் குறிப்பறியும் பண்பின் – தாம் சொல்லாமலே தாம் நினைத்த காரியத்தைத் தம்முடைய முகக் குறிப்பால் அறிந்து கொள்ளும் குணத்தையுடைய, தம் இல்லாளே – தம்முடைய மனையாளே, வந்த விருந்து – தம்மிடத்து வந்த விருந்தினரை, ஓம்பி – உபசரிக்க, இடர் இன்றி செல்வத்து ஏமாந்து இருந்தாரே – யாதோர் இடருமின்றிச் செல்வத்தில் அரண்பெற்றிருந்தவரே, நாளும் கடலுள் துலாம் பண்ணினார் – நாடோறும் இறைத்துக் கொள்வதற்குக் கடலினிடத்தில் ஏற்றமிட்டாரோ டொப்பர்.

(பொ—ரை) தாம் சொல்லாமலே தாம் நினைத்த காரியத்தைத் தம்முடைய முகக் குறிப்பால் அறிந்து கொள்ளும் குணத்தையுடைய தம்முடைய மனையாளே தம்மிடத்து வந்த விருந்தினரை உபசரிக்க யாதோர் இடரு மின்றிச் செல்வத்தில் அரண்பெற்றிருந்தவரே நாடோறும் இறைத்துக் கொள்வதற்குக் கடலினிடத்தில் ஏற்றமிட்டாரோ டொப்பர். (331)

332. நெறிமேல் மக்களை நிற்பச் செய்தல்

எந்நெறி யானும் இறைவன்றன் மக்களைச்
செந்நெறிமேல் நிற்பச் செயல்வேண்டும் - அந்நெறி
மான்சேர்ந்த நோக்கினா! ஆங்க வணங்காகும்
தான்செய்த பாவை தனக்கு.

(ப—ரை) மான் சேர்ந்த நோக்கினா – மானின் கண்ணைபொத்த நோக்கினை யுடையா! இறைவன் – தந்தை, தன் மக்களை – தன் புதல்வரை, எ நெறியானும் – எல்லா விதத்தாலும், செம்மை நெறிமேல் நிற்ப – நல்வழியில் நிற்கும் வகை, செயல்வேண்டும் – அறிவுண்டாகச் செய்தல்வேண்டும். தான் செய்த பாவை –

தான் அமைத்த அர்ச்சா விக்கிரகம், தனக்கு அணங்காகும் – அமைத்த தனக்கே தெய்வமாகும். அ நெறி – மக்களைச் செந்நெறியில் நிற்பச்செய்தல், ஆங்க – அதுபோலும் அத்தந்தை தனக்கு.

(பொ–ரை) மானின் கண்ணையொத்த நோக்கினையுடையா! தந்தை தன் புதல்வரை எல்லா விதத்தாலும் நல்வழியில் நிற்கும் வகை அறிவுண்டாகச் செய்தல் வேண்டும். தான் அமைத்த அர்ச்சா விக்கிரகம் அமைத்த தனக்கே தெய்வமாகும். மக்களைச் செந்நெறியில் நிற்பச் செதல் அதுபோலும் அத்தந்தை தனக்கு.

(332)

333. தாயர்க்குச் சில பிள்ளைகளிடம் கண்ணோட்டம்

ஒக்கும் வகையான் உடன்பொரும் சூதின்கண்
பக்கத் தொருவன் ஒருவன்பாற் பட்டிருக்கும்.
மிக்க சிறப்பின ராயினும் தாயர்க்கு
மக்களுள் பக்கமோ வேறு.

(ப–ரை) ஒக்கும் வகையான் – தம்முள் ஒக்கும்படி, உடன்பொரும் சூதின்கண் – சிலருடனே பொருதலான சூதின்கண், பக்கத்து ஒருவன் – பக்கத்திலிருந்தவ னொருவன், ஒருவன்பால் பட்டிருக்கும் – ஒருவனிடம் அன்பு பொருந்திப் போர்செய்யும் விதத்தைக் காட்டுவான். (அதுபோல), மிக்க சிறப்பினராயினும் – தம் புதல்வ ரெல்லார்க்கும் ஒக்கத் தாயாகச் சிறந்தாராயினும், தாயார்க்கு – தாய்மாருக்கு, மக்களுள் பக்கமோ வேறு – புதல்வருள் சிலர் பக்கத்தே கண்ணோட்டத்தில் வேறுபாடுளதாம்.

(பொ–ரை) தம்முள் ஒக்கும்படி சிலருடனே பொருதலான சூதின்கண் பக்கத்திலிருந்தவனொருவன் ஒருவனிடம் அன்புபொருந்திப் போர்செய்யும் விதத்தைக் காட்டுவான். அதுபோலத் தம் புதல்வ ரெல்லார்க்கும் ஒக்கத் தாயாகச் சிறந்தாராயினும் தாய்மாருக்குப் புதல்வருள் சிலர் பக்கத்தே கண்ணோட்டத்தில் வேறுபாடுளதாம்.

(333)

334. பாணற்குத் தலைமகள் வாயின் மறுத்தது

தொடித்தோள் மடவார் மருமந்தன் ஆகம்
மடுத்தவர் மார்பில் மகிழ்நன் மடுப்ப
நெறியல்ல சொல்லனீ பாண! அறிதுயில்
ஆர்க்கும் எழுப்பல் அரிது.

(ப–ரை) தொடி தோள் மடவார் மருமம் – தொடி யணிந்த தோளினை யுடையாராகிய மடவாருடைய மருமம், தன் ஆகம் மடுத்து – தன்னுடைய மார்பிலே மடுப்ப, அவர் மார்பில் மகிழ்நன் மடுப்ப – அவருடைய மார்பிலே மகிழ்நன் தான் மடுப்ப, நெறியல்ல சொல்லல் நீ – (நிகழ்ந்ததொன்றை) நெறியல்லவென்று நீ சொல்லா தொழிவாயக, பாண – பாணனே! அறிதுயில் எழுப்பல் ஆர்க்கும் அரிது – பொயுறக்கம் உறங்குவாரை எழுப்பல் யாவர்க்கும் அரிது. (அதுபோலும் நீ சொல்லும் வார்த்தை எங்களுக்கு.)

(பொ—ரை) தொடியணிந்த தோளினை யுடையா ராகிய மடவாருடைய மருமம் தன்னுடைய மார்பிலே மடுப்ப அவருடைய மார்பிலே மகிழ்நன் தான் மடுப்ப (நிகழ்ந்ததொன்றை) நெறியல்லவென்று நீ சொல்லா தொழிவாயாக பாணனே! பொயுறக்கம் உறங்குவாரை எழுப்பல் யாவர்க்கும் அரிது. அதுபோலும் நீ சொல்லும் வார்த்தை எங்களுக்கு. (334)

335. மகளிரைச் சார ஒழுகாமை

விழுமிழை நல்லார் வெருள்பிணைபோல் நோக்கம்
கெழுமிய நாணை மறைக்கும் - தொழுநையுள்
மாலையுள் மாலை மயக்குறுத் தாள் அஃதால்
சால்பினைச் சால்பறுக்கு மாறு.

(ப—ரை) விழும் இழை நல்லார் – சிறந்த ஆபரணங்களை அணிந்த பெண்களது, வெருள் பிணைபோல் நோக்கம் – வெருண்ட மான்பிணை போன்ற நோக்கங்கள், கெழுமிய நாணை – ஆடவரிடம் செறிந்த நாணை, மறைக்கும் – கெடுக்கும், தொழுநையுள் – யமுனை என்கிற ஆற்றின்கண், மாலை – மாயவனையும், மாலையுள் – மயக்கத்தின் கண்ணே விழ, மயக்குறுத்தாள் – பின்னை என்பாள் தன் அழகினால் மயக்குறுத்தினாள், அஃது – அச்செய்கை, சால்பினை – மிகுதியை, சால்பு – அதனினும் மிக்கதொன்று, அறுக்கும் ஆறு – கெடுக்குமாறன்றோ. (ஆல் – அசை.)

(பொ—ரை) சிறந்த ஆபரணங்களை அணிந்த பெண்களது வெருண்ட மான்பிணை போன்ற நோக்கங்கள் ஆடவரிடம் செறிந்த நாணைக் கெடுக்கும். யமுனை என்கிற ஆற்றின்கண் மாயவனையும் மயக்கத்தின் கண்ணே விழப் பின்னை என்பாள் தன் அழகினால் அச்செய்கை மிகுதியை அதனினும் மிக்கதொன்று கெடுக்குமாறன்றோ. (335)

336. பிறர் மனையில் தமியராப் புகாமை

தூய்மை மனத்தவர் தோழர் மனையகத்தும்
தாமே தமியர் புகல்வேண்டா - தீமையான்
ஊர்மிகின் இல்லை கரியோ ஒலித்துடன்
நீர்மிகின் இல்லைச் சிறை.

(ப—ரை) தீமையான் ஊர்மிகின் – ஒருவன் தீமைசெய்தானென்று ஊரெல்லாம் உடன்பட்டு மிகுமாயின், கரியோ இல்லை – (அதனைத் தவிர்க்கத்தக்க வேறொரு) சாட்சியில்லை, நீர் ஒலித்து உடன்மிகின் – நீர் ஒலிசெய்து மிக்கால், சிறை இல்லை – (அதனைத் தவிர்க்கத்தக்க) சிறையுமில்லை, (ஆதலால்) தூய மனத்தவர் – சுத்தமான மனமுள்ளவர், தோழர் மனையகத்தும் – தம்முடைய தோழரது மனையின் கண்ணும், தமியர் – தமியராக, தாமே புகல்வேண்டா – தாமே புகுதல் வேண்டா.

(பொ—ரை) ஒருவன் தீமைசெய்தானென்று ஊரெல்லாம் உடன்பட்டு மிகுமாயின் அதனைத் தவிர்க்கத்தக்க வேறொரு சாட்சியில்லை. நீர் ஒலிசெய்து மிக்கால் அதனைத் தவிர்க்கத்தக்க சிறையு மில்லை. ஆதலால், சுத்தமான மனமுள்ளவர் தம்முடைய தோழரது மனையின் கண்ணும் தமியராகத் தாமே புகுதல் வேண்டா. (336)

337. நிறை காவாரைச் சிறை காவாமை

நிறையான் மிகுகல்லா நேரிழை யாரைச்
சிறையான் அகப்படுத்தல் ஆகா - அறையோ!
வருந்த வலிதினின் யாப்பினும், நாய்வால்
திருந்துதல் என்றுமோ இல்.

(ப—ரை) வருந்த – வருந்தும்படி, நாவால் – நாயின் வாலை, வலிதினின் யாப்பினும் – வலிபெறக் கட்டிவைத்தாலும், திருந்துதல் – அது ஒழுங்காக நின்று திருந்துதல், என்றும் இல் – என்றும் இல்லை (அதுபோல), நிறையால் – ஐம்பொறிகளையும் நிறுத்தும் நிறையால், மிகுகல்லா – மாட்சிமைப்படமாட்டாத, நேரிழையார் தம்மை – நேரிழையாரை, சிறையான் – காவலால், அகப்படுத்தல் ஆகா(து) – வசப்படுத்துதல் முடியாது அறையோ – முடியுமென்பார்க்கு அறை கூவுகின்றேன். (ஓ – ஆசை)

(பொ—ரை) வருந்தும்படி நாயின் வாலை வலி பெறக் கட்டிவைத்தாலும் அது ஒழுங்காக நின்று திருந்துதல் என்றும் இல்லை. அதுபோல, ஐம்பொறிகளையும் நிறுத்தும் நிறையால் மாட்சிமைப்பட மாட்டாத நேரிழையாரைக் காவலால் வசப்படுத்துதல் முடியாது. முடியுமென்பார்க்கு அறை கூவுகின்றேன். (337)

338. வறியாரிடம் செல்வர் விருந்து செல்லவேண்டா

நல்கூர்ந் தவர்க்கு நனிபெரிய ராயினார்
செல்விருந் தாகிச் செலவேண்டா - ஒல்வ
திறந்தவர் செயும் வருத்தம், குருவி
குறங்கறுப்பச் சோருங் குடர்.

(ப—ரை) நனி பெரிய ராயினார் – மிகப் பெரிய செல்வராயினார், நல்கூர்ந்தவர்க்கு – வறுமையுடை யாருக்கு, செல்விருந்து ஆகி செ(ல்)ல வேண்டா – விருந்தாகிச் செல்லவேண்டா. (செல்வாராயின்), அவர் – அவ்வறியவர், ஒல்வது இறந்து – தமக்குக் கூடுமானதைக் கடந்து, செயும் – விருந்து செய்யும், வருத்தம் – வருத்தமானது, குருவி குறங்கு அறுப்ப குடர் சோரும் – குருவியின் தொடையை அறுத்தவளவில் அதன் குடல் சோருவது போலும்.

(பொ—ரை) மிகப் பெரிய செல்வராயினார் வறுமை யுடையாருக்கு விருந்தாகிச் செல்லவேண்டா. செல்வாராயின் அவ்வறியவர் தமக்குக் கூடுமானதைக் கடந்து விருந்து செய்யும் வருத்தமானது குருவியின் தொடையை அறுத்தவளவில் அதன் குடல் சோருவது போலும். (338)

339. ஏனைய ஈந்தும் இன்சொல் ஈயாமை

உடுக்கை மருந்துறையுள் உண்டியோ டின்ன
கொடுத்துக் குறைதீர்த்த லாற்றி - விடுத்தின்சொல்
ஈயாமை யென்ப, எருமை எறிந்தொருவர்
காயக்கு லோபிக்கும் ஆறு.

(ப-ரை) உடுக்கை மருந்து உறையுள் உண்டியோடு – உடுக்கையும் மருந்தும் உறைவிடமும் உணவும், இன்ன – என இப்பெற்றிப் பட்டவைகளை, கொடுத்து – பிறர்க்குக் கொடுத்து, குறை – அவர் வறுமையை, தீர்த்தல் ஆற்றி விடுத்து – தீர்த்தலை வல்லரா அனுப்பி வைத்து, இன்சொல் ஈயாமை – இனிய சொற்களைச் சொல்லாமையானது, எருமை எறிந்த ஒருவர் – தின்ன வேண்டி எருமையைக் கொன்ற ஒருவர், காயக்கு – (அதனைச் சமைத்தற்குரிய) காயத்துக்கு, லோபிக்கும் ஆறு – லோபஞ் செய்யுமாறு போலும், என்ப – என்று பெரியோர் சொல்லுவர்.

(பொ-ரை) உடுக்கையும் மருந்தும் உறைவிடமும் உணவும் என இப்பெற்றிப் பட்டவைகளைப் பிறர்க்குக் கொடுத்து அவர் வறுமையைத் தீர்த்தலை வல்லரா அனுப்பி வைத்து இனிய சொற்களைச் சொல்லாமையானது தின்ன வேண்டி எருமையைக் கொன்ற ஒருவர் அதனைச் சமைத்தற்குரிய காயத்துக்கு லோபஞ் செய்யுமாறு போலும் என்று பெரியோர் சொல்லுவர். (339)

340. நடுவு நிலைமை

தத்தமக்குக் கொண்ட குறியோ தவமல்ல,
செத்துக, சாந்து படுக்க, மனன் - ஒத்துச்
சகத்தனா நின்றொழுகும் சால்பு தவமே,
நுகத்துப் பகலாணி போன்று.

(ப-ரை) தத்தமக்குக் கொண்ட குறி அல்ல தவம் – தத்தமக்குச் சமயத்தார் கொண்ட வேறுபட்ட குறிகளையுடைய வேடங்களன்று தவமாவது, செத்துக – தன்னை ஒருவன் வாச்சியால் கொல்லுக, சாந்து படுக்க – சந்தனக் குழம்பு தன்மேலே பூசுக, நுகத்து பகலாணி போன்று – நுகத்தின்கண் நடுவுநிற்கும் பகலாணிபோல, மனன் ஒத்து சுகத்தனா நின்று – தான் மனம்பொருந்தி அவ்விரு திறத்தாருக்கும் நடுவனா நின்று, ஒழுகும் சால்பே தவம் – ஒழுகும் அமைதியே தவமாவது. (ஒ – அசை.)

(பொ-ரை) தத்தமக்குச் சமயத்தார் கொண்ட வேறுபட்ட குறிகளையுடைய வேடங்களன்று தவமாவது. தன்னை ஒருவன் வாச்சியால் கொல்லுக; சந்தனக் குழம்பு தன்மேலே பூசுக; நுகத்தின்கண் நடுவுநிற்கும் பகலாணிபோலத் தான் மனம்பொருந்தி அவ்விரு திறத்தாருக்கும் நடுவனா நின்று ஒழுகும் அமைதியே தவமாவது. (340)

341. அடைக்கலப் பொருளைக் கொள்ளாது கொடுத்தல்

உள்ள தொருவர் ஒருவர்கை வைத்தக்கால்
கொள்ளும் பொழுதே கொடுக்கதாம் - கொள்ளார்;
நிலைப்பொரு ளென்றதனை நீட்டித்தல் வேண்டா

புலைப்பொருள் தங்கா வெளி.

(ப—ரை) உள்ளது – தனக்குள்ள தொருபொருளை, ஒருவர் – ஒருவர், ஒருவர்கை – மற்றொருவர் கையின்கண், வைத்தக்கால் – வைத்தால், கொள்ளும் பொழுதே – அப்பொருளை வைத்தவர் கொள்ள வேண்டிய பொழுதே, தாம் கொள்ளார் கொடுக்க – வைக்கப்பட்டார் தாம் அப்பொருளைக் கொள்ளாமல் கொடுத்துவிடுக. நிலைப்பொருள் என்று – தமக்கு நிலைமையுடைய பொருளென்று நினைத்து, அதனை நீட்டித்தல் வேண்டா – அதனைக் கொடாமல் தாமதித்தல் வேண்டா. புலைப்பொருள் தங்கா வெளி – புலையர் மாட்டுள்ள பொருள் அடங்காவா வெளியாம்.

(பொ—ரை) தனக்குள்ள தொருபொருளை ஒருவர் மற்றொருவர் கையின்கண் வைத்தால் அப்பொருளை வைத்தவர் கொள்ள வேண்டிய பொழுதே வைக்கப் பட்டார் தாம் அப்பொருளைக் கொள்ளாமல் கொடுத்து விடுக. தமக்கு நிலைமையுடைய பொருளென்று நினைத்து அதனைக் கொடாமல் தாமதித்தல் வேண்டா. புலையர் மாட்டுள்ள பொருள் அடங்காவா வெளியாம். (341)

342. துணை யுடைமை

நன்றே ஒருவர்த் துணையுடைமை பாப்பிடுக்கண்
நண்டேயும் பார்ப்பான்கண் தீர்த்தலான் - விண்டோயும்
குன்றகல் நன்னாட! கூறுங்கால் இல்லையே
ஒன்றுக் குதவாத ஒன்று.

(ப—ரை) விண் தோயும் குன்று அகல் நன்னாட – ஆகாயத்தை அளாவிய குன்றுகளுள்ள அகன்ற நன்னாடனே! ஒருவர் துணையுடைமை நன்றே – ஒருவரைத் துணையாகக் கொண்டு ஒருவன் துணையுடையனாவது நல்லதொன்றே, பார்ப்பான் கண் நண்டேயும் – ஒரு பார்ப்பானிடத்து (அவன் தாய் துணையாகக் கொடுத்த) நண்டு தானும் பாப்ப! இடுக்கண் – ஒரு பாம்பினாலே நேர்தலான துன்பத்தை, தீர்த்தலான் – ஒழித்தலால், கூறுங்கால் – சொல்லுமிடத்து, ஒன்றுக்கு உதவாத ஒன்று இல்லை – ஒன்றற் குதவாத ஒன்று இல்லை. (ஏ – அசை)

(பொ—ரை) ஆகாயத்தை அளாவிய குன்றுகளுள்ள அகன்ற நன்னாடனே! ஒருவரைத் துணையாகக்கொண்டு ஒருவன் துணையுடையனாவது நல்லதொன்றே. ஒரு பார்ப்பானிடத்து (அவன் தாய் துணையாகக் கொடுத்த) நண்டு தானும், ஒரு பாம்பினாலே நேர்தலான துன்பத்தை ஒழித்தலால் சொல்லுமிடத்து ஒன்றற் குதவாத ஒன்று இல்லை. (342)

343. புலான் மறுத்தல்

விடலரிய துப்புடைய வேட்கையை நீக்கிப்
படர்வரிய நன்னெறிக்கண் நின்றார் - இடருடைத்தாப்
பெற்ற விடக்கு நுகர்தல், கடனீந்திக்
கற்றடியு ளாழ்ந்து விடல்.

(ப—ரை) விடல் அரிய துப்புடைய வேட்கையை நீக்கி – விடுதற்கரிய நுகர்ச்சியை விரும்பும் விருப்பத்தை நீக்கி, படர்வு அரிய நன்னெறிக்கண் நின்றார் – ஒழுகுதற்கரிய

நன்னெறியாகிய தவத்தின்கண் நின்றார், இடர் உடைத்தா – (வியாதியால் துன்பம் நேரிட்டபோது) தாம் கொண்ட ஒழுக்கத்துக்குக் குற்றமுண்டாம்படி, பெற்ற விடக்கு – பெற்ற மாமிசத்தை, நுகர்தல் – உண்டு பிழைத்தல், கடல் நீந்தி கற்றடியுள் ஆழ்ந்துவிடல் – கடலை நீந்தியேறிக் கன்றின் குளம்படி நீரிலே அழுந்தியதனோ டொக்கும்.

(பொ—ரை) விடுதற்கரிய நுகர்ச்சியை விரும்பும் விருப்பத்தை நீக்கி ஒழுகுதற்கரிய நன்னெறியாகிய தவத்தின்கண் நின்றார் வியாதியால் துன்பம் நேரிட்ட போது தாம் கொண்ட ஒழுக்கத்துக்குக் குற்ற முண்டாம்படி பெற்ற மாமிசத்தை உண்டு பிழைத்தல் கடலை நீந்தியேறிக் கன்றின் குளம்படி நீரிலே அழுந்தியதனோ டொக்கும். (343)

344. அருள்புரியாது உயிர்ப்பலி கொடுத்தல்

செறலிற் கொலைபுரிந்து சேணுவப்பா ராகி
அறிவின் அருள்புரிந்து சொல்லார் - பிறிதின்
உயிர்செகுத் தூன்றுத் தொழுகுத லோம்பார்,
தயிர்சிதைத்து மற்றொன் றடல்.

(ப—ரை) செறலின் கொலை புரிந்து – கோபங் கொண்டாரைப் போல் கொலையை விரும்பி, சேண் உவப்பார் ஆகி – தாம் மறுமையின்கண் இன்பத்தைப் பெற உவப்பாராகி, அறிவின் அருள் புரிந்து சொல்லார் – தம் அறிவினால் பிறர்க்கு அருளைச்செய்து விரும்பிச் சொல்லாரா, பிறிதின் உயிர் செகுத்து – பிறிதொன்றினுடைய உயிரை (மறுமை யின்பத்துக்குக் காரணமாமென்று அதனைக்) கொன்று, ஊன் துத்து – ஊனை உண்டு, ஓம்பார் ஒழுகுதல் – (நல்லாரா ஒழுகுதலைப்) பாதுகாவாதே இங்ஙனம் ஒழுகும் ஒழுக்கம், தயிர் சிதைத்து – சோற்றுக்குக் கறியாகிய தயிரைச் சிதைத்து, மற்றொன்று அடல் – மற்றொரு கறியாக அடுதல் போலும்.

(பொ—ரை) கோபங் கொண்டாரைப் போல் கொலையை விரும்பித் தாம் மறுமையின்கண் இன்பத்தைப் பெற உவப்பாராகித் தம் அறிவினால் பிறர்க்கு அருளைச் செய்து விரும்பிச் சொல்லாராப் பிறிதொன்றினுடைய உயிரை மறுமை யின்பத்துக்குக் காரணமாமென்று அதனைக் கொன்று ஊனை உண்டு நல்லாரா ஒழுகுதலைப் பாதுகாவாதே இங்ஙனம் ஒழுகும் ஒழுக்கம் சோற்றுக்குக் கறியாகிய தயிரைச் சிதைத்து மற்றொரு கறியாக அடுதல் போலும். (344)

345. நன்மை செய்தவர்க்கு உறுதி சூழ்தல்

நன்கொன் றறிபவர் நாழி கொடுப்பவர்க்
கென்றும் உறுதியே சூழ்க எறிதிரை
சென்றுலாம் சேர்ப்ப! அதுபோல நீர்போயும்
ஒன்றிரண்டாம் வாணிக மில்.

(ப—ரை) எறி திரை சென்று உலா(வு)ம் சேர்ப்ப – எறியும் அலைகள் போய்

உலாவும் கடற்சேர்ப்பனே! ஒன்று நன்கு அறிபவர் – (ஒருவர் செய்த) ஒரு நன்றியை மறவாதவர், நாழி கொடுப்பவருக்கு – நாழி அரிசியே யாயினும் தருவாருக்கு, என்றும் – ஒருநாளொழியாமல், உறுதியே சூழ்க – உறுதியே நினைக்க, நீர் போயும் – கடலின் நடுவே போயும், ஒன்று இரண்டாம் வாணிகம் – ஒரு பொருள் இரட்டித்தலான லாபத்தைக் கொடுக்கும் வியாபாரம், அதுபோல இல்லை – அதுபோல வேறில்லை.

(பொ–ரை) எறியும் அலைகள் போய் உலாவும் கடற்சேர்ப்பனே! ஒருவர் செய்த ஒரு நன்றியை மறவாதவர் நாழி அரிசியே யாயினும் தருவாருக்கு ஒருநாளொழியாமல் உறுதியே நினைக்கக் கடலின் நடுவே போயும் ஒரு பொருள் இரட்டித்தலான இலாபத்தைக் கொடுக்கும் வியாபாரம் அதுபோல வேறில்லை. (345)

346. நன்மை செய்தவர் காயினும் அவரைக் காயாமை

தமனென் றிருநாழி ஈத்தவ னல்லால்
நமனென்று காயினும் தான்காயான் மன்னே
அவனிவ னென்றுரைத் தெள்ளிமற் றியாரே
நமநெய்யை நக்கு பவர்.

(ப–ரை) தமன் என்று – தன்னை உறவினனென்று, இருநாழி – இருநாழியாயினும், ஈத்தவன் – உதவினவன், காயினும் (காதல்) அல்லால் – காய்ந்தாலும் காயுமவ் வளவல்லது, நமன் என்று எள்ளி – நம் சுற்றத்தான் என்றிகழ்ந்து, அவன் இவன் என்று மன் உரைத்து – (உதவினவனை) அவனிவனென்று மிகவும் உதாசினமாகப் பேசி, தான் காயான் – ஒருவன் காதல் ஆகாது, நம் நெய்யை நக்குபவர் யார் – தெய்வத்தை முழுக்காட்டி அதன்மேல் ஒட்டியுள்ள நெய்யைக் கூசாமல் நக்குவார் யாவருமில்லை. (ஏ – மற்று – ஏ – அசை,)

(பொ–ரை) தன்னை உறவினனென்று இருநாழி யாயினும் உதவினவன் காய்ந்தாலும் காயுமவ்வள வல்லது நம் சுற்றத்தான் என்றிகழ்ந்து உதவினவனை அவனிவனென்று மிகவும் உதாசினமாகப் பேசி ஒருவன் காதல் ஆகாது. தெய்வத்தை முழுக்காட்டி அதன்மேல் ஒட்டியுள்ள நெய்யைக் கூசாமல் நக்குவார் யாவருமில்லை. (346)

347. உபகாரத்துக்கு அபகாரம்

நாடி நமரென்று நன்குபுரந் தந்தாரைக்
கேடு பிறரொடு சூழ்தல், கிளர்மணி
நீடுகல் வெற்ப! நினைப்பின்றித் தாமிருந்த
கோடு குறைத்து விடல்.

(ப–ரை) கிளர் – விளங்குதலான, மணி – மணிகள் பொருந்திய, நீடு கல் – நீண்ட பாறைகள் உள்ள, வெற்ப – வெற்பனே! நமர் என்று நாடி – இவர் நம் உறவினரென்று கருதி, நன்கு புரந்தந்தாரை – மிகவும் தம்மைக் காப்பாற்றினவருக்கு, பிறரொடு கேடு சூழல் – அயலவரொடு கூடிக் கேட்டைத் தருவனவற்றைச் செய்ய

எண்ணுதலானது, தாம் இருந்த கோடு – தாம் ஏறியிருந்த மரக்கொம்பினை, நினைப்பு இன்றி – உணர்வின்றி, குறைத்துவிடல் – வெட்டிவிடுவதனோ டொக்கும்.

(பொ–ரை) விளங்குதலான மணிகள் பொருந்திய நீண்ட பாறைகள் உள்ள வெற்பனே! இவர் நம் உறவினரென்று கருதி மிகவும் தம்மைக் காப்பாற்றினவருக்கு அயலவரொடு கூடிக் கேட்டைத் தருவனவற்றைச் செய்ய எண்ணுதலானது தாம் ஏறியிருந்த மரக்கொம்பினை உணர்வின்றி வெட்டிவிடுவதனோ டொக்கும். (347)

348. நன்மை செதவரைப் புறங்கூறுதல்

பண்டின்ன ரென்று தமரையும் தம்மையும்
கொண்ட வகையால் குறைதீர நோக்கியக்கால்,
விண்டவரோ டொன்றிப் புறனுரைப்பின், அஃதாலவ்
உண்டவில் தீயிடு மாறு.

(ப–ரை) பண்டு – முன், இன்னர் என்று – இவர் இச்சிறப்புடையாரென்று, தமரையும் – தம் சுற்றத்தாரையும், தம்மையும் – தம்மையும், கொண்ட வகையால் – மனத்தில் மதித்துக்கொண்ட விதத்துக்கு ஏற்றபடி, குறை தீர – தம் வறுமை தீர, நோக்கியக்கால் – தம்மைச் சிலர் நோக்கினால், விண்டவரோடு ஒன்றி – அவ்வாறு நோக்கப்பட்டவர் (அந்நோக்கினாருடைய) பகைவருடனே இணங்கி, புறன் உரைப்பின் – புறங்கூறினால், அஃது – அது, உண்டஅஇல் – தாம் உண்ட அவ்வீட்டை, தீ இடுமாறு – தீயிடுவதனோ டொக்கும். (ஆல் – அசை.)

(பொ–ரை) முன் இவர் இச்சிறப்புடையாரென்று தம் சுற்றத்தாரையும் தம்மையும் மனத்தில் மதித்துக் கொண்ட விதத்துக்கு ஏற்றபடி தம் வறுமை தீரத் தம்மைச் சிலர் நோக்கினால் அவ்வாறு நோக்கப்பட்டவர் அந்நோக்கினாருடைய பகைவருடனே இணங்கிப் புறங்கூறினால் அது தாம் உண்ட அவ்வீட்டைத் தீயிடுவதனோ டொக்கும். (348)

2. உறவினர்

349. அநுதாபம் இல்லாதவர் உறவு

தமக்குற்ற தேயாகத் தம்மடைந்தார்க் குற்ற
தெமக்குற்ற தென்றுணரா விட்டக்கால் என்னாம்?
இமைத்தருவி பொன்வரன்றும் ஈர்ங்குன்ற நாட!
உமிக்குற்றுக் கைவருந்து மாறு.

(ப–ரை) அருவி இமைத்து பொன் வரன்றும் ஈரம் குன்றம் நாட – அருவி விளங்கிப் பொன்னைக் கொழிக்கும் குளிர்ந்த குன்ற நாடனே! தம் அடைந்தார்க்கு உற்றது – தம்மை யடைந்தார்க்கு வந்துற்ற துன்பம், தமக்கு உற்றதே ஆக – தமக்கு வந்துற்றதாகவே எண்ணி, எமக்கு உற்றதென்று உணராவிட்டக்கால் – எமக்கு வந்துற்றதென்று ஒருவர் நினையாமல் இருந்துவிடுவாராகில், என் ஆம் – அவரை அடைந்தார்க்கு அதனால் என்ன பயன் உண்டாம்? உமி குற்று கைவருந்தும் ஆறு –

உமியைக் குற்றுக் கைவருந்தும் நெறியொ டொக்கும்.

(பொ—ரை) அருவி விளங்கிப் பொன்னைக் கொழிக்கும் குளிர்ந்த குன்ற நாடனே! தம்மை யடைந்தார்க்கு வந்துற்ற துன்பம் தமக்கு வந்துற்றதாகவே எண்ணி எமக்கு வந்துற்றதென்று ஒருவர் நினையாமல் இருந்துவிடுவாராகில் அவரை அடைந் தார்க்கு அதனால் என்ன பயன் உண்டாம்? உமியைக் குற்றுக் கைவருந்தும் நெறியொ டொக்கும். (349)

350. வறுமையை உறவினர் தீராவிடத்துச் செயத்தக்கது

சேர்ந்தா ரொருவரைச் சேர்ந்தொழுகப் பட்டவர்
தீர்ந்தாராக் கொண்டு தெளியினும், - தேர்ந்தவர்க்குச்
சொல்லாமை காணாக்கால் செல்லும்வாய் - என்னுண்டாம்?
எல்லாம்பொய் அட்டூணே வாய்.

(ப—ரை) சேர்ந்தார் ஒருவரை – தம்மைச் சேர்ந்தார் ஒருவரை, சேர்ந்தொழுகப்பட்டவர் – அவரால் சேர்ந்தொழுகப்பட்டவர், தீர்ந்தாரா(க)க் கொண்டு தெளியினும் – முடிந்த உறவினராகக் கொண்டு ஒழுகினாராயினும், தேர்ந்து – ஆராய்ந்து, அவர்க்கு – அவருக்கு, செல்லாமை – செல்லாத வறுமையை, காணாக்கால் – கண்டு தீராக்கால், செல்லும்வாய் – அவர் செல்லும் நெறி, என் உண்டாம் – வேறு என்ன உண்டாம்? அட்டூணே வாய் – யாவரும் சமைத் துண்ணும் உணவினுக்கு அவசியமானவைகளைச் செய்வதே மெய்; எல்லாம் பொய் – அல்லாத செயலெல்லாம் பொய்.

(பொ—ரை) தம்மைச் சேர்ந்தார் ஒருவரை அவரால் சேர்ந்தொழுகப்பட்டவர் முடிந்த உறவினராகக் கொண்டு ஒழுகினாராயினும் ஆராய்ந்து அவருக்குச் செல்லாத வறுமையைக் கண்டு தீராக்கால் அவர் செல்லும் நெறி வேறு என்ன உண்டாம்? அட்டூணே. யாவரும் சமைத்துண்ணும் உணவினுக்கு அவசியமானவைகளைச் செ–ய்வதே மெய்; அல்லாத செய்யலெல்லாம் பொய். (350)

351. சுற்றத்தா ரிலக்கணம்

அல்ல லொருவர்க் கடைந்தக்கால் மற்றவர்க்கு
நல்ல கிளைகள் எனப்படுவார் - நல்ல
வினைமரபின் மற்றதனை நீக்கும் அதுவே
மனைமர மாய மருந்து.

(ப—ரை) ஒருவர்க்கு அல்லல் அடைந்தக்கால் – ஒருவர்க்குத் துன்பம் வந்தக்கால், அவர்க்கு நல்ல கிளைகள் எனப்படுவார் – அவர்க்கு மிக்க உறவினரென்று சொல்லப்படுகின்றவர், நல்ல வினை மரபின் – நல்ல செய்கை மரபினாலே, அதனை – அத்துன்பத்தை, நீக்கும் – நீக்குதலான, அது – அச்செய்கை, மனை மருந்து ஆய மரம் – மனையின்கண் நின்ற மருந்தாய மரத்தோ டொக்கும். (மற்று – ஏ – அசை)

(பொ—ரை) ஒருவர்க்குத் துன்பம் வந்தக்கால் அவர்க்கு மிக்க உறவினரென்று சொல்லப்படுகின்றவர் நல்ல செய்கை மரபினாலே அத்துன்பத்தை நீக்குதலான அச்செய்கை மனையின்கண் நின்ற மருந்தாய மரத்தோ டொக்கும். (351)

352. உதவுவோர் உறவினரே

மெய்யா உணரிற் பிறர்பிறர்க்குச் செய்வதென்?
மையார் இருங்கூந்தல் பைந்தொடி! எக்காலும்
செயா ரெனினும் தமர்செய்வர், பெய்யுமாம்
பெய்யா தெனினு மழை.

(ப—ரை) மை ஆர் இருங் கூந்தல் பைந்தொடி – கருமை ஆர்ந்த பெரிய கூந்தலையும் பைந்தொடியையும் உடையா! மெய்யா உணரின் – உண்மைத் தன்மையால் ஆராய்யின், பிறர்க்குப் பிறர் செய்வது என் – பிறர்க்குப் பிறர் செய்வது என்னுண்டாம்? மழை பெயாது எனினும் பெயும் – மழை பருவத்தில் பெய்ததில்லை யாயினும் பின்னையும் பெய்யும். (அதுபோல), எக்காலும் – எப்பொழுதும், செயார் எனினும் – செய்யாரென்று எண்ணும்படி இருந்தாராயினும், தமர் – உறவினரே, செய்வர் – தமக்கு ஒன்றைச் செய்வார்.

(பொ—ரை) கருமை ஆர்ந்த பெரிய கூந்தலையும் பைந்தொடியையும் உடையா! உண்மைத் தன்மையால் ஆராயின் பிறர்க்குப் பிறர் செய்வது என்னுண்டாம்? மழை பருவத்தில் பெய்ததில்லையாயினும் பின்னையும் பெய்யும். அதுபோல எப்பொழுதும் செய்யாரென்று எண்ணும்படி இருந்தாராயினும் உறவினரே தமக்கு ஒன்றைச் செ-ய்வார். (352)

353. உறவினர் பிரியாமல் பொருந்துதல்

முன்னின்னா ராயினும் மூடும் இடர்வந்தால்
பின்னின்னா ராகிப் பிரியார் ஒருகுடியார்
பொன்னாச் செயினும் புகாஅர், புனலூர!
துன்னினா ரல்லார் பிறர்.

(ப—ரை) புனல் ஊர – நீர்வளம் உள்ள ஊரனே! ஒரு குடியார் – ஒரு குடிப்பிறந்தார், முன் இன்னார் ஆயினும் – முன்பு ஒரு காரணத்தால் இன்னாராயினும், மூடும் இடர் வந்தால் – தம்மை முழுத்தம் துன்பம் வந்தால், பின் இன்னாராகி பிரியார் – பின் இன்னாராகிப் பிரியாமலே பொருந்துவர், பிறர் துன்னினார் அல்லார் – ஒருகுடிப் பிறவாதவர் துன்னினாரல்லர் ஆதலால், பொன்னா செயினும் – பொன்னாகப் பிறரைச் செயினும், புகார் – தமக்கு ஓரிடர் வந்தால் பிறர் அவ்விடத்தில் வந்து புகுதார்.

(பொ—ரை) நீர்வளம் உள்ள ஊரனே! ஒரு குடிப்பிறந்தார் முன்பு ஒரு காரணத்தால் இன்னாராயினும் தம்மை முழுத்தம் துன்பம் வந்தால் பின் இன்னாராகிப் பிரியாமலே பொருந்துவர். ஒருகுடிப் பிறவாதவர் துன்னினாரல்லர். ஆதலால், பொன்னாகப் பிறரைச் செயினும் தமக்கு ஓரிடர் வந்தால் பிறர் அவ்விடத்தில் வந்து

புகுதார். (353)

354. உறவினர் உரைக்கும் உறுதியைக் கேட்டல்

உளைய உரைத்து விடினும் உறுதி
கிளைகள்வாய்க் கேட்பதே நன்றே - விளைவயலுள்
பூமிதித்துப் புட்கலாம் பொய்கைப் புனலூர!
தாய்மிதித்த ஆகா முடம்.

(ப—ரை) விளை வயலுள் – தானியங்கள் விளைகின்ற வயலில், பூ மிதித்து – பூக்களை மிதித்து, புள் கலாம் – பறவைகள் தம்மில் செறியும் பொய்கை புனல் ஊர – பொய்கைப் புனலூரனே! தாய் மிதித்த – தாய் மிதித்தன, முடம் ஆகா – முடமாகா (ஆதலான்), உளைய உரைத்து விடினும் – தம்மை மனம் வருந்த உரைப்பாராயினும், உறுதி – தமக்கு உறுதியாயின வற்றை, கிளைகள்வாய் கேட்பது – தமது உறவினரிடம் கேட்டுக்கொள்வது, நன்று – நன்றாகும். (ஏ, ஏ – அசை.)

(பொ—ரை) தானியங்கள் விளைகின்ற வயலில் பூக்களை மிதித்துப் பறவைகள் தம்மில் செறியும் பொய்கைப் புனலூரனே! தாய் மிதித்தன முடமாகா. ஆதலான் தம்மை மனம் வருந்த உரைப்பாராயினும் தமக்கு உறுதியாயினவற்றைத் தமது உறவினரிடம் கேட்டுக்கொள்வது நன்றாகும். (354)

355. உறவினர் செய்வதை உற்றார் செய்க

தன்னை மதித்துத் தமரென்று கொண்டக்கால்
என்ன படினும் அவர்செய்வ செய்வதே
இன்னொலி வெற்ப! இடரென்னை? துன்னூசி
போம்வழி போகு மிழை.

(ப—ரை) இன் ஒலி வெற்ப – இனிய ஓசையையுடைய வெற்பனே! துன்ஊசி போம் வழி இழை போகும் – தையலூசி போகின்ற வழியே இழையும் போகும். (அதுபோல), தன்னை மதித்து – ஒருவர் தன்னை மதித்து, தமர் என்று கொண்டக்கால் – எமக்கு இவன் உறவினனாவானென்று கொண்டக்கால், என்ன படினும் – எவ்வகை ஆபத்து நேர்ந்தாலும், அவர் செய்வ செய்வதே – உறவினர் செவனவற்றைத் தானும் செய்வதே தகுதியாவது. இடர் என்னை – அதனால் வரும் இடர் என்ன உண்டு?

(பொ—ரை) இனிய ஓசையையுடைய வெற்பனே! தையலூசி போகின்ற வழியே இழையும் போகும். அதுபோல ஒருவர் தன்னை மதித்து எமக்கு இவன் உறவினனாவானென்று கொண்டக்கால் எவ்வகை ஆபத்து நேர்ந்தாலும் உறவினர் செய்வனவற்றைத் தானும் செய்வதே தகுதியாவது. அதனால் வரும் இடர் என்ன உண்டு? (355)

356. நெடுநாள் சேர்ந்துறைதலால் நேரும் துன்பம்

கருவினுட் கொண்டு கலந்தாரும் தம்முள்
ஒருவழி நீடும் உறைதலோ துன்பம்
பொருகடல் தண்சேர்ப்ப! பூந்தா மரைமேல்

திருவோடும் இன்னாது துச்சு.

(ப—ரை) பொரு கடல் தண் சேர்ப்ப – கரையோடு அலை பொருதலான கடலின் குளிர்ந்த சேர்ப்பனே! பூ தாமரைமேல் திருவோடும் – அழகிய தாமரைமேல் வாழும் இலக்குமியோடாயினும், துச்சு – கூட நெடுநாள் சேர்ந்துறைதல், இன்னாது – துன்பந் தருவதாம் (ஆதலால்), கருவின் உட்கொண்டு கலந்தாரும் – தாய் வயிற்றினுள் தங்கியபொழுதே தொடங்கிக் கலந்தவர்களும், ஒருவழி – ஓரிடத்தே, தம்முள் நீடும் உறைதல் – தம்முள் நெடுநாள் உறைந்தால் அவ்வுறைவு, துன்பம் – தமக்குத் துன்பமாம். (ஓ – அசை.)

(பொ—ரை) கரையோடு அலை பொருதலான கடலின் குளிர்ந்த சேர்ப்பனே! அழகிய தாமரைமேல் வாழும் இலக்குமியோடாயினும்கூட நெடுநாள் சேர்ந்துறைதல் துன்பந் தருவதாம். ஆதலால், தாய் வயிற்றினுள் தங்கியபொழுதே தொடங்கிக் கலந்தவர்களும் ஓரிடத்தே தம்முள் நெடுநாள் உறைந்தால் அவ்வுறைவு தமக்குத் துன்பமாம். (356)

357. சுற்றத்தாரொடு சூதாட லாகாது

பாரதத் துள்ளும் பணையம்தம் தாயமா
ஈரைம் பதின்மரும் போரெதிர்ந் தைவரோ
டேதில ராகி இடைவிண்டார் ஆதலால்
காதலோ டாடார் கவறு.

(ப—ரை) பாரதத்துள்ளும் தம் தாயம் பணயமா(க) – பாரதத்துள்ளும் தம்முடைய தாயப்பொருளே பந்தயப்பொருளாகக் கொடுத்து, ஈர் ஐம்பதின்மரும் – கௌரவரான நூற்றுவரும், போர் எதிர்ந்து – சூதுபோரை எதிர்ந்து, ஐவரோடு – மற்றைப் பஞ்ச பாண்டவரோடும், ஏதிலர் ஆகி – பகைவராகி, இடைவிண்டார் – வேறுபட்டு நீங்கினர், ஆதலால் – ஆகையாலே, காதலோடு கவறு ஆடார் – உற்றாரொடு சூதாடார்.

(பொ—ரை) பாரதத்துள்ளும் தம்முடைய தாயப்பொருளே பந்தயப் பொருளாகக் கொடுத்துக் கௌரவரான நூற்றுவரும் சூதுப்போரை எதிர்ந்து மற்றைப் பஞ்சபாண்டவரொடும் பகைவராகி வேறுபட்டு நீங்கினர். ஆகையாலே, உற்றாரொடு சூதாடார். (357)

3. அறஞ்செய்தல்

358. செல்வர் அறஞ்செய்து அருளுடைய ராகுதல்

சிறந்த நுகர்ந்தொழுகும் செல்வ முடையார்
அறஞ்செய் தருளுடையா ராதல் - பிறங்கல்
அமையொடு வேய்கலாம் வெற்ப! அதுவே
சுமையொடு மேல்வைப்பா மாறு.

(ப—ரை) பிறங்கல் அமையொடு வேய் கலாம் வெற்ப – மலையில் மூங்கிலுடனே வேய்கள் நெருங்கிச் செறியும் வெற்பனே! சிறந்த – (கீர்த்திக்கு வேண்டுவன செய்து அதனாலே) சிறப்புடையரா, நுகர்ந்தொழுகும் – தாம் வேண்டிய போகத்தை

நுகர்ந்தொழுகும், செல்வம் உடையார் – செல்வ முடையோர், அறம் செய்து – அறத்தையும் செய்து, அருள் உடையராகுதல் அது – யாவரிடத்தும் அருளுடைமை பூண்டொழுகுவாராதலாகிய அச்செய்கை, சுமையொடு மேல் வைப்பாம் ஆறு – பொன்னாகிய சுமையின்மேல் அதற்கு மேற்பாரமாக மாணிக்கத்தை வைத்துப் போமாறு போலும்.

(பொ–ரை) மலையில் மூங்கிலுடனே வேய்கள் நெருங்கிச் செறியும் வெற்பனே! கீர்த்திக்கு வேண்டுவன செய்து அதனாலே சிறப்புடையராத் தாம் வேண்டிய போகத்தை நுகர்ந்தொழுகும் செல்வமுடையோர் அறத்தையும் செய்து யாவரிடத்தும் அருளுடைமை பூண்டொழுகுவாராதலாகிய அச்செய்கை பொன்னாகிய சுமையின்மேல் அதற்கு மேற்பாரமாக மாணிக்கத்தை வைத்துப் போமாறு போலும். (358)

359. செய்த அறமே எய்ப்பினில் வைப்பாம்

வைத்ததனை வைப்பென்றுணரற்க தாமதனைத்
துத்து வழங்கி இருபாலும் - அத்தகத்
தக்குழி நோக்கி அறஞ்செயின், அஃதன்றோ
எய்ப்பினில் வைப்பென் பது.

(ப–ரை) வைத்ததனை – தாம் தேடிப் பத்திரப்படுத்தி வைத்த பொருளை, வைப்பென்று உணரற்க – தமக்குதவும் நிதியென்று எண்ண வேண்டா, அதனை – அந்தப் பொருளை, தாம் துத்து வழங்கி – தாமும் அனுபவித்துப் பிறருக்கும் கொடுத்து, இருபாலும் அத்தக தக்குழி நோக்கி – இருமைக்கும் அழகிதாகத் தகுதியுள்ள இடம் பார்த்து, அறம் செயின் – அறம் செய்தால், அஃது அன்றோ – அங்ஙனம் செய்–வதன்றோ, எய்ப்பினில் வைப்பு என்பது – தாம் தளர்ந்த காலத்துத் தமக்கு உதவும் நிதியென்று சொல்லப்படுவது.

(பொ–ரை) தாம் தேடிப் பத்திரப்படுத்தி வைத்த பொருளைத் தமக்குதவும் நிதியென்று எண்ண வேண்டா. அந்தப் பொருளைத் தாமும் அனுபவித்துப் பிறருக்கும் கொடுத்து இருமைக்கும் அழகிதாகத் தகுதியுள்ள இடம் பார்த்து அறம் செய்தால் அங்ஙனம் செய்வதன்றோ தாம் தளர்ந்த காலத்துத் தமக்கு உதவும் நிதியென்று சொல்லப்படுவது. (359)

360. அறத்தால் மறுமையின்பம் பெறுதல்

மல்லற் பெருஞ்செல்வம் மாண்டவர் பெற்றக்கால்
செல்வுழியும் ஏமாப்பச் செய்வதாம் - மெல்லியல்
சென்றொசிந் தொல்கு நுசுப்பினாய்! பைங்கரும்பு
மென்றிருந்து பாகு செயல்.

(ப–ரை) மெல் இயல் சென்று ஒசிந்து ஒல்கும் நுசுப்பினா – மெல்லிய இயல்பினையும் தேய்ந்து துவண்டு சிறிதான இடையையு முடையா! மாண்டவர் – மாட்சிமையுடையவர், மல்லல் பெருஞ் செல்வம் பெற்றக்கால் – வளமான பெருஞ் செல்வத்தை (இம்மையில்) பெற்றவிடத்து, செல்வுழியும் – மறுமையிலும், ஏமாப்ப

– இன்புறும்படி, செய்வது – அறத்தைச் செய்வது, பைங்கரும்பு மென்றிருந்து பாகு செயல் ஆம் – அழகிய கரும்பைத் தானும் தின்றுவைத்து மேலும் பயன்படும் பாகைச் செய்வதனோ டொக்கும்.

(பொ–ரை) மெல்லிய இயல்பினையும் தேய்ந்து துவண்டு சிறிதான இடையையுமுடையா! மாட்சிமையுடையவர் வளமான பெருஞ் செல்வத்தை இம்மையில் பெற்றவிடத்து மறுமையிலும் இன்புறும் படி அறத்தைச் செய்வது அழகிய கரும்பைத் தானும் தின்றுவைத்து மேலும் பயன்படும் பாகைச் செய்வதனோ டொக்கும். (360)

361. அறம் இம்மைப் புகழும் மறுமையின்பமும் தரும்

ஈனுலகத் தாயின் இசைபெறூஉம்; அஃ்திறந்
தேனுலகத் தாயின் இனிததூஉம்: – தானொருவன்
நாள்வாயும் நல்லறஞ் செய்வாற் கிரண்டுலகும்
வேள்வாய் கவட்டை நெறி.

(ப–ரை) ஒருவன் தான் – தினம் நல்லறம் செய்வா னொருவன், ஈனுலகத்தாயின் – இவ்வுலகத்திலாயின், இசைபெறும் – புகழைப் பெறுவான், அஃது இறந்து – புகழைத் தவிர, ஏனுலகத்தாயின் – மறுமை யுலகத்திலாயின், அது உம் இனிது – மறுமையுலகும் இனிதாகும் (ஆதலால்), நாள்வாயும் நல்லறம் செய்வாற்கு – நாள்தோறும் நல்லறம் செய்யுமவனுக்கு, இரண்டு உலகும் – இரண்டுலகமும், கவட்டை நெறி வாய் வேள் – கவட்டை நெறியில் உளவாகிய கல்யாணங்கள் போலும்.

(பொ–ரை) தினம் நல்லறம் செய்வா னொருவன் இவ்வுலகத்திலாயின் புகழைப் பெறுவான்: புகழைத் தவிர மறுமை யுலகத்திலாயின் மறுமையுலகும் இனிதாகும். ஆதலால், நாள்தொறும் நல்லறம் செய்யுமவனுக்கு இரண்டுலகமும் கவட்டை நெறியில் உளவாகிய கல்யாணங்கள் போலும். (361)

362. இறக்குமுன்னே அறஞ்செய்க

மாவதன் முன்னே வகைப்பட்ட நல்வினையை
ஆவின்றிச் செயாதார், பின்னை வழிநினைந்து
நோய்காண் பொழுதின் அறஞ்செய்வார்க் காணாமை,
நாய்காணின் கற்காணா வாறு.

(ப–ரை) மாவதன் முன்னே – இறப்பதன் முன்னே, வகைப்பட்ட – பலவகைப்பட்ட, நல்வினையை – புண்ணியத்தை, ஆவு இன்றி – இன்ன காலத்தில் செய்வோமென்று விசாரியாமல், பின்னை வழி நினைந்து – பின்பே செய்வோமென்று நினைத்திருந்து, செய்யாதார் – கையில் பொருள் பெற்றபோதே செய்யாதவர், நோய் காண்பொழுதின் – தமக்கு ஒருநோய் இறுதியாகி வந்துற்றபோதே, அறம் செய்வார் காணாமை – (அறஞ்செய நினைத்துத் தம் பொருளைக் கொண்டு அறஞ்செய்க என்று சொன்னால் அவ்விதம்) அறஞ்செய்வாரைப் பெறாமை, நாய் காணின் கல் காணா ஆறு – நாய் கண்டபொழுது கல்லைக் காணாத விதம்போலும்.

(பொ–ரை) இறப்பதன் முன்னே பலவகைப்பட்ட புண்ணியத்தை இன்ன

காலத்தில் செய்வோமென்று விசாரியாமல் பின்பே செய்வோமென்று நினைத்திருந்து கையில் பொருள் பெற்றபோதே செய்யாதவர் தமக்கு ஒருநோய் இறுதியாகி வந்துற்றபோதே அறஞ்செய நினைத்துத் தம் பொருளைக் கொண்டு அறஞ்செய்க என்று சொன்னால் அவ்விதம் அறஞ்செய்வாரைப் பெறாமை நாய் கண்டபொழுது கல்லைக் காணாத விதம்போலும். (362)

363. உடையானை அறஞ்செயத் தூண்டுதல்

தக்கமில் செய்கைப் பொருள்பெற்றால், அப்பொருள்
தொக்க வகையும் முதலும் அதுவானால்,
மிக்க வகையால் அறஞ்செய் கெனவெகுடல்,
அக்காரம் பால்செருக்கும் ஆறு.

(ப—ரை) தக்கம் இல் செய்கை பொருள் பெற்றால் – நிலையில்லாத செய்கையை யுடைய செல்வத்தை ஒருவன் அடைந்தால், அ பொருள் தொக்க வகையும் – அச்செல்வம் தன்னிடம் திரண்ட காரியமும், முதலும் – காரணமும், அதுவானால் – அவ்வறமேயானால், அறம் – அறத்தை, மிக்க வகையால் – சிறந்த விதங்களால், செய்க என – செய்க வென்று, வெகுடல் – கோபித்துத் தூண்டுதல், அக்காரம் பால் – சர்க்கரையையும் பாலையும், செருக்கும் ஆறு – மயங்கிச் சொரியும் விதத்தை ஒக்கும்.

(பொ—ரை) நிலையில்லாத செய்கையையுடைய செல்வத்தை ஒருவன் அடைந்தால், அச்செல்வம் தன்னிடம் திரண்ட காரியமும் காரணமும் அவ்வறமேயானால் அறத்தைச் சிறந்த விதங்களால் செய்க வென்று கோபித்துத் தூண்டுதல் சர்க்கரையையும் பாலையும் மயங்கிச் சொரியும் விதத்தை ஒக்கும். (363)

364. நல்லோர் மற்றவரை அறநெறிப்படுத்தல்

உலப்பி லுலகத் துறுதியை நோக்கிக்
குலைத்தடக்கி நல்லறம் கொள்ளார்க் கொளுத்தல்,
மலைத்தழு துண்ணாக் குழவியைத் தாயார்
அலைத்துப்பால் பெய்து விடல்.

(ப—ரை) உலப்பு இல் உலகத்து – முடிவில்லாத உலகத்தின்கண், உறுதியை நோக்கி – உறுதியாகிய நன்மையை நோக்கி, நல்லறம் கொள்ளார் – நல்ல அறநெறியை அடையாதவரை, குலைத்து அடக்கி – (நல்லார்) அந்நிலையினின்றும் பிரித்து அறநெறியில் சேர்த்து, கொளுத்தல் – அவரை நல்லறத்தை அடையும் படி செய்தலானது, மலைத்து அழுது உண்ணா(த) குழவியை – மாறுபட்டழுது முலையுண்ணாத குழந்தையை, தாயார் அலைத்து பால் பெய்துவிடல் – தாயார் வருத்திப் பாலை ஊட்டுதலோ டொக்கும்.

(பொ—ரை) முடிவில்லாத உலகத்தின்கண் உறுதியாகிய நன்மையை நோக்கி நல்ல அறநெறியை அடையாதவரை நல்லார் அந்நிலையினின்றும் பிரித்து அறநெறியில் சேர்த்து அவரை நல்லறத்தை அடையும்படி செய்தலானது மாறுபட்டழுது

முலையுண்ணாத குழந்தையைத் தாயார் வருத்திப் பாலை ஊட்டுதலோ டொக்கும்.
(364)

365. பொருளை அறத்துறையில் செலவிடுதல்

அறஞ்செய் பவர்க்கும் அறவுழி நோக்கித்
திறந்தெரிந்து செய்தக்கால் செல்வுழி நன்றாம்
புறஞ்செயச் செல்வம் பெருகும் அறஞ்செய
அல்லவை நீங்கி விடும்.

(ப—ரை) புறம்செய – வேண்டிய பாதுகாப்பைச் செய்ய, செல்வம் பெருகும் – செல்வம் வளரும், அறம் செய்ய – அறத்தைச் செய்ய, அல்லவை நீங்கிவிடும் – பாவங்கள் நீங்கிப்போம். (ஆதலால்), அறம் செய்பவர்க்கும் – அறத்தைச் செய்பவர்க்கும், அறம் உழிநோக்கி – அறத்தைச் செய்யுமிடத்தைப் பார்த்து, திறம் தெரிந்து செய்தக்கால் வேறுபாடு தெரிந்து செய்தால், செல்வுழி நன்றாம் – செல்லும் மறுமை யுலகத்தில் நன்மை உண்டாகும்.

(பொ—ரை) வேண்டிய பாதுகாப்பைச் செய்ய செல்வம் வளரும். அறத்தைச் செய்யப் பாவங்கள் நீங்கிப்போம். ஆதலால், அறத்தைச் செய்பவர்க்கும் அறத்தைச் செய்யுமிடத்தைப் பார்த்து, திறம் தெரிந்து செய்தக்கால் வேறுபாடு தெரிந்து செய்தால் செல்லும் மறுமை யுலகத்தில் நன்மை உண்டாகும்.
(365)

366. ஆற்றுந் துணையும் அறஞ்செய்தல்

தோற்றம் அரிதாய மக்கட் பிறப்பினால்
ஆற்றுந் துணையும் அறஞ்செய்க - மாற்றின்றி
அஞ்சும் பிணிமூப் பருங்கூற் றுடனியைந்து
துஞ்ச வருமே துயக்கும்.

(ப—ரை) அஞ்சும் பிணி மூப்பு – அஞ்சப்படும் நோயும் மூப்பும், அருங் கூற்றுடன் இயைந்து – தடுத்தற்கரிய யமனொடு சேர்ந்து, துயக்கும் – (தனக்கு அறிவு மாறுதலாகிய) மயக்கத்தால், மாற்றின்றி – தடையின்றி, துஞ்சவரும் – இறக்கும்படி நேரிடும் (ஆதலால்), தோற்றம் அரிதாய மக்கட் பிறப்பினால் – தோற்றுதற் கரிதாகிய மக்கட் பிறப்பைப் பெற்றதனால், அறம் – நல்லறத்தை, ஆற்றும் துணையும் செய்க – தமக்குக் கூடிய அளவு செய்க.

(பொ—ரை) அஞ்சப்படும் நோயும் மூப்பும் தடுத்தற்கரிய யமனொடு சேர்ந்து தனக்கு அறிவு மாறுதலாகிய மயக்கத்தால் தடையின்றி இறக்கும்படி நேரிடும். ஆதலால், தோற்றுதற் கரிதாகிய மக்கட் பிறப்பைப் பெற்றதனால் நல்லறத்தை தமக்குக் கூடிய அளவு செய்க. (366)

367. இடை தவிர்தலின்றி அறஞ்செதல்

பட்ட வகையால் பலரும் வருந்தாமல்
கட்டுடைத் தாகக் கருதிய நல்லறம்
முட்டுடைத் தாகி இடைதவிர்ந்து வீழ்தலின்
நட்டறா னாதலே நன்று.

(ப—ரை) பட்ட வகையால் – உண்மையாகிய வகையால், பலரும் வருந்தாமல் – பலரும் வருந்தாதபடி, கட்டுடைத்தாக கருதிய நல்லறம் – வரம்புடையதாகத் தான் கருதிச் செய்தொழுகும் நல்லறத்தை, முட்டு உடைத்தாக – இடையூறு உடையதாக, இடைதவிர்ந்து – நடுவே தவிர்ந்து, வீழ்தலின் – தான் நீங்குவதைக் காட்டிலும், நட்டு அறானாதலே – வயலில் நட்டுவைத்துப் பயன் கொள்ளாததுவே, நன்று – நன்றாம்.

(பொ—ரை) உண்மையாகிப வகையால் பலரும் வருந்தாதபடி வரம்புடையதாகத் தான் கருதிச் செய்தொழுகும் நல்லறத்தை இடையூறு உடையதாக நடுவே தவிர்ந்து தான் நீங்குவதைக் காட்டிலும் வயலில் நட்டுவைத்துப் பயன் கொள்ளாததுவே நன்றாம். (367)

368. சில நாளாயினும் சிறந்த வழிகளில் அறஞ்செய்தல்

பலநாளும் ஆற்றா ரெனினும் அறத்தைச்
சிலநாள் சிறந்தவற்றாற் செய்க - கலைதாங்கி
நைவது போலும் நுசுப்பினாய்! நல்லறம்
செய்வது செய்யாது கேள்.

(ப—ரை) கலைதாங்கி – மேகலை தாங்கி, நைவது போலும் – இறுவது போலும், நுசுப்பினா – இடையை யுடையா! நல்லறம் செவது – தான் செய்த நல்லறம் செய்யும் நன்மையை, கேள் செய்யாது – தன் சுற்றத்தாரும் செய்யார் (ஆதலால்), அறத்தை – அறத்தை, பலநாளும் ஆற்றார் எனினும் – பலநாளும் செயாரெனினும், சில நாள் – சில நாளாயினும், சிறந்தவற்றால் – சிறந்த வழிகளால், செய்க – செய்யக்கடவர்.

(பொ—ரை) மேகலை தாங்கி இறுவது போலும் இடையை யுடையா! தான் செய்த நல்லறம் செய்யும் நன்மையைத் தன் சுற்றத்தாரும் செய்யார். ஆதலால், அறத்தைப் பலநாளும் செய்யாரெனினும் சில நாளாயினும் சிறந்த வழிகளால் செய்யக்கடவர். (368)

369. பொருளைக் கரத்தலைவிட அறஞ்செய்தல் நன்று

நோக்கி யிருந்தார் இமைக்கும் அளவின்கண்
நோக்கப் படினும் உணங்கலைப் புட்கவரும்
போற்றிப் புறந்தந் தகப்பட்ட ஒண்பொருட்கும்
காப்பாரிற் பார்ப்பார் மிகும்.

(ப—ரை) உணங்கலை நோக்கியிருந்தார் – வெயிலில் காயும் பண்டங்களை நோக்கியிருந்தவர், இமைக்கும் அளவின்கண் – கண்ணிமை கொட்டும் அளவிலே, புள் – பறவைகள், நோக்கப்படினும் – ஒழியாமல் விழிக்கப்பட்டனவாயினும், கவரும் – காயும் பண்டங்களைக் கவர்ந்து செல்லும் (அதுபோல), போற்றி புறந்தந்து அகப்பட்ட

ஒண்பொருட்கும் – பாதுகாத்து அரண்செய்தே தனக்காக வைத்திருக்கப் பட்ட ஒள்ளிய பொருளுக்கும், காப்பாரின் – காத்திருப்பாரைவிட, பார்ப்பார் – அதனைக் களவுகொள்ளப் பார்த்திருப்பவர், மிகும் – மிகப் பலராவர்.

(பொ–ரை) வெயிலில் காயும் பண்டங்களை நோக்கியிருந்தவர் கண்ணிமை கொட்டும் அளவிலே பறவைகள் ஒழியாமல் விழிக்கப்பட்டனவாயினும் காயும் பண்டங்களைக் கவர்ந்து செல்லும். அதுபோலப் பாதுகாத்து அரண்செய்தே தனக்காக வைத்திருக்கப்பட்ட ஒள்ளிய பொருளுக்கும் காத்திருப்பாரைவிட அதனைக் களவுகொள்ளப் பார்த்திருப்பவர் மிகப் பலராவர். (369)

370. பொருளைப் போற்றாது தக்க வழியில் அறஞ்செய்தல்

இன்றி யமையா இருமுது மக்களைப்
பொன்றினமை கண்டும் பொருள்பொருளாக் கொள்பவோ?
ஒன்றும் வகையான் அறஞ்செய்க. ஊர்ந்துருளின்
குன்று வழியடுப்ப தில்.

(ப–ரை) இன்றியமையா இருமுதுமக்கள் – தம்மையின்றி உயிர் வாழாத தாயும் தந்தையும், பொன்றினமை கண்டும் – இறந்தமையைக் கண்டுவைத்தும், பொருள் – பொருளை, பொருளா(க) – பொருளாக, கொள்பவோ – மனத்தில் கொள்வரோ? ஒன்றும் வகையான் – பொருந்திய வகையால், அறம் செய்க – அறத்தைச் செய்க. குன்று ஊர்ந்து உருளின் – மலை நகர்ந்து உருளுமாயின், வழி அடுப்பது இல் – அஃதுருளும் வழியின்கண் அடை அடுக்கலாவதொான் றில்லை. (அதுபோலத் தாம் இறக்கும்பொழுது முன் தேடிவைத்த பொருளால் இறப்பைத் தடுப்பது முடியாது.)

(பொ–ரை) தம்மையின்றி உயிர் வாழாத தாயும் தந்தையும் இறந்தமையைக் கண்டுவைத்தும் பொருளைப் பொருளாக மனத்தில் கொள்வரோ? பொருந்திய வகையால் அறத்தைச் செய்க. மலை நகர்ந்து உருளுமாயின் அஃதுருளும் வழியின்கண் அடை அடுக்கலாவதொன்றில்லை. அதுபோலத் தாம் இறக்கும்பொழுது முன் தேடிவைத்த பொருளால் இறப்பைத் தடுப்பது முடியாது. (370)

371. அருளொடு படாத அறம்

அற்றாக நோக்கி அறத்திற் கருளுடைமை
முற்ற அறிந்தார் முதலறிந்தார் - தெற்ற
முதல்விட் டஃதொழிந்தோர் ஓம்பா வொழுக்கம்,
முயல்விட்டுக் காக்கை தினல்.

(ப–ரை) அறத்திற்கு அருளுடைமை அற்றாக நோக்கி – அறத்திற்குக் காரணமாவது அருளுடைமை யென்று அத்தன்மைத்தாக ஆராய்ந்து, முற்ற அறிந்தார் – நிரம்ப அறிந்தவர், முதல் அறிந்தார் – அறத்திற்குக் காரணமறிந்து அறஞ்செய்தொழுகுவார், தெற்ற – தெளிய, முதல்விட்டு – அறத்திற்குக் காரணமாகிய அருளை விட்டு, அஃதொழிந்தோர் – அதனொடுகூட அறத்தை ஒழிந்தாருடைய, ஓம்பா ஒழுக்கம் – பாதுகாவாத ஒழுக்கம், முயல் விட்டு – முயலை விட்டு, காக்கை தினல் – காக்கையைத் தின்னுமதனோ டொக்கும்.

(பொ—ரை) அறத்திற்குக் காரணமாவது அருளுடைமை யென்று அத்தன்மைத்தாக ஆராய்ந்து நிரம்ப அறிந்தவர் அறத்திற்குக் காரணமறிந்து அறஞ் செய்தொழுகுவார். தெளிய அறத்திற்குக் காரணமாகிய அருளை விட்டு அதனொடுகூட அறத்தை ஒழிந்தாருடைய பாதுகாவாத ஒழுக்கம் முயலை விட்டுக் காக்கையைத் தின்னுமதனோ டொக்கும். (371)

4. ஈகை

372. அறநெறியிலும் தவநெறியிலும் படிற்றொழுக்கம்

இம்மைத் தவமும் அறமும் எனவிரண்டும்
தம்மை யுடையார் அவற்றைச் சலமொழுகல்,
இம்மைப் பழியேயு மன்றி, மறுமையும்
தம்மைத்தாம் ஆர்க்குங் கயிறு.

(ப—ரை) தம்மை யுடையார் – தம்மை வீட்டின் கண்ணே செலுத்தத்தக்க தகுதியை உடையார், இம்மை தவமும் அறமும் என இரண்டும் – இப்பிறப்பின் கண்ணே தாம் செய்யும் தவநெறியும் அறநெறியுமாகிய வற்றை, சலம் ஒழுகுதல் – பொய்பட ஒழுகுதலானது, இம்மை ஏயும்பழி அன்றி – இம்மையின்கண் விளையும் பழியை யாக்குதலே யன்றி, மறுமையும் – மறுமைக்கண்ணும், தாம் தம்மை ஆர்க்கும் கயிறு – தாம் தம்மைப் பிறப்பின்கண்ணே பந்திக்கும் கயிற்றை ஆக்குதலுமாம்.

(பொ—ரை) தம்மை வீட்டின்கண்ணே செலுத்தத் தக்க தகுதியை உடையார் இப்பிறப்பின் கண்ணே தாம்செயும் தவநெறியும் அறநெறியுமாகியவற்றைப் பொபட ஒழுகுதலானது இம்மையின் கண் விளையும் பழியை யாக்குதலே யன்றி மறுமைக் கண்ணும் தாம் தம்மைப் பிறப்பின்கண்ணே பந்திக்கும் கயிற்றை ஆக்குதலுமாம். (372)

373. சிறிய பொருள் கொடுத்துப் பெரிய பேறு பெறுதல்

சிறிய பொருள்கொடுத்துச் செய்த வினையால்
பெரிய பொருள்கருது வாரே - விரிபூ
விராஅம் புனலூர! வேண்டயிரை யிட்டு
வராஅல் வாங்கு பவர்.

(ப—ரை) விரிபூ – மலர்ந்த பல பூவும், விரா(வு)ம் – கலந்துள்ள, புனல் ஊர – புனலையுடைய ஊரனே! சிறிய பொருள் கொடுத்து – ஒருவருக்குச் சிறிய பொருளைக் கொடுத்து, செய்த வினையால் – சம்பாதித்த நல்வினையாலே, பெரிய பொருள் கருதுவாரே – மறுமையில் பெறலான பெரும்பேற்றைக் கருதுவோரே, வேண்டு அயிரை இட்டு – விரும்பப்படும் அயிரை யென்னும் சிறிய மீனைத் தூண்டிலில் இரையாகக் கோத்துப்போட்டு, வரால் – வரால் என்னும் பெரிய மீனை, வாங்குபவர் – பிடிப்பவரோ டொப்பர்.

(பொ—ரை) மலர்ந்த பல பூவும் கலந்துள்ள புனலையுடைய ஊரனே! ஒருவருக்குச் சிறிய பொருளைக் கொடுத்துச் சம்பாதித்த நல்வினையாலே மறுமையில்

பெறலான பெரும்பேற்றைக் கருதுவோரே விரும்பப்படும் அயிரையென்னும் சிறிய மீனைத் தூண்டிலில் இரையாகக் கோத்துப்போட்டு வரால் என்னும் பெரிய மீனைப் பிடிப்பவரோ டொப்பர். (373)

374. வறியவர்க் கீதல்

கரப்புடையார் வைத்த, கடையும் உதவா;
துரப்புடை மன்னர்க்கே துப்புரவ தல்லால்
நிரப்பிடும்பை மிக்கார்க் குதவஒன் றீதல்
சுரத்திடைப் பெய்த பெயல்.

(ப—ரை) கரப்பு உடையார் – பிறருக்கு இல்லையென்று மறைத்து வைப்பவர், வைத்த – தேடிவைத்த பொருள்கள், துரப்பு உடை மன்னர்க்கே – பகைவரைத் துரத்தும் துரப்புடைய அரசர்க்கே, துப்புரவு – உதவுவனவாம், அது அல்லால் – அதுவன்றி, கடையும் – இறுதிக்காலத்திலும், உதவா – தமக்கு உதவுவன ஆகா, நிரப்பு இடும்பை மிக்கார்க்கு – வறுமையால் துன்பம் மிக்கவர்க்கு, உதவ – உதவியாகும்படி, ஒன்று ஈதல் – ஒரு பொருளைக் கொடுத்தல், சுரத்திடை பெய்த பெயல் – வெயிலால் சுடப்பட்ட வெஞ்சுரத்தின்கண் மிகவும் மழை பெய்ததனோ டொக்கும்.

(பொ—ரை) பிறருக்கு இல்லையென்று மறைத்து வைப்பவர் தேடிவைத்த பொருள்கள் பகைவரைத் துரத்தும் துரப்புடைய அரசர்க்கே உதவுவனவாம். அதுவன்றி இறுதிக் காலத்திலும் தமக்கு உதவுவன ஆகா. வறுமையால் துன்பம் மிக்கவர்க்கு உதவியாகும்படி ஒரு பொருளைக் கொடுத்தல் வெயிலால் சுடப்பட்ட வெஞ்சுரத்தின்கண் மிகவும் மழை பெய்ததனோ டொக்கும். (374)

375. பாத்திர மறிந்து கொடுத்தல்

பல்லாண்டு மீண்டிப் பழுதாக் கிடந்தது
வல்லான் தெரிந்து வழங்குங்கால் - வல்லே
வளநெடிது கொண்ட தறாஅ தறுமோ
குளநெடிது கொண்டது நீர்.

(ப—ரை) நெடிது கொண்டது குளம் நீர் அறுமோ – நெடிதாகக் கொண்டு நிறைந்தகுளம் நீர்வற்றாதவாறு போல, பல் ஆண்டும் ஈண்டி – பல வருஷ காலமும் சேர்தலாகி, பழுதா கிடந்தது – பலன்படாமல் பழுதாக் கிடந்த பொருளினை, வல்லான் – கொடுக்க வல்லவன், தெரிந்து வழங்குங்கால் – பாத்திரமறிந்து கொடுக்கும்போது, வளம் வல்லே அறாது நெடிதுகொண்டது (ஆம்) – அதனால் வரும் ஆக்கம் விரைவில் நீங்காது நீடித்து நிற்பதாம்.

(பொ—ரை) நெடிதாகக் கொண்டு நிறைந்தகுளம் நீர்வற்றாதவாறுபோலப் பல வருஷ காலமும் சேர்தலாகிப் பலன்படாமல் பழுதாக் கிடந்த பொருளினைக் கொடுக்க வல்லவன் பாத்திரமறிந்து கொடுக்கும் போது அதனால் வரும் ஆக்கம் விரைவில் நீங்காது நீடித்து நிற்பதாம். (375)

376. குறிப்பறிந்து கொடுத்தல்

நினைத்த திதுவென்றந் நீர்மையை நோக்கி
மனத்த தறிந்தீவார் மாண்டார் - புனத்த
குடிஞை யிரட்டும் குளிர்வரை நாட!
கடிஞையில் கல்லிடுவா ரில்.

(ப—ரை) புனத்த குடிஞை இரட்டும் குளிர் வரை நாட – புனத்திடத்துக் கோட்டான் கூப்பிடும் குளிர்ந்த மலைமேல் உண்டாகிய நாடனே! கடிஞையின் கல் இடுவார் இல் – ஒருவன் பிச்சையேற்கும் பாத்திரத்தில் அவன் இரந்த பொருளை இடுவதல்லது கல்லை இடுவார் இல்லை (ஆதலால்), நினைத்தது இது என்று – இவன் குறித்து வந்தது இதுவென்று, அ நீர்மையை நோக்கி – அவன் வந்த தன்மையைப் பார்த்து, மனத்தது அறிந்து – மனத்தில் குறித்துவந்த பொருளை முகத்தால் அறிந்து, ஈவார் – கொடுப்பர், மாண்டார் – அறிவால் மாட்சிமைப்பட்டவர்.

(பொ—ரை) புனத்திடத்துக் கோட்டான் கூப்பிடும் குளிர்ந்த மலைமேல் உண்டாகிய நாடனே! ஒருவன் பிச்சையேற்கும் பாத்திரத்தில் அவன் இரந்த பொருளை இடுவதல்லது கல்லை இடுவார் இல்லை. ஆதலால், இவன் குறித்து வந்தது இதுவென்று அவன் வந்த தன்மையைப் பார்த்து மனத்தில் குறித்துவந்த பொருளை முகத்தால் அறிந்து கொடுப்பர் அறிவால் மாட்சிமைப்பட்டவர். (376)

377. பிறர் துன்பம் நீக்க வல்லவர்

கூஉக் கொடுப்பதொன் றில்லெனினும் சார்ந்தார்க்குத்
தூஉப் பயின்றாரே துன்பந் துடைக்கிற்பார்
வாப்பத்தான் வாடியக் கண்ணும் பெருங்குதிரை
யாப்புள்வே றாகி விடும்.

(ப—ரை) பெருங் குதிரை – சிறப்புடைய குதிரை, வாப்ப தான் வாடியக்கண்ணும் – பொருந்தத் தான் வாடியவிடத்தும், யாப்புள் – பண்ணிட்டுக் கட்டியவிடத்தும், வேறு ஆகிவிடும் – வாடாத குதிரை போல் வேறாத் தொழிலுக்கு உரித்தாம் (அதுபோல), கூ – பிறரை அழைத்து, கொடுப்பது ஒன்று – கொடுப்பதொரு பொருள், இல் எனினும் – தமக்கு இல்லையாயினும், சார்ந்தார்க்கு – தம்மை அடைந்தார்க்கு, தூ – பொருளைத் தூவி, பயின்றார் – பயின்று வந்தார், துன்பம் – பிறர் துன்பத்தை, துடைக்கிற்பார் – நீக்கவல்லார். (பண்ணிடுதல் – சேணமிடுதல்.)

(பொ—ரை) சிறப்புடைய குதிரை பொருந்தத் தான் வாடியவிடத்தும் பண்ணிட்டுக் கட்டியவிடத்தும் வாடாத குதிரை போல் வேறாத் தொழிலுக்கு உரித்தாம். அதுபோலப் பிறரை அழைத்துக் கொடுப்பதொரு பொருள் தமக்கு இல்லையாயினும் தம்மை அடைந்தார்க்குப் பொருளைத் தூவிப் பயின்று வந்தார் பிறர் துன்பத்தை நீக்கவல்லார். (377)

378. ஏழைகளுக்குக் கொடுத்து ஏழையாவா ரில்லை

அடுத்தொன் றிரந்தார்க்கொன் றீந்தாரைக் கொண்டார்
படுத்தேழை யாமென்று போகினும் போக
அடுத்தேறல் ஐம்பாலாய்! யாவர்க்கே யாயின்

கொடுத்தேழை யாயினார் இல்.

(ப—ரை) அல் அடுத்து ஏறு ஐம்பாலா – இருள்செறிந் தேறப்பட்ட குழலினையுடையா! அடுத்து – சென்றடைந்து, ஒன்று இரந்தார்க்கு – (தமது வறுமையைச் சொல்லி) ஒரு பொருளை இரந்தவர்க்கு, ஒன்று ஈந்தாரை – ஒருபொருளைக் கொடுத்தவரை, கொண்டார் – இரந்தவர், படுத்து – அறியாமையிலே தாழ்வுபடுத்தி, ஏழையாம் என்று – இவன் ஏழையாமென்று மனங்கொண்டு, போகினும் போக – போயினும் போக யாவர்க்கே ஆயின் – இரந்துவந்தோர் எவர்க்கே யாயினும், கொடுத்து ஏழையாயினார் இல் – கொடுத்து ஏழையானவர்கள் ஒருவருமில்லை.

(பொ—ரை) இருள்செறிந் தேறப்பட்ட குழலினை யுடையா! தமது வறுமையைச் சொல்லி ஒரு பொருளை இரந்தவர்க்கு ஒருபொருளைக் கொடுத்தவரை இரந்தவர் அறியாமையிலே தாழ்வுபடுத்தி இவன் ஏழையாமென்று மனங்கொண்டு போயினும் போக. இரந்துவந்தோர் எவர்க்கே யாயினும் கொடுத்து ஏழையானவர்கள் ஒருவருமில்லை. (378)

379. கொடுக்கக் கொடுக்கச் செல்வம் பெருகும்

இரப்பவர்க் கீயக் குறைபடுமென் றெண்ணிக்
கரப்பவர் கண்டறியார் கொல்லோ? - பரப்பிற்
றுறைத்தோணி நின்றுலாம் தூங்குநீர்ச் சேர்ப்ப!
இறைத்தோறும் ஊறுங் கிணறு.

(ப—ரை) பரப்பின் – பரப்பெங்கும், துறைத்தோணி – துறைத்தோணி, நின்று உலா(வு)ம் – நிலைபெற்று உலாவுதலான், தூங்குநீர் – செறிந்த நீரையுடைய, சேர்ப்ப – சேர்ப்பனே! இரப்பவர்க்கு – யாசித்தவர்க்கு, ஈய – பொருள்கொடுக்க, குறைபடும் – நாம் எண்ணிவைத்ததில் சிறிது குறையுமே, என்று எண்ணி – என்று நினைத்து, கரப்பவர் – கொடாமல் ஒளிப்பவர், இறைத்தோறும் – இறைத்தல்தோறும், ஊறும் கிணறு – மேன்மேல் சுரக்கின்ற கிணற்றை, கண்டறியாரோ – பார்த்தறியாரோ. (கொல் – அசை.)

(பொ—ரை) பரப்பெங்கும் துறைத்தோணி நிலைபெற்று உலாவுதலான் செறிந்த நீரையுடைய சேர்ப்பனே! யாசித்தவர்க்குப் பொருள்கொடுக்க நாம் எண்ணிவைத்ததில் சிறிது குறையுமே என்று நினைத்துக் கொடாமல் ஒளிப்பவர் இறைத்தல்தொறும் மேன்மேல் சுரக்கின்ற கிணற்றைப் பார்த்தறியாரோ. (379)

380. கொடையளவு கொடுப்போருடைய சீர்மையின் அளவே

இரவலர் தம்வரிசை யென்பார் மடவார்:
கரவலராக் கைவண்மை பூண்ட - புரவலர்
சீர்வரைய வாகுமாம், செய்கை சிறந்தெனைத்தும்
நீர்வரைய வாம்நீர் மலர்.

(ப—ரை) செய்கை – கொடுக்கும் கொடையினதளவு, இரவலர் தம் வரிசை – வந்திரந்த யாசகர்க்குத் தக்க அளவாயிருக்கும், என்பார் மடவார் – என்று

சொல்லுவர் மூடர், (அது அங்ஙனமன்று) நீர் மலர் நீர் வரையவாம் – நீரின்கண் உள்ள மலர்கள் நீரளவினவாம் (அது போல), சிறந்த செய்கை அனைத்தும் – யாசகர்க்குச் சிறந்து செய்யும் செய்கை யளவுகளெல்லாம், கரவலரா – பொருளை மறையாதவரா, கைவண்மை பூண்ட – கை வண்மையை மேற்கொண்ட, புரவலர்சீர் – அரசருடைய சீர்மையின், வரைய ஆகும் – அளவின வாம். (ஆம் – அசை)

(பொ–ரை) கொடுக்கும் கொடையினதளவு வந்திரந்த யாசகர்க்குத் தக்க அளவாயிருக்கும் என்று சொல்லுவர் மூடர். அது அங்ஙனமன்று. நீரின்கண் உள்ள மலர்கள் நீரளவினவாம். அது போல, யாசகர்க்குச் சிறந்து செய்யும் செய்கை யளவுகளெல்லாம் பொருளை மறையாதவராக் கைவண்மையை மேற்கொண்ட அரசருடைய சீர்மையின் அளவினவாம். (380)

381. சேரன் குட்டுவனுடைய கொடை

தொடுத்த பெரும்புலவன் சொற்குறை தீர
அடுத்தர என்றாற்கு வாழியரோ என்றான்
தொடுத்தின்ன ரென்னலோ வேண்டா கொடுப்பவர்
தாமறிவார் தஞ்சீ ரளவு.

(ப–ரை) தொடுத்த பெரும்புலவன் – சேரன் குட்டுவனுடைய புகழைச் செய்யுளாகத் தொடுத்த கௌதமன் என்னும் பெரிய புலவன், அடு தர என்றாற்கு – (யானும் என் சுற்றமும் மோக்ஷம் பெறுமாறு பொருந்திய அறங்களை முடிவித்து) மோக்ஷத்தைத் தா என்றவனுக்கு, சொல் குறை தீர – சொற்குறை தீர்க்கும்பொருட்டு, வாழியரோ என்றான் – (உவந்து யாகங்களை நடத்தி) நீ வேண்டிய மோக்ஷத்தின்கண் நீடு வாழ்வாயாக என்றான் (ஆதலால்), தொடுத்து – புனைந்து, இன்னர் என்னலோ – இப்பெற்றியாரென்று புகழ்தலோ, வேண்டா – வேண்டுவதில்லை. கொடுப்பவர் – இயற்கையாகக் கொடுக்கும் சீலத்தார், தம் சீர் அளவு தாம் அறிவர் – தம்மளவினால் கொடுக்க வல்லதனைத் தாமே அறிந்து கொடுப்பார்.

(பொ–ரை) சேரன் குட்டுவனுடைய புகழைச் செய்யுளாகத் தொடுத்த கௌதமன் என்னும் பெரிய புலவன் யானும் என் சுற்றமும் மோக்ஷம் பெறுமாறு பொருந்திய அறங்களை முடிவித்து மோக்ஷத்தைத் தா என்றவனுக்குச் சொற்குறை தீர்க்கும்பொருட்டு உவந்து யாகங்களை நடத்தி நீ வேண்டிய மோக்ஷத்தின்கண் நீடு வாழ்வாயாக என்றான். ஆதலால், புனைந்து இப்பெற்றியாரென்று புகழ்தலோ வேண்டுவதில்லை. இயற்கையாகக் கொடுக்கும் சீலத்தார் தம்மளவினால் கொடுக்க வல்லதனைத் தாமே அறிந்து கொடுப்பார். (381)

382. பாரி மகளுடைய கொடை

மாரியொன் றின்றி வறந்திருந்த காலத்தும்
பாரி மடமகள் பாண்மகற்கு - நீருலையுள்
பொன்றிறந்து கொண்டு புகர்வாக நல்கினாள்
ஒன்றுறா முன்றிலோ இல்.

(ப—ரை) மாரி ஒன்றின்றி வறந்திருந்த காலத்தும் – மாரியென்ற தொன்றின்றி உலகம் வற்றியிருந்த காலத்தும், பாரி மடமகள் – பாரியின் மடமகள், பாண்மகற்கு – இரந்து வந்தவனான ஒரு பாணனுக்கு, (சோறு பெறாமையால்), நீர் உலையுள் – நீர் பொருந்திய உலையிலே, பொன் கொண்டு – பொன்னைப் பெய்துகொண்டு, திறந்து புகர்வாக நல்கினாள் – திறந்து சோறாகவே நல்கினாள் (ஆதலால்), ஒன்று உறா(த) முன்றில் இல்லை – சென்றிரந்தால் ஒரு பயன்படாத மனை இல்லை. (ஒ – அசை.)

(பொ—ரை) மாரியென்ற தொன்றின்றி உலகம் வற்றியிருந்த காலத்தும் பாரியின் மடமகள் இரந்து வந்தவனான ஒரு பாணனுக்குச் சோறு பெறாமையால் நீர் பொருந்திய உலையிலே பொன்னைப் பெய்து கொண்டு திறந்து சோறாகவே நல்கினாள். ஆதலால், சென்றிரந்தால் ஒரு பயன்படாத மனை இல்லை. (382)

383. வள்ளன்மை

ஏற்றார்கட் கெல்லாம் இசைநிற்பத் தாமுடைய
மாற்றார் கொடுத்திருப்ப வள்ளன்மை - மாற்றாரை
மண்ணகற்றிக் கொள்கிற்கும் ஆற்றலார்க் கொன்னரிதாம்
பெண்பெற்றான் அஞ்சான் இழவு.

(ப—ரை) இசை நிற்ப – தமது புகழ் உலகத்தில் நிலைநிற்கும்படி, ஏற்றார்கட்கு எல்லாம் – இரந்தவர் எல்லாருக்கும், தாம் உடைய – தம்மிடத்துள்ள பொருள்களை யெல்லாம், மாற்றார் – இல்லையென்று மறுக்காமல், கொடுத்திருப்ப – கொடுத்திருப்பதே, வள்ளன்மை – வள்ளற்றன்மை, மாற்றாரை மண் அகற்றி கொள்நிற்கும் – பகைவரை வென்று அவர்களாண்ட பூமியை அவரிடத்தினின்று நீக்கித் தமக்காக்கிக் கொள்ளும், ஆற்றலார்க்கு – வெற்றியை யுடையார்க்கு, என் அரிது ஆம் – எப்பொருளும் அரிதாகாது (எளிதாம்), பெண் – பெறுதற்கரிய அழகுள்ள பெண்ணை, பெற்றான் – (மனைவியாகப்) பெறலாவதாயிருந்தான், இழவு – (தன்னிடத்துள்ளதையெல்லாம் கொடுத்து அவளைப் பெறுதலான) பொருள் இழவுக்கு, அஞ்சான் – அஞ்சான்.

(பொ—ரை) தமது புகழ் உலகத்தில் நிலைநிற்கும் படி இரந்தவர் எல்லாருக்கும் தம்மிடத்துள்ள பொருள்களையெல்லாம் இல்லையென்று மறுக்காமல் கொடுத்திருப்பதே வள்ளற்றன்மை. பகைவரை வென்று அவர்களாண்ட பூமியை அவரிடத்தினின்று நீக்கித் தமக்காக்கிக்கொள்ளும் வெற்றியை யுடையார்க்கு எப்பொருளும் அரிதாகாது எளிதாம். பெறுதற்கரிய அழகுள்ள பெண்ணை மனைவியாகப் பெறலாவ தாயிருந்தான் தன்னிடத்துள்ளதையெல்லாம் கொடுத்து அவளைப் பெறுதலான பொருள் இழவுக்கு அஞ்சான். (383)

384. இசைநோக்கி ஈதலின் பயன்

பயனோக்கா தாற்றவும் பாத்தறிவொன் றின்றி
இசைநோக்கி ஈகின்றா ரீகை - வயமாப்போல்
ஆலித்துப் பாயும் அலைகடற் றண்சேர்ப்ப!
கூலிக்குச் செய்துண்ணும் ஆறு.

(ப–ரை) வயமாபோல் – புலிபோல், ஆலித்து – ஒலித்து, பாயும் – பாயாநின்ற, அலை – அலைகளை யுடைய, தண் – குளிர்ந்த, கடல் சேர்ப்ப – கடற் சேர்ப்பனே! பயன் நோக்காது – (அருளினால் பிறர்க்கு ஒன்றைக் கொடுத்தால்) தமக்கு மறுமைக்கண் கிடைக்கும் பயனை ஆராயாமல், ஆற்றவும் பாத்தறிவு ஒன் றின்றி – மிகவும் பகுத்தறியும் அறிவு ஒன்றுமின்றி, இசை நோக்கி – புகழையே எண்ணி, ஈகின்றார் ஈகை – கொடுப்பவர் கொடையானது, கூலிக்கு செய்து உண்ணும் ஆறு – கூலிக்குத் தொழில்செய்து உண்ணும் நெறியோ டொக்கும்.

(பொ–ரை) புலிபோல் ஒலித்துப் பாயாநின்ற அலைகளையுடைய குளிர்ந்த கடற் சேர்ப்பனே! அருளினால் பிறர்க்கு ஒன்றைக் கொடுத்தால் தமக்கு மறுமைக்கண் கிடைக்கும் பயனை ஆராயாமல் மிகவும் பகுத்தறியும் அறிவு ஒன்றுமின்றிப் புகழையே எண்ணிக் கொடுப்பவர் கொடையானது கூலிக்குத் தொழில் செய்து உண்ணும் நெறியோ டொக்கும். (384)

385. ஒருவனிடத்தில் பலர் ஒன்றிரத்தல் ஆகாது

மறாஅ தவனும், பலரொன் றிரந்தால்,
பொறஅஅன் பேதுறுதல் எண்ணிப், - பொறாஅன்
கரந்துள்ள தூஉம் மறைக்கும், அதனால்
இரந்தூட்குப் பன்மையோ தீது.

(ப–ரை) மறாதவனும் – ஒருவர் சென்றிரந்தால் இல்லை யென்னாமல் கொடுக்கும் குணத்தை யுடையவனும், பலர் ஒன்று இரந்தால் – பலராகச் சென்று ஒரு பொருளை இரந்தாராகில், பெறான் – (சிலர்க்குக் கொடுத்துச் சிலர்க்குக் கொடாவிடின்) அதனைப் பெறாதவன், பேதுறுதல் – மயக்கமுறுதலை, எண்ணி – எண்ணி, உள்ளதும் – உள்ள பொருளையும், பொறான் – சிலர்க்குக் கொடுக்கப் பொறாமல், கரந்து மறைக்கும் – இல்லையென்று கரந்து மறையாநிற்பன், அதனால் – ஆதலால், இரந்தூட்கு இரந்துண்ணுமதற்கு, பன்மை தீது – பலராக ஓரிடத்துச் செல்லுதல் தீது. (ஓ – அசை.)

(பொ–ரை) ஒருவர் சென்றிரந்தால் இல்லை யென்னாமல் கொடுக்கும் குணத்தை யுடையவனும் பலராகச் சென்று ஒரு பொருளை இரந்தாராகில் சிலர்க்குக் கொடுத்துச் சிலர்க்குக் கொடாவிடின் அதனைப் பெறாதவன் மயக்கமுறுதலை எண்ணி உள்ள பொருளையும் சிலர்க்குக் கொடுக்கப் பொறாமல் இல்லையென்று கரந்து மறையாநிற்பன். ஆதலால், இரந்தூட்கு இரந்துண்ணுமதற்குப் பலராக ஓரிடத்துச் செல்லுதல் தீது. (385)

386. தம் விருப்பத்தைத் தீர்க்காதவரை அடைதல் ஆகாது

தோற்றம் பெரிய நசையினார் அந்நசை
ஆற்றா தவரை அடைந்தொழுகல், - ஆற்றுள்
கயல்புரை உண்கண் கனங்குழா? அஃதால்
உயவுநெய் யுட்குளிக்கும் ஆறு.

(ப—ரை) ஆற்றுள் கயல் புரை – ஆற்றிலுள்ள கயலை ஒத்த, உண்கண் – மையுண்ட கண்களையும், கனங்குழா – கனமான குழையையும் உடையா! தோற்றம் பெரிய நசையினார் – தோற்றத்தால் பெரிய ஆசையை உடையார், அ நசை ஆற்றாதவரை அடைந்து ஒழுகல் அஃது – அவ்வாசையைத் தீர்க்கமாட்டாதவரை அடைந்து வாழ்தலானது, உயவு நெய்யுள் குளிக்கும் ஆறு – தேருருள் நடத்தற்கு இடும் உயவு நெய்யின்கண் ஒருவன் குளிக்குமதனோ டொக்கும். (ஆல் – அசை.)

(பொ—ரை) ஆற்றிலுள்ள கயலை ஒத்த மையுண்ட கண்களையும் கனமான குழையையும் உடையா! தோற்றத்தால் பெரிய ஆசையை உடையார் அவ்வாசை யைத் தீர்க்கமாட்டாதவரை அடைந்து வாழ்தலானது தேருருள் நடத்தற்கு இடும் உயவு நெய்யின்கண் ஒருவன் குளிக்குமதனோடொக்கும்.
(386)

387. செலவாகாமல் மிகுதியாக உள்ள செல்வம்

காப்பிகந் தோடிக் கழிபெருஞ் செல்வத்தைக்
கோப்பெரியான் கொள்ளக் கொடுத்திரா - தென்செய்வர்?
நீத்த பெரியார்க்கே யாயினும் மிக்கவை
மேவிற் பரிகாரம் இல்.

(ப—ரை) காப்பு இகந்து – தான் காக்கும் காவலைக் கடந்து, ஓடி – கொடுங்கோல் நெறியிலே ஓடி, கழிபெருஞ் செல்வத்தை – குடிகளிடத்துள்ள மிக்க பெரிய செல்வத்தை, கோப்பெரியான் – அரசனானவன், கொள்ள – வாங்கினால், கொடுத்து இராது – கொடுத்து உயிர்பிழைத்திராமல், என்செய்வர் – என்ன பரிகாரம் செய்வார்? நீத்த பெரியார்க்கே ஆயினும் – எல்லாப் பொருள்களையும் துறந்த துறவிகளுக்கே யாயினும், மிக்கவை – பிறர்க்குப் பயன்படத் தாம் தானமாக கொடுத்த மிக்க பொருள்களை, மேவின் – தாமே விரும்பி அனுபவித்தால், பரிகாரம் இல் – அதற்குச் செய்யும் பரிகாரம் இல்லை.

(பொ—ரை) தான் காக்கும் காவலைக் கடந்து கொடுங்கோல் நெறியிலே ஓடிக் குடிகளிடத்துள்ள மிக்க பெரிய செல்வத்தை அரசனானவன் வாங்கினால் கொடுத்து உயிர்பிழைத்திராமல் என்ன பரிகாரம் செய்வார்? எல்லாப் பொருள்களையும் துறந்த துறவிகளுக்கே யாயினும் பிறர்க்குப் பயன்படத் தாம் தானமாகக் கொடுத்த மிக்க பொருள்களைத் தாமே விரும்பி அனுபவித்தால் அதற்குச் செய்யும் பரிகாரம் இல்லை.
(387)

5. வீட்டு நெறி

388. தம் மனத்தைத் தம் வயப்படுத்தல்

எண்ணக் குறைபடாச் செல்வமும் இற்பிறப்பும்
மன்ன ருடைய உடைமையும் - மன்னரால்
இன்ன ரெனல்வேண்டா இம்மைக்கும் உம்மைக்கும்
தம்மை யுடைமை தலை.

(ப—ரை) எண்ண குறைபடா செல்வமும் – எண்ணுகைக்கு அளவுபடாத செல்வத்தாலும், இற்பிறப்பும் – உயர்குடிப் பிறப்பாலும், மன்னருடைய உடைமையும் – மன்னரைத் தம்வயப்படுத்திக்கொண்ட உரிமையாலும், மன்னரால் இன்னர் எனல் – மன்னராலே தம்மை இத்தன்மையரென்று புகழப் பெறுதல், வேண்டா – விரும்புவதன்று. இம்மைக்கும் உம்மைக்கும் – இம்மைக்கும் மறுமைக்கும் உறுதியாக, தம்மை உடைமை – தம் மனத்தைத் தம்வயத்ததாக்கித் தம்மை உணர்தலே, தலை – தலையாய காரியம்.

(பொ—ரை) எண்ணுகைக்கு அளவுபடாத செல்வத்தாலும் உயர்குடிப் பிறப்பாலும் மன்னரைத் தம்வயப்படுத்திக்கொண்ட உரிமையாலும் மன்னராலே தம்மை இத்தன்மையரென்று புகழப்பெறுதல் விரும்புவதன்று. இம்மைக்கும் மறுமைக்கும் உறுதியாகத் தம் மனத்தைத் தம்வயத்ததாக்கித் தம்மை உணர்தலே தலையாய காரியம். (388)

389. மறுமைக் கானவைகளைக் காலத்தாலே செய்க

அடங்கி அகப்பட ஐந்தினைக் காத்துத்
தொடங்கிய மூன்றினால் மாண்டீண் - டுடம்பொழியச்
செல்லும்வாய்க் கேமம் சிறுகாலைச் செய்தாரே
கொல்லிமேல் கோட்டுவைத் தார்.

(ப—ரை) அடங்கி – தாம் அடங்கி, ஐந்தினை அகப்பட காத்து – தம் ஐம்பொறியும் தமக்கு அகப்படப் பாதுகாத்து, தொடங்கிய மூன்றினால் மாண்டு – தாம் தொடங்கிய ஒழுக்கங்களில் மன மொழி மெய்களால் மாட்சிமைப்பட்டு, ஈண்டு – இவ்வுலகத்தின்கண், உடம்பு ஒழிய – தேகம் நீங்க, செல்லும் வாய்க்கு – தாம் செல்லும் மறுமை யுலகத்துக்காகிய, ஏமம் – உறுதியை, சிறுகாலை – காலத்தாலே, செய்தாரே – செய்தவரே, கொல்லிமேல் – கொல்லி மலையின்மேல், கோட்டு – நெற்கூடு, வைத்தார் – கட்டிவைத்தவ ராவர்.

(பொ—ரை) தாம் அடங்கித் தம் ஐம்பொறியும் தமக்கு அகப்படப் பாதுகாத்துத் தாம் தொடங்கிய ஒழுக்கங்களில் மன மொழி மெய்களால் மாட்சிமைப் பட்டு இவ்வுலகத்தின்கண் தேகம் நீங்கத் தாம் செல்லும் மறுமை யுலகத்துக்காகிய உறுதியைக் காலத்தாலே செய்தவரே கொல்லி மலையின்மேல் நெற்கூடு கட்டிவைத்தவ ராவர். (389)

390. இல்லறம் நடத்திப் பின் துறவறம் மேற்கொள்க

நட்டாரை யாக்கிப் பகைதணித்து வையெயிற்றுப்
பட்டார் துடியிடை யார்ப்படர்ந் - தொட்டித்

தொடங்கினா ரில்லத்த தன்பின் துறவா
உடம்பினான் என்ன பயன்?

(ப—ரை) நட்டாரை – தன்னொடு சினேகம் செய்தவரை, ஆக்கி – செல்வமுடையராகச் செய்து, பகை – பகைத்தவரை, தணித்து – கெடுத்து, வை எயிறு பட்டுஆர் துடியிடையார் படர்ந்து – கூரிய பல்லையும் பட்டார்ந்த துடியிடையையும் உடைய மகளிர்மேல் காதல்கொண்டு, இல்லத்து ஒட்டி தொடங்கினார் – மனைவாழ்க்கையின் கண்ணே பொருந்தி நடத்தினார்க்கு? அதன்பின் – அதன்பின்பு, துறவா உடம்பினால் – துறவிற் செல்லாத உடம்பால், பயன் என்ன – பயன் என்ன உண்டு.

(பொ—ரை) தன்னொடு சினேகம் செய்தவரைச் செல்வமுடையராகச் செய்து பகைத்தவரைக் கெடுத்துக் கூரிய பல்லையும் பட்டார்ந்த துடியிடையையும் உடைய மகளிர்மேல் காதல்கொண்டு மனை வாழ்க்கையின் கண்ணே பொருந்தி நடத்தினார்க்கு அதன்பின்பு துறவிற்செல்லாத உடம்பால் பயன் என்ன உண்டு.(390)

391. இல்லறமேனும் துறவறமேனும் தழுவாதவர்

இல்வாழ்க்கை யானும் இலதானும் மேற்கொள்ளார்
நல்வாழ்க்கை போக நடுவுநின் - றெல்லாம்
ஒருதலையாச் சென்று தணியா தவரே
இருதலையும் காக்கழித் தார்.

(ப—ரை) இல்வாழ்க்கை யானும் – இல்லறத்தை யாயினும் இலதானும் – துறவறத்தை யாயினும், மேற்கொள்வார் – தம்மிடத்துக் கொள்ளாரா, நல்வாழ்க்கை – தமது நல்ல வாணாட்கள், போக – வீணாகக் கழிய, நடுவு நின்று – இடையே நின்று, எல்லாம் ஒருதலையா சென்று துணியாதவரே – தருமா தருமத்தின் பகுதியெல்லாம் தேர்ந்து ஒருநெறியாக ஒழுகிச் சென்று துணிதற்கு மனமில்லாதவரே, கா இருதலையும் கழித்தார் – காவடியின் இரண்டு பக்கத்துப் பாரத்தினுள்ள பொருளைப் போக்கிக் காவடியாகிய கம்பைக் கொண்டு நின்றவர் போல்வார்.

(பொ—ரை) இல்லறத்தை யாயினும் துறவறத்தை யாயினும் தம்மிடத்துக் கொள்ளாராத் தமது நல்ல வாணாட்கள் வீணாகக் கழிய இடையே நின்று தருமா தருமத்தின் பகுதியெல்லாம் தேர்ந்து ஒருநெறியாக ஒழுகிச் சென்று துணிதற்கு மனமில்லாதவரே காவடியின் இரண்டு பக்கத்துப் பாரத்தினுள்ள பொருளைப் போக்கிக் காவடியாகிய கம்பைக் கொண்டு நின்றவர் போல்வார். (391)

392. செல்வ முதலியன நிலையாமை

வளமையும் தேசும் வலியும் வனப்பும்
இளமையும் இற்பிறப்பும் எல்லாம் - உளவா
மதித்தஞ்சி மாறுமஃ தின்மையால் கூற்றங்
குதித்துய்ந் தறிவாரோ இல்.

(ப—ரை) வளமையும் – செல்வமும், தேசும் – விளக்கமும், வலியும் – வலியும், வனப்பும் – அழகும், இளமையும் – இளமையும், இற்பிறப்பும் – குடிப்பிறப்பும், எல்லாம் –

என்ற இவையெல்லாம், உளவா மதித்து – ஒருவனுக்கு உள்ளனவா மதித்து, அஞ்சி மாறும் அஃது – அஞ்சி நீங்கும் இயல்பு, இன்மையால் – யமனிடத்து இல்லாமையால், கூற்றம் குதித்து உந்தறிவார் இல் – யமனைக் கடந்து பிழைத்தறிவார் இல்லை. (ஓ – அசை)

(பொ–ரை) செல்வமும் விளக்கமும் வலியும் அழகும் இளமையும் குடிப்பிறப்பும் என்ற இவையெல்லாம் ஒருவனுக்கு உள்ளனவா மதித்து அஞ்சி நீங்கும் இயல்பு யமனிடத்து இல்லாமையால் யமனைக் கடந்து பிழைத்தறிவார் இல்லை. (392)

393. ஆசையைத் தவிர்த்தல்

கொண்டொழுகு மூன்றற் குதவாப் பசித்தோற்றம்
பண்டொழுகி வந்த வளமைத்தங் - குண்டது
கும்பியிலுந் திச்சென் றெறிதலால் தன்னாசை
அம்பாயுள் புக்கு விடும்.

(ப–ரை) கொண்டொழுகும் – தான் கொண்டொழுகுகின்ற, மூன்றற்கு – (விருந்து புறந்தருதலும் தெய்வத்திற்குச் சிறப்புச் செய்தலும் இரந்தார்க் குதவலும் என்னும்) மூன்றற்கும், உதவா – உதவ வொட்டாத, பசித்தோற்றம் – ஆசையால் உள்வந்த பசித்தோற்றம், பண்டு ஒழுகி வந்த வளமைத்து – முன்பிறப்பில் தான் ஒழுகிய நல்வினையால் வந்த செல்வத்தை, அங்கு உண்டு – தன்னை உண்ணப் பண்ணி, அது – அப்பசித் தோற்றம், சென்று கும்பியில் உந்தி எறிதலால் – தன்னைக் கொண்டுசென்று கும்பி நரகத்தில் தள்ளி எறிதலால், தன் ஆசை – தன் ஆசையானது, அம்பா உள் புக்குவிடும் – அம்பாத் தன் மனத்தினுள்ளே புக்குவிடும்.

(பொ–ரை) தான் கொண்டொழுகுகின்ற விருந்து புறந்தருதலும் தெ-ய்வத்திற்குச் சிறப்புச் செய்தலும் இரந்தார்க் குதவலும் என்னும் மூன்றற்கும் உதவ வொட்டாத ஆசையால் உள்வந்த பசித்தோற்றம் முன்பிறப்பில் தான் ஒழுகிய நல்வினையால் வந்த செல்வத்தைத் தன்னை உண்ணப்பண்ணி அப்பசித் தோற்றம் தன்னைக் கொண்டுசென்று கும்பி நரகத்தில் தள்ளி எறிதலால் தன் ஆசையானது அம்பாத் தன் மனத்தினுள்ளே புக்குவிடும். (393)

394. துறவாமல் இல்லிருந்து வாழ்தல்

செல்வத் துணையுந்தம் வாழ்நாட் டுணையுந்தாம்
தெள்ளி உணரார், சிறிதினால் செம்மாந்து,
பள்ளிப்பால் வாழார், பதிமகிழ்ந்து வாழ்வாரே
முள்ளித்தேன் உண்ணு மவர்.

(ப–ரை) செல்வத்துணையும் – செல்வம் நிலையாத தன்மையினையும், தம் வாழ்நாள் துணையும் – தமது வாழ்நாள் நிலையாத தன்மையினையும், தாம் தெள்ளி உணரார் – தாம் ஆராய்ந்து உணராமல், சிறிதினால் – இவை சிறிது பெற்றதனாலே, செம்மாந்து – களித்து, பள்ளிப்பால் – அருந்தவர் உறையும் பள்ளியிடம், வாழார் – வாழாமல், மகிழ்ந்து பதிவாழ்வரே – மகிழ்ந்து மனையின்கண் வாழ்கின்றவரே, முள்ளி தேன் உண்ணுமவர் – முள்ளிப்பூவின் தேனை உண்டு இன்புறுவாரோடு ஒப்பர்.

(பொ—ரை) செல்வம் நிலையாத தன்மையினையும் தமது வாழ்நாள் நிலையாத தன்மையினையும் தாம் ஆராய்ந்து உணராமல் இவை சிறிது பெற்றதனாலே களித்து அருந்தவர் உறையும் பள்ளியிடம் வாழாமல் மகிழ்ந்து மனையின்கண் வாழ்கின்றவரே முள்ளிப்பூவின் தேனை உண்டு இன்புறுவாரோடு ஒப்பர். (394)

395. இல்வாழ்க்கையில் அழிவுறாமல் துறத்தல்

வன்னெஞ்சி னார்பின் வழிநினைந்து செல்குவை
என்னெஞ்சே! இன்றிழிவை யாயினா - சென்னெஞ்சே!
இல்சுட்டி நீயும் இனிதுரைத்துச் சாவாதே.
பல்கட்டப் பெண்டீர் மகார்.

(ப—ரை) என் நெஞ்சே – எனது நெஞ்சே! வல் நெஞ்சினார் பின் – இரங்காத வலிய நெஞ்சையுடையார் பின்னே, வழி நினைந்து செல்குவை – செல்லும் நெறியை நினைத்திருந்து செல்குவையாயின், இன்று – இன்றே, இழிவை ஆயினா – அழிவாயாயினா, நீயும் – நீயும், இல்சுட்டி – மனைவாழ்க்கையை நன்கு மதித்து, இனிது உரைத்து – பிறர்க்கு இனிய சொல்லை உரைத்து, சாவாதே – இறந்து போகாமல், நெஞ்சே செல் – நெஞ்சே! இங்கு நின்றும் துறந்துபோவாயாக. அ பெண்டீர் மகார் – அந்தப் பெண்டிரும் பிள்ளைகளும், பல் கட்டு – பல தளைகளாவர்.

(பொ—ரை) எனது நெஞ்சே! இரங்காத வலிய நெஞ்சை யுடையார் பின்னே செல்லும் நெறியை நினைத்திருந்து செல்குவையாயின் இன்றே அழிவாயாயினா. நீயும் மனை வாழ்க்கையை நன்கு மதித்துப் பிறர்க்கு இனிய சொல்லை உரைத்து இறந்து போகாமல் நெஞ்சே! இங்கு நின்றும் துறந்து போவாயாக. அந்தப் பெண்டிரும் பிள்ளைகளும் பல தளைகளாவர். (395)

396. எல்லாப் பற்றுகளும் நீங்கித் தேகாபிமானம் நீங்காமை

சிறந்ததம் சுற்றமும் செய்பொருளும் நீக்கித்
துறந்தார் தொடர்ப்பா டெவன்கொல்? - கறங்கருவி
ஏனல்வா வீழும் மலைநாட! அஃதன்றோ
யானைபோய் வால்போகா வாறு.

(ப—ரை) கறங்கு அருவி ஏனல்வா வீழும் மலைநாட – முழங்கா நின்ற அருவி தினைப் புனத்தின்கண்ணே வீழும் மலைநாடனே! தம் சிறந்த சுற்றமும் – தமது சிறப்புடைத்தாகிய சுற்றத்தையும், செய்பொருளும் – தாம் ஆக்கிய பொருள்களையும், நீங்கி துறந்தார் – கைவிட்டு மனையைத் துறந்தவர், தொடர்ப்பாடு எவன்கொல் – யாக்கை மேலே தொடர்ச்சி யுடையவராய் வாழ்தல் எவ்வாறு போல்வதெனில், அஃது – அது, யானை போய் – ஒரு வாயிலின்கண்ணே யானை போக, வால் போகா ஆறு அன்றோ – அதன் வால் போகாமல் தகைப்புண்டு நிற்குமாறு போலும்.

(பொ—ரை) முழங்கா நின்ற அருவி தினைப் புனத்தின்கண்ணே வீழும் மலைநாடனே! தமது சிறப்புடைத்தாகிய சுற்றத்தையும் தாம் ஆக்கிய பொருள்களையும் கைவிட்டு மனையைத் துறந்தவர் யாக்கை மேலே தொடர்ச்சியுடையவராய் வாழ்தல் எவ்வாறு போல்வதெனில் அது ஒரு வாயிலின்கண்ணே யானை போக அதன் வால் போகாமல் தகைப்புண்டு நிற்குமாறு போலும். (396)

397. தீவினை கழிவதற்கு நல்வினை போதாமை

எனைப்பல் பிறப்பினும் ஈண்டித்தாம் கொண்ட
வினைப்பயன் மெயுறுதல் அஞ்சி - எனைத்தும்
கழிப்புழி ஆற்றாமை காண்டும் அதுவே
குழிப்பூழி ஆற்றா குழிக்கு.

(ப—ரை) எனை பல் பிறப்பினும் – எவ்வளவான பலவகைப் பிறப்பிலும், ஈண்டி – அடைந்து, தாம் கொண்ட வினைப்பயன் – தாம் தேடிக்கொண்ட தீவினைப் பயன்கள், மெய் – உண்மையாக, உறுதல் – மேல் வந்து சேருதலுக்கு, அஞ்சி – பயந்து, கழிப்பு உழி – தாம் அனுபவித்துக் கழிக்குங் காலத்தில், எனைத்தும் – தாம் செய்யும் அவற்றை நல்வினையின் பயன் எவ்வளவும், ஆற்றாமை – போதாமையை, காண்டும் – கண்டோம், அது அங்ஙனம் போதாமை, குழி பூழி குழிக்கு ஆற்றா – ஒருகுழியில் தோண்டிய புழுதி அக்குழியைத் தூர்த்தற்குப் போதாமை போலும்.

(பொ—ரை) எவ்வளவான பலவகைப் பிறப்பிலும் அடைந்து தாம் தேடிக்கொண்ட தீவினைப் பயன்கள் உண்மையாக மேல் வந்து சேருதலுக்குப் பயந்து தாம் அனுபவித்துக் கழிக்குங் காலத்தில் தாம் செய்யும் அவற்றை நல்வினையின் பயன் எவ்வளவும் போதாமையைக் கண்டோம். அது அங்ஙனம் போதாமை ஒருகுழியில் தோண்டிய புழுதி அக்குழியைத் தூர்த்தற்குப் போதாமை போலும். (397)

398. வினையற்றால் பிறப்பறுதல்

திரியும் இடிஞ்சிலும் நெய்யும்சார் வாக
எரியும் சுடரே ரனைத்தாத் - தெரியுங்கால்
சார்வற ஓடிப் பிறப்பறுக்கும் அஃதேபோல்
நீரற நீர்ச்சார் வறும்.

(ப—ரை) நீர் அற நீர்ச்சார்வு அறும் – நின்ற நீர் வற்றவே அந்நீரைச் சார்வாக வாழ்கின்ற சாதியெல்லாம் கெடும். திரியும் இடிஞ்சிலும் நெய்யும் சார்வாக சுடர் ஏர் எரியும் – திரியும் அகலும் நெய்யும் சார்வாக விளக்கானது அழகாக எரியும், (அம்மூன்றும் அறவே விளக்கு அவிந்தொழியும்) அஃதேபோல் – அங்ஙனமே, தெரியுங்கால் – ஆராய்ந்து பார்க்குங்கால், சார்வு அனைத்தா அற – பிறப்புக்குச் சார்வாயுள்ள மற்றெல்லாம் அறவே, ஓடி – அவ்வறவானது விரைந்து, பிறப்பு அறுக்கும் – பிறப்பை ஒழிக்கும்.

(பொ—ரை) நின்ற நீர் வற்றவே அந்நீரைச் சார்வாக வாழ்கின்ற சாதியெல்லாம் கெடும். திரியும் அகலும் நெய்யும் சார்வாக விளக்கானது அழகாக எரியும்; அம்மூன்றும் அறவே விளக்கு அவிந்தொழியும். அங்ஙனமே ஆராய்ந்து பார்க்குங்கால் பிறப்புக்குச் சார்வாயுள்ள மற்றெல்லாம் அறவே, அவ்வறவானது விரைந்து பிறப்பை ஒழிக்கும். (398)

399. யாதொரு நெறியிலும் பயிலாமை

ஓதநீர் வேலி உலகத்தார் அந்நெறி
காதலர் என்ப தறிந்தலால், - யாதொன்றும்

கானக நாட! பயிலார்: பயின்றது
வானக மாகி விடும்.

(ப—ரை) கானக நாட – கானக நாடனே! பயின்றது வானகம் ஆகிவிடும் – யாதோர் உலகத்து வாழ்வோர் எல்லோரும் தாம் பயின்ற செய்கை பொல்லாதாயினும் துறக்கம்போல இனிதாப் பின்னை விடுதல் அரிதா மாகலின், ஓத நீர்வேலி உலகத்தார் – ஒலிபொருந்திய கடல் சூழ்ந்த உலகத்துள்ளோர் யாவரும், அ நெறி – தாம் பயின்றொழுகுகின்ற அந்நெறியை, காதலர் என்பது – காதலிப்பர் என்பதனை, அறிந்தலால் – அறிந்தன்றி, யாதொன்றும் பயிலார் – யாதொரு நெறியிலும் பயிலார்.

(பொ—ரை) கானக நாடனே! யாதோர் உலகத்து வாழ்வோர் எல்லோரும் தாம் பயின்ற செய்கை பொல்லாதாயினும் துறக்கம்போல இனிதாப் பின்னை விடுதல் அரிதா மாகலின் ஒலிபொருந்திய கடல் சூழ்ந்த உலகத்துள்ளோர் யாவரும் தாம் பயின்றொழுகுகின்ற அந்நெறியைக் காதலிப்பர் என்பதனை அறிந்தன்றி யாதொரு நெறியிலும் பயிலார். (399)

400. சமயக் கொள்கைகளில் நல்லவைகளை மேற்கொள்க

பரந்தவர் கொள்கைமேல் பல்லாறும் ஓடார்
நிரம்பிய காட்சி நினைந்தறிந்து கொள்க
வரம்பில் பெருமை தருமே பிரம்பூரி
என்றும் பதக்கேழ் வரும்.

(ப—ரை) பரந்தவர் கொள்கைமேல் – பலவேறு வகைப்பட்டுப் பரந்த சமயத்தாருடைய ஒழுக்கத்தின் மேல், பல் ஆறும் ஓடார் – பல நெறிக்கண்ணும் ஓடாரா, நிரம்பிய காட்சி – (அச்சமயத்தாருடைய கொள்கைகளுள்) நன்மை நிரம்பிய கொள்கையை, நினைந்து அறிந்து – ஆராய்ந்தறிந்தே, கொள்க – தமக்குக் கொள்கையாக ஒழுகுக (ஒழுகினால் அவ்வொழுக்கம்), வரம்பு இல் பெருமை – எல்லையில்லாத பெருமையை, தரும் – கொடுக்கும், பிரம்பூரி – பிரம்பூரி என்னும் நெல், என்றும் – எக்காலத்தும், பதக்கு ஏழ் வரும் – பதக்கு ஏழாக விளையும்.

(பொ—ரை) பலவேறு வகைப்பட்டுப் பரந்த சமயத் தாருடைய ஒழுக்கத்தின்மேல் பல நெறிக்கண்ணும் ஓடாரா அச்சமயத் தாருடைய கொள்கைகளுள் நன்மை நிரம்பிய கொள்கையை ஆராய்ந்தறிந்தே தமக்குக் கொள்கையாக ஒழுகுக. ஒழுகினால் அவ்வொழுக்கம் எல்லையில்லாத பெருமையைக் கொடுக்கும். பிரம்பூரி என்னும் நெல் எக்காலத்தும் பதக்கு ஏழாகவிளையும். (400)

★★★

பழமொழி அகரவரிசை

(எண், பாட்டைக் குறிக்கும்)

அகலுள் நீராலே துடும்பல் எறித்துவிடல் 99

அக்காரம் பால் செருக்கும் ஆறு 363

அங்காடி மேயும் பழங்கன்று ஏறாதலும் உண்டு 203

அஞ்சாதே தின்பது அழுவதன் கண் 98

அஞ்சும் பிணிமூப் பருங்கூற் றுடனியைந்து துஞ்சவருமே துயக்கும் 366

அஞ்சுவார்க் கில்லை யரண் 286

அடுப்பின் கடைமுடங்கும் நாயைப் புலியாமெனல் 68

அணங்காக்கும் தான்செய்த பாவை தனக்கு 332

அணியாரே தம்மைத் தமவேனும் கொள்ளாக் கலம் 67

அணியெல்லாம் ஆடையின் பின் 27

அம்பலம் தாழ்க் கூட்டுவார் 56

அம்புவிட்டு ஆக்கறக்குமாறு 167

அயலறியா அட்டுணோ இல் 149

அயிரை யிட்டு வரால் வாங்குபவர் 373

அயிலாலே போழ்ப அயில் 9

அரங்கினுள் வட்டுக்கரை யிருந்தார்க்கு எளிய போர் 177

அரிந்தரிகால் நீர்ப்படுக்குமாறு 300

அரிவாரைக் காட்டார் நரி 31

அழகொடு கண்ணின் இழவு 218

அளறாடிக்கண்ணும்மணி மணியாகிவிடும் 73

அள்ளிலத்து உண்ட தனிசு 298

அறஞ்செய்ய அல்லவை நீங்கிவிடும் 365

அறிதுயில் யார்க்கும் எழுப்பலரிது 334

அறிமடமும் சான்றோர்க் கணி 75

அறியும் பெரிதாள்பவனே பெரிது 32

அறிவச்சம் ஆற்றப் பெரிது 324

அறிவினை ஊழே அடும் 229

அறுமோ குளநெடிது கொண்டது நீர் 375

அறுமோ நரி நக்கிற்றென்று கடல் 204

ஆகாதார்க்கு ஆகுவ தில் 238

ஆகாதே உண்டது நீலம் பிறிது 95

ஆகுமோ நந்துழுதவெல்லாம் கணக்கு 93

ஆடு பணைப் பொய்க்காலே போன்று 285

ஆயிரம் காக்கைக்கோர் கல் 250

ஆராயானாகித் தெளிந்தான் விளிந்துவிடும் 183

ஆலென்னிற் பூலென்னு மாறு 269

ஆற்றக் கரும்பனை யன்ன துடைத்து 221

ஆற்றாதவரழுத கண்ணீரவை அவர்க்குக் கூற்றமாய் வீழ்ந்துவிடும் 48

ஆற்றுணா வேண்டுவ தில் 5

ஆற்றுவான் நூற்றுவரைக் கொன்றுவிடும் 308

இடைதவிர்ந்து வீழ்தலின் நட்டறானாதலே நன்று 367

இடை நாயிற் கென்பிடுமாறு 306

இடையன் எறிந்த மரம் 224

இரந்தூட்குப் பன்மையோ தீது 385

இருதலையும் காக்கழித்தார் 391

இருதலைக் கொள்ளி யென்பார் 142

இருளி னிருந்தும் வெளி 321

இல்லுள் வில்லேற்றி இடைக்கலத் தெய்துவிடல் 25

இல்லையே அட்டாரை ஒட்டாக் கலம் 174

இல்லையே உய்வதற்கு உய்யாவிடம் 235

இல்லையே ஒன்றுக்குதவாத வொன்று 342

இல்லையே தாம்தர வாராநோய் 184

இல்லையே யானைதொடு வுண்ணின் மூடுங் கலம் 248

இழவென்று எருது உண்ட உப்பு 173

இழுக்கத்தின் மிக்க இழிவு இல்லை 16

இழுகினா னாகாப்பதில்லையே முன்னம் எழுதினான் ஒலை பழுது 161

இளைதென்று பாம்பிகழ்வா ரில் 278

இருப்புழிப் பெற்றால் கிடப்புழியும் பெற்றுவிடும் 191

இளையவனே ஆயினும் மூத்தானே யாடுமகன் 151

இறக்கு மையாட்டை உடம்படுத்து வௌவுண்டாரில் 175

இறந்தது பேர்த்தறிவா ரில் 207

இன்சொல் இடர்ப்படுப்ப தில் 192

இன்னாது இருவர் உடனாடல் நாய் 19

இன்னாதே பேயோடானும் பிரிவு 127

ஈடில்லாதற் கில்லை பாடு 72

ஈனுமோ வாழை இருகால் குலை 64

உடுத்தாரை உண்டி வினவுவா ரில் 330

உண்டஇல் தீயிடு மாறு 348

உண்ணா இரண்டேறு ஒரு துறையுள் நீர் 313

உண்ணுந்துணைக் காக்கும் கூற்று 136

உண்ணோட் டகலுடைப் பார் 164

உமிக்குற்றுக் கைவருந்து மாறு 349

உமையாள் ஒரு பாலாக் கட்டங்கம் வெல்கொடி கொண்டானும் கொண்டான் 125

உயக்கொண்டு புல்வாய் வழிப்படுவா ரில் 180

உயவு நெய்புட் குளிக்கும் ஆறு 386

உருவு திருவூட்டு மாறு 302

முதற்குறிப்பு	பாடல் எண்	முதற்குறிப்பு	பாடல் எண்
உரைத்தால் உரைபெறுதல் உண்டு	76	கடல்படா வெல்லாம் படும்	270
உரையார் இழித்தக்க காணிற் கனா	131	கடன்றே ஊரரிய நாட்டார்க்கு உணா	86
உலகினுள் இல்லதற் கில்லை பெயர்	162	கடிஞையில் கல்லிடுவா ரில்	376
உலக்கைமேல் காக்கை என்பார்	158	கடிதோடும் பாம்பின் பல் கொள்வாரோ இல்	288
உவர் நிலம் உட்கொதிக்கு மாறு	290	கடிய கனைத்து விடல்	277
உவவாதார்க்கு ஈத்ததை யெல்லாம் இழுவு	227	கடையடைத்து வைத்துப் புடைத்தக்கால் நாயும்	
உள்ளம் படர்ந்ததே கூறும் முகம்	145	உடையானைக்கவ்விவிடும்	46
உள்ளிருந்து அச்சாணி தாங்கழிக்கு மாறு	113	கணையிலும் கூரியவாம் கண்	144
உறற்பால தீண்டாவிடுதல் அரிது	231	கண்சொறீஇ இட்டிகை தீற்றுபவர்	109
உறற்பால யார்க்கும் உறும்	230	கண்டு காரணமா மாறு	143
ஊரறியா மூரியோ இல்	103	கண்ணிற் கண்டதூஉம் எண்ணிச் சொலல்	186
ஊர்ந்துருளின் குன்று வழி அடுப்ப தில்	370	கயவர்க் குரையார் மறை	181
ஊர் மேற்றதாம் அமனர்க்கு ஓடு	315	கருக்கினால் கூறை கொள்வார்	322
ஊழும்பு வீழா நிலத்து	241	கல்தேயும் தேயாது சொல்	40
எய்ப்பினில் வைப் பென்பது	359	கல்லொடு கை யெறியுமாறு	318
எருக்கு மறைந் தியானை பாய்ச்சிவிடல்	63	கவுட்கொண்ட நீர்	253
எருத்திடை வைக்கோல் தினல்	279	கள்ளினைக் காணாக் களிக்கும் களி	100
எருமை எறிந்தொருவர் காயக் லோபிக்கும் ஆறு	339	கள்ளைக் குடித்துக் குழைவாரோஇல்	267
எல்லாம் பொய் அட்டூணே வாய்	350	கழிவிழாத் தோழேற்றுவார்	138
எமுப்புபவோ துஞ்சு புலியைத் துயில்	282	கற்கிள்ளிக் கையுய்ந்தா ரில்	49
எளியாரை எள்ளாதா ரில்	249	கற்றலின் கேட்டலே நன்று	6
என்றும் மனநலமாகாவாம் கீழ்	91	கற்றறிவு போகா கடை	29
ஏப் பிழைத்துக் காக்கொள்ளு மாறு	310	கற்றொறும் தான் கல்லாதவாறு	3
ஏமாரார் கோங் கேறினார்	283	கனா முந்துறாத வினை யில்லை	13
ஏவலன் ஊருஞ்சுடும்	239	காக்கையைக் காப்பிட்ட சோறு	209
ஏற்றுக்கண் றேறாய்விடும்	82	காணார் எனச் செய்பார் மாணா விணை	77
ஒக்கலை வேண்டி அழல்	291	காதலோ டாடார் கவறு	357
ஒருபக்கம் நீரொமுகிப் பாலொமுமாறு	244	காப்பாரிற் பார்ப்பார் மிகும்	369
ஒருவர் பொறை இருவர் நட்பு	133	கானகத் துக்க நிலா	140
ஒழுக்கத்தின் மிக்க உயர்வு இல்லை	16	குடஒழியமீவேலி போக்குபவர்	220
ஒள்ளியக் காட்டு ஆளார்க் கரிது	265	குடிகெட வந்தால் அடிகெட மன்றிவிடல்	289
ஒழுக்கல்லா மென்கண்ணன் ஆளான்அரசு	242	குரங்கின்கைக் கொள்ளி கொடுத்துவிடல்	256
ஒன்றுறா முன்றிலோ இல்	382	குரங்கினுள் நன்முகத்த இல்	104
ஒன்றேற்றி வெண்படைக்கோ வொன்று	126	குருட்டுக்கண் துஞ்சிலென் துஞ்சாக்க லென்	219
ஒம்புவார் இல்லெனின் சென்றுபுடுமாம் உயிர்	263	குருவி குறங்குறுப்பச் சோருங் குடர்	338
ஒடுக ஊரோடு மாறு	196	குலவிச்சை கல்லாமற் பாகம்படும்	7
ஒரையுள் பாம்போடுடன் உறையும்ஆறு	254	குவளையைத் தன்னாரால் யாத்துவிடல்	280
ஒர்த்த திசைக்கும் பறை	38	குழிப்பூழி ஆற்றா குழிக்கு	397
கடம்பெற்றான் பெற்றான் குடம்	212	குழுவத்தார் மேயிருந்த என்றுடருப்பினு மன்று	61
கடலுவால் மாவடித்தற்று	26	குளந்தொட்டுத் தேரவழிச் சென்றா ரில்	199
கடுள்ளும் காண்பவே நன்கு	198	குறுநரிக் நல்ல நாராயங் கொளல்	51
கடலோடு காட்டொட்டலில்	79	குறுமக்கள் காவு நடல்	122
கடல் நீந்திக் கற்றடியு ளாம்ந்துவிடல்	343	குறும்பியங்கும் கோப்புக்குழி செய்வ தில்	228

குறும்பூழ்க்குச் செய்யுளதாகு மனம்	97	தட்டாமல் செல்லாதுஉளி	170
குறைப்பர் தம்மேலே வீழ்ப் பனை	281	தண்கோ லெடுக்குமா மெய்	251
குன்றின்மேல் இட்ட விளக்கு	81	தந்நீர ராதல் தலை	193
கூதறைகள் ஆகார் குடி	107	தமக்கு மருத்துவர் தாம்	150
கூரம்பு அடியிழுப்பின் இல்லை அரண்	156	தமரை இல்லார்க்கு நகரமும் காடுபோன்றாங்கு	15
கூரிதெருத்து வலியதன் கொம்பு	272	தம்மைத் தாம் ஆர்க்கும் கயிறு	372
கூலிக்குச் செய்துண்ணு மாறு	384	தம்மை யுடைமை தலை	388
கூற்றம் குதித்துப்ந் தறிவாரோ இல்	392	தயிர் சிதைததய மற்றொன் நடல்	344
கூற்றம் புறங்கொம்மை கொட்டினா ரில்	292	தலையுள் குறுங்கண்ணி யாகிவிடும்	187
கூன்மேல் எழுந்த குரு	284	தனக்கின்னா இன்னா பிறர்க்கு	45
கெடுமே கொடும்பாடுடையான் குடி	65	தனிமரம் காடாத லில்	287
கெட்டார்க்கு நாட்டாரே இல்	135	தன்னாசை அம்பாயுள் புக்குவிடும்	393
கைக்குமே தேவரே தின்னினும் வேம்பு	96	தாமிருந்த கோடு குறைந்துவிடல்	347
கொடுத் தேழுபாயினா ரில்	378	தாயார் அலைத்துப் பால் பெய்துவிடல்	364
கொடுப்பவர் தாமறிவார் தஞ்சீ ரளவு	381	தாயார்க்கு மக்களுள் பக்கமோ வேறு	333
கொண்டார் வெகுடல் நகைமேலும் கைப்பாய்விடும்	213	தாய் மிதித்த ஆகா முடம்	354
கொல்லிமேல் கொட்டு வைத்தார்	389	தால வடக்கலமே போன்று	88
கொல்லையுள் கூழ் மரமே போன்று	257	தாறாப்படினும் தலைமகன் தன்னொளி	
கொந்தேரி தூன்னாசி விற்பவ ரில்	74	நூறாயிரவர்க்கு நேர்	70
சாய்பினைச் சால்பறுக்கு மாறு	335	தானோன்றிட வரும் சால்பு	60
சாவாதான் முன்கைவளையுந் தொடும்	294	திங்களை நாய்குரைதற்று	108
சான்வர் கையுண்டும் கூடுவர் மெய்	84	திருவினும் திட்பம் பெறும்	34
சான்றோர் அவைப்படின் சாவாது பாம்பு	87	திருவுடையார் பண்டம் இருவர் கொளல்	200
சான்றோர் கடங்கொண்டும் செய்வார் கடன்	83	திருவோடும் இன்னாது துச்சு	356
சிறுகுரங்கின் கையாற் றுழா	307	திரையவித் தாடார் கடல்	319
சீர்ந்தது செய்யாதாரில்	178	தினலாமோ அக்காரம் சேர்ந்த மணல்	92
சுமையொடு மேல்வைப்பாமாறு	358	தீங்குரைக்கு நாவிற்கு நல்குர வில்	43
சுரத்திடப் பெய்த பெயல்	374	தீநாய் எழுப்புமாம் எண்கு	293
சுரம்போக்கி உல்குகொண்டாரில்	2	தீ நாள் திருவுடையார்க்கில்	236
சுரை யாழ அம்மி மிதப்பு	123	தீயன ஆவதே போன்று கெடும்	214
சுரையாழ் நரம்பருத்தற்று	261	தியில்லை யூட்டும் திறம்	59
சூட்டறுத்து வாயிலிடல்	247	தீற்றாதே நாய்நட்டால் நல்ல முயல்	129
செய்கென்றான் உண்கென்னு மாறு	268	துளியீண்டில் வெள்ளந் தரும்	202
செய்தானை ஒவ்வாத பாவையோ இல்	260	துறவா உடம்பினான் என்ன பயன்	390
செய்யாத எய்தா வெனின்	57	துன்னினா ரல்லார் பிறர்	353
செய்வதென் வல்லை அரசாட்சிகொளின்	255	துன்னூசி போம்வழி போகு மிழை	355
செருப்பிடைப் பட்ட பரல்	121	தெளியானைத் தேற லிது	53
செல்வம் தொகற்பால போழ்தே தொகும்	234	தேனார் பலாக்குறைதுக் காஞ்சிரை நட்டுவிடல்	105
சேணோக்கி நந்துநீர் கொண்டதே போன்று	206	தொட்டாரை ஒட்டாப் பொருள் இல்லை	174
சொல்லாக்கால் சொல்லுவ தில்	14	தொளை யெண்ணாார் அப்ந் தின்பார்	166
சோரம் பொதியாதவாறு	316	தோற்பன கொண்டு புகார் அவை	18
தஞ்சாகாடேனும் உயவாமல் சேறலோ வில்	169	நகையாகும் யானைபல் காண்பான் பகல்	23
தஞ்சாதி மிக்குவிடும்	148	நசை கொன்றான் செல்உலக மில்	226

நரகர்கட் கில்லையோ நஞ்சு	124	பள்ளியுள் ஐயம் புகல்	225
நரிக்கூடக் கடற் கெய்தாவாறு	317	பழம் பகை நட்பாதலில்	297
நரியிற்கூண் நல்யாண்டும் தீயாண்டு மில்	102	பறைக்கண் கடிபிடி மாறு	179
நல்ல விறகின் அடியினும் நனிவெந்நீர் இல்லம் சுடுகலவாறு	52	பனியால் குளநிறை லில்	128
		பனைப் பதிதி துண்ணார் பழம்	188
நல்லறம் செய்வது செய்யாது கேள்	368	பனைமுதிரின் தாய்தாண்மேல் வீழ்ந்துவிடும்	271
நற்காப்பின் தீச்சிறையே நன்று	208	பனையின்மேல் பஞ்சிவைத் தெஃகிவிட்டற்று	182
நன்றொடு வந்ததொன் றன்று	295	பண்மையின் பாடுடைய தில்	304
நாய் காணின் கற்காணா வாறு	362	பாண்சேரிப் பற்களுக்கு மாறு	22
நாய்கொண்டால் பார்ப்பாரும் தின்பர் உடும்பு	36	பாம்பறியும் பாம்பின் கால்	8
நாய்கௌவின் பேர்த்து நாய் கௌவினா ரில்	50	பாய்பாவோ வெந்நீரும் ஆடாதார் தீ	160
நாய் பெற்ற தெங்கம்பழம்	217	பால்தலையை பாலூற லில்	246
நாய்மேல் தவிசிடு மாறு	106	பிணி பீடுழித் துவிடும்	41
நாய்வால் திருந்துதல் என்றுமோ இல்	337	பிரம்பூரி என்றும் பதுக்கே வரும்	400
நாளும் கடலுள் துலாம் பண்ணீனார்	331	பிறரைக் கள்ளராச் செய்குருவார்	118
நாவற்கீழ்ப் பெற்ற கனி	12	பின்னினா பேசையார் நட்பு	139
நாவிதன் வாள்சேப்பிலைக்குக் கூர்துவிடல்	320	புதற்குப் புலியும்வலியே புலிக்குப் புதலும்	
நிறைபுள்ளே இன்னா வரைவு	69	வலியாய்விடும்	201
நிறைகுடம் நீர்தளும்பலில்	10	புலத்தகத்துப் புள்ளரைக்கால் விற்பே மெனல்	66
நின்று சென்றது பேராதவர்	153	புல்புல வணணத்த புள்	147
நின்னடை நின்னின் அறிகிற்பா ரில்	37	புலித்தலையை நாய் மோத்த லில்	205
நீத்தம் மலைப்பெயல் காட்டுந் துணை	259	புலிமுகத் துண்ணி பறிந்துவிடல்	110
நீர நீர்ச்சார்வு அறம்	398	புலைப்பொருள் தங்கா வெளி	341
நீர்போயும் ஒன்றண்டாம் வாணிகம் இல்	345	புல்லத்தைப் புல்லம் புறம்ப்புல்லு மாறு	262
நீர் மிகின் இல்லை சிறை	336	புழுப்பெய்யும் புண் பொதிது மாறு	114
நீர்வரய வாம் நீர்மலர்	380	புறத்மைச்சின் நன்றகத்துக் கூடன்	276
நீகயத்துள் யாமை நனைந்துவா என்று விடல்	176	பூசை எலியில்வழிப் பெறா பால்	325
நுகத்துப் பகலாணி போன்று	340	பூசையைக் காப்பிடுதல் புன்மீன் றலை	171
நுணலுந்தன் வாயால் கெடும்	115	பூண்ட பறை யறைபார் போயினார் ரில்	85
நெடும்பகை தற்செய்யத் தானே கெடும்	54	பூவொடு நாரியைக்கு மாறு	89
நெடுவாள் கெடுத்தான் குடத்துளும் நாடிவிடும்	194	பெண் பெற்றான் அஞ்சான் இழவு	383
நெய்தலைப் பால் உக்க விடல்	35	பெய்ய்மாம் பெய்யாதெனினும் மழை	352
நெய்ப்பெய்ய கலனே நெய் பெய்துவிடும்	273	பெரிதகழின் பாம்புகாண்பாரும் உடைத்து	329
நோவச் செய் நோயின்மையில்	44	பெரியர் உக்கு ஓடிக்காட்டிவிடும்	159
நோற்றார்க்குச் சோற்றுளும் வீழும் கறி	237	பெரியதன் ஆவி பெரிது	1
பசிபெரி தாயினும் புன்மே யாதாகும் புலி	71	பெரியவாம் ஆற்றவும் முன்கை நெடியார்க்குத் தோள்	157
பசுக் குத்தின்குத்துவா ரில்	58	பெரியாரைச் சார்ந்து கெழிஇயிலா ரில்	258
படையின் படைத்தகைமை நன்று	326	பெரும் பழியும் பேணாதார்க் கில்	42
பயின்றது வானக மாகிவிடும்	399	பேதைக் குரைத்தாலும் தோன்றா துணர்வு	94
பரிசுழிந்தாரோடு தேவரு மாற்ற லிலர்	21	பைங்கரும்பு மென்றிருந்து பாகுசெயல்	360
பலிப்புறத் துண்பார் உணா	296	பொருதா மண் ஆகா கவர்	111
பல்கட்டப் பெண்டீர் மகார்	395	பொருள் கொடுத்துக் கொள்வார் இருள்	4
பழஞ்செ போர் பின்றுவிடல்	222	பொறியும் தொடற்பாலற்கண்ணே தொடும்	232

போகாதே நாய் பின்னாகத் தகர்	305	மூரியைத் தீற்றிய புல்	210
போகாரே நீர் குறிதாகப் புகல்	190	மைம்மைப்பின் நன்று குருடு	299
போமாறறியா புலன்மயங்கி ஊர்புக்குச் சாமா கண்காணதவாறு	62	மோரின் முதுநெய் தீதாகலோ வில்	90
மகனறிவு தந்தை யறிவு	146	யாதானும் ஒன்றுகொண்டு யாதானும் செய்தக்கால் யாதானும் ஆகிவிடும்	155
மகன் மறையாத் தாய் வாழுமாறு	323	யாப்பினுள் அட்டிய நீர்	312
மச்சேற்றி ஏணி களைவு	137	யாரானும் சொற் சோராதாரோ இலர்	185
மதிப்புறத்துப்பட்ட மறு	11	யாரோ நமநெய்யை நக்குபவர்	346
மதியம்போல் பன்மீனும் காய்கலா வாகுநிலா	28	யாருளரோ தங்கன்று சாக்கறப்பர்	132
மயில்போலுங் கள்வ ருடைத்து	195	யானைபோய் வால் போகா வாறு	396
மரத்தின்கீழ் ஆகா மரம்	252	யானையால் யானை யாத்தற்று	30
மரம் போக்கிக் கூலிகொண்டார் இல்லை	2	வண்டுதா துண்டுவிடல்	245
மறையார் மருத்துவர்க்கு நோய்	134	வருத்தாதார் வாழ்க்கை திருந்துத லின்று	152
மற்றதன்பாற் றேம்பல் நன்று	172	வலியலாந் தாயக்கு வலிது	303
மன்றஞ்சுவார்க்குப் பரிகாரம் யாதொன்று மில்	119	வளிதோட் கிடுவாரோ இல்	117
மன்றத்து மையல் சேர்தற்று	120	வாங்கும் எருதாங் கெழுமைச் சாக்காடெடுல்	314
மனை மரமாய மருந்து	351	வாடியக்கண்ணும் பெருங்குதிரை யாப்புப வேறாகிவிடும்	377
மாக்காய்த்துத் தன்மேல் குணில் கொள்ளுமாறு	215	வாயுறைப் புற் கழுத்தில் யாத்துவிடல்	223
மாயா நரையான் புறுத்திட்ட சூடு	80	வாழைக்காய் உப்புறைத் தில்	327
மிக்கவை மேவிற் பரிகார மில்	387	விண்டற்கு விண்டல் மருந்து	141
மிளுமிளு வுண்பான் புகல்	24	விண்ணியங்கும் ஞாயிற்றைக் கைம்மறைப்பா ரில்	33
முடவன் பிடிப்பூணி பானையோடாடல் உறவு	17	வித்தின்றிச் சம்பிரத மில்	328
முதலிலார்க்கு ஊதிய மில்	233	விரையிற் கருமம் சிதையும்	165
முயல் விட்டுக் காக்கை தினல்	371	வில்லொடு காக்கையே போன்று	78
முஜியிருப்பத் தாயணல் தான்சுவைத் தற்று	275	விளக்கு எலி கொண்டு தனக்கு நோய் செய்துவிடல்	55
முலைங்குறைப்ச் சாணி ஞுமாறு	101	வினா முந்துறாத உரையில்லை	13
முழுநட்பிற் சாணுக்கு நன்று	130	வெண்ணெய் மேல்வைத்து மயில் கொள்ளுமாறு	211
முழுந்தாள் கிழிந்தானை மூக்குப் பொதிவு	20	வெண்பாட்டம் வெள்ளந் தரும்	301
முள்ளித்தேன் உண்ணுமவர்	394	வெண்மாத் தலைகீழாக காதிவிடல்	112
முள்ளினால் முட்களையு மாறு	309	வெந்நீரில் தண்ணீர் தெளித்து	163
முறைமைக்கு மூப்பிளமை யில்	243	வெள்ளாடு தன்வெளி தீராது அயல்வெளி தீர்ந்துவிடல்	39
முன்வில்லார் முன்னியது எய்தாமை யில்	154	வேண்டாமை வேண்டிய தெல்லாந் தரும்	274
முன்பகல் கண்டான் பிறன்கேடு தன்கேடு பின்பகல் கண்டுவிடும்	47	வேள்வாய் கவட்டை நெறி	361
முன்னின்னா மூத்தார் வாய்ச் சொல்	264	வேற்குத்தின்காணியின் குத்தே வலிது	197
மூக்கற்றதற் கில் பழி	116		
மூரி உழுது விடல்	168		

செய்யுள் முதற்குறிப்பு அகரவரிசை

(எண் - செய்யுள் எண்)

அருமையுடைய	199
அருவிலை மாண்	34
அருள் உடை	200
அல்லது செய்வார்	214
அல்லல் ஒருவர்	351
அல்லவை செய்ப	102
அல்லவையுள்	24
அறஞ் செய்பவர்க்கும்	365
அறிவன்று	61
அறிவினால்	27
அற்றாக நோக்கி	371
அன்பறிந்த	180
அன்பின் நெகிழ	167
ஆ அம் எனக்கெளி	184
ஆ அய் வளர்ந்த	232
ஆகும் சமயத்தார்க்கு	238
ஆணம் உடைய	30
ஆணியாக் கொண்ட	169
ஆண்டகை மன்னரைச்	274
ஆண்டீன் டென	85
ஆமாலோ என்று	62
ஆயிரவ ரானும்	28
ஆய்ந்த அறிவினர்	58
ஆவிற்கு அரும்பனி	43
ஆறாச்சினத்தன்	53
ஆற்றப் பெரியார்	292
ஆற்ற வினை செய்தார்	314
ஆற்றவும் கற்றார்	5
ஆற்றா ரிவரென்று	46
ஆற்றும் தகைய	237
ஆற்றும் இளமைக்கண்	2
இகலின் வலியாரை	294
இசைவ கொடுப்பதூஉம்	226
இஞ்சி அடைந்து	321
இடுகுடைத்தேர்	277
இடையீ டுடையார்	139
இணரோங்கி வந்தாரை	73
இதுமன்னுந் தீதென்	236
இம்மைத் தவமும்	372
இம்மைப் பழியும்	299
இயற்பகைவெல்	307
இரப்பவர்க் கீயக்	379
இரவலர் தம்வரிசை	380
இருகயல் உண்கண்	327
இல்வாழ்க்கை யானும்	391
இறப்பச் சிறியவர்	52
இறப்ப எமக்கீது	88
இனியாரும் இல்லாதார்	154
இனியாரை உற்ற	128
இன்றி யமையா	370
ஈட்டிய ஒண்பொருள்	82
ஈனுலகத் தாயின்	361
உடுக்கை மருந்துறை	339
உடைப்பெருஞ்	256
உடையதனைக்	201
உணற்கு இனிய	6
உரிஞ்சி நடப்பாரை	42
உரிதனில் தம்மொடு	329
உருத்தெழு	322
உரைசான்றசான்றோர்	123
உரைத்தவர் நாவோ	296
உரைத்தாரை மீதூரர்	317
உரைமுடிவு காணான்	7
உலப்பில் உலகத்து	364
உவப்ப உடன்படுத்தற்	271
உழந்ததூம் பேணாது	101
உழையிருந்து	177
உளைய உரைத்து	354
உள்ளது ஒருவர்	341
உள்ளூரவரால்	203
உறாஅ வகையது	284
உறுகண் பலவும்	324
உறுமக்களாக	122
உற்றதற்கு எல்லாம்	54
உற்றால் இறைவற்கு	313
உற்றான் உறாஅன்	173
ஊக்கி உழந்தொருவர்	209
ஊழாயி னாரைக்	105
எங்கண் ஒன்றில்லை	157
எங்கள் இனையர்	242
எண்ணக் குறைபடாச்	388
எதிர்த்த பகையை	287
எந்நெறி யானும்	332
எமக்குத் துணையாவார்	150
எமரிது செய்க	269
எய்தா நகைச்சொல்	55

எய்ப்புழி	137	கற்றானும்	12
எல்லாத் திறத்தும்	63	கன்றி முதிர்ந்த	81
எல்லையொன்று	257	காடுறை	97
எவ்வந் துணையால்	228	காட்டிக் கருமம்	171
எனக்குத் தகவன்	77	காத்தாற்று	320
எனைப் பலவே	188	காப்பான் மடமகன்	148
எனைப்பல்	397	காப்பிகந்து	387
ஏற்றார்கட்	382	காவலனை ஆக	275
ஒக்கும்வகை	333	காழூர மார்ப	51
ஒட்டிய காதல்	125	குரைத்துக்	235
ஒருவர் உரைப்ப	19	குலத்துச் சிறியார்	112
ஒருவன் உணரா	187	கூடய்க்கொடு	377
ஒல்லாத வின்றி	198	கூரிவி னார்வாய்க்	102
ஒளியாரை	249	கூற்றும்	255
ஒற்கப்பட்டாற்றார்	223	கெடுவல்	40
ஒற்காந்தாம்	71	கேட்பாரை நாடிக்	18
ஒன்றால் சிறிதால்	153	கையார	57
ஒன்னார்	304	கைவிட்ட	212
ஓதநீர் வேலி	399	கொடித்திண்டேர்	267
ஓரும் ஒருவர்	147	கொடையும்	326
ஓர்த்த கருத்தும்	95	கொண்டொழுகும்	393
கடங்கொண்ட	213	கொழித்துக்	131
கடுப்பத் தலக்	190	கோவாத சொல்லும்	117
கட்டுடைத்தாக	174	சால மறைத்தோம்பிச்	243
கண்டறிவார்	141	சிறப்புடை	276
கண்ணில் கயவர்	110	சிறந்த தம் சுற்றமும்	396
கண்ணுள் மணி	136	சிறந்த நுகர்	358
கரப்புடையார்	374	சிறிதாய கூழ்பெற்றுச்	191
கருந்தொழிலர்	98	சிறிய பொருள்	373
கருவினுட் கொண்டு	356	சிறியவர் எய்திய	90
கல்லாதவரிடைக்	16	சீர்தகு மன்னர்	278
கல்லாதான் – கற்றார்	13	சுடப்பட்டு	240
கல்லாதான் – காட்டரிது	14	சுட்டிச் சொல்லப்படும்	229
கல்லாதும்	21	சுற்றத்தார் நட்டார்	178
கல்வி யகலமும்	259	செந்நீரார் போன்று	163
கல்வியான்	15	செம்மாந்து செல்லும்	316
கழுமலத்தில்	231	செயல்வேண்டா	264
களமர்	204	செயிர் அறு செங்கோல்	260
கள்ளி யகிலும்	36	செய்த கருமம்	66
கறுத்து ஆற்றி	60	செய்த கொடுமை	119
கற்றதொன் – கரும	151	செருக்குடைய மன்னர்	279
கற்றதொன் – குடிப்	74	செருக்கெழு மன்னர்	272
கற்று அறிந்தார்	10	செல்லற்க சேர்ந்தார்	196
கற்றார் பலரை	261	செல்வத் துணயுந்தம்	394
கற்றாற்று	17	செறலிற் கொலைபுரிந்து	344

செறிவுடைத் தார்வேந்	265	தெருளா தொழுகும்	197
சேர்ந்தா ரொருவரை	350	தெள்ளி உணரும்	309
சொல்லாமை நோக்கிக்	331	தெற்றப் பகைவர்	87
சொல்லெதிர்த்து	113	தெற்றப் பரிந்தொருவர்	134
சொற்றொறும் சோர்வு	3	தெற்ற அறிவுடையார்	172
தக்கமில் செய்கைப்	363	தெற்ற ஒருவரைத்	96
தக்காரே டொன்றித்	92	தேர்ந்துகண்ணோடாது	124
தங்குற்றம் நீக்கலர்	39	தொடித்தோள் மடவார்	334
தத்தமக்குக் கொண்ட	340	தொடிமுன்கை நல்லாய்	210
தந்தம் பொருளும்	206	தொடுத்த பெரும்	381
தந்தொழில் ஆற்றும்	93	தொண்மையின் மாண்ட	215
தந்நடை நோக்கார்	37	தோற்றத்தால்பொல்லா	48
தமக்குற்ற தேயாகத்	349	தோற்றம் அரிதாய	366
தமர் அல்லவரை	290	தோற்றம் பெரிய	386
தமராலும் தம்மாலும்	227	நடலை இலராகி	26
தமரேயும் தம்மைப்	67	நட்டாரை யாக்கிப்	390
தமனென்று இழி நாழி	346	நண்பொன்றித் தம்மா	132
தம் தீமை யில்லாதார்	133	நயவர நட்டொழுகு	181
தம்மால் முடிவதனைத்	160	நலிந்தொருவர் நாளும்	310
தருக்கி ஒழுகித்	121	நல்கூர்ந் தவர்க்கு	338
தலைக்கொண்ட தங்கரு	159	நல்லவும் தீயவும்	268
தலைமை கருதும்	254	நல்லவஜ கண்டக்கால்	25
தழங்குகுரல் வானத்து	297	நல்லார் நலத்தை	9
தற்றூக்கித் தன் துணை	155	நற்கு அறிவு இல்லாரை	29
தன்னலி கிற்பான்	305	நற்பால கற்றாரும்	185
தன்னின் வலியானைத்	325	நனியஞ்சத் தக்க	241
தன்னை மதித்து	355	நன்கொன்று அறிபவர்	345
தாக்குற்ற போழ்தில்	116	நன்றே ஒருவர்த்	342
தாமகத்தால் நட்டுஃ	140	நாடறியப் பட்ட	205
தாமாற்ற கில்லாதார்	164	நாடி நமரென்று	347
தாமேயும் தம்மைப்	283	நாட்டிக் கொள	175
தாம்நட்டொழுகுதற்கு	129	நாணார் பரியார்	114
தாயானும் தந்தையா	68	நாணின்றி ஆகாது	328
தாரேற்ற நீண்மார்பில்	315	நாவின் இரந்தார்	219
திரியும் இடிஞ்சிலும்	398	நிரந்து வழிவந்த	104
திருந்தாய் நீ ஆர்வத்தை	111	நிரம்ப நிரையாத்தைக்	289
தீப்பால்வினையினைத்	78	நிரைதொடி	80
தீர்ந்தோம் எனக்கருதித்	130	நிலத்தின் மிகையாம்	158
தீயனவல்ல செயினும்	266	நிலைஇய பண்பிலார்	166
துயிலும் பொழுதத்து	195	நிறையான் மிகு	337
துன்னி இருவர்	20	நினைத்த திது	376
தூய்மை மனத்தவர்	336	நீர்த்தகவு இல்லார்	50
தெரியா தவர்தம்	56	நீர்தன்றூ ஒருவர்	38
தெரியாதார் சொல்லும்	118	நீரூர்ந்தும் ஒட்டா	70
தெரிவுடையா ரோடு	31	நூக்கி அவர்	312

நெடியது காண்	47	பொற்பவும் பொல்லா	32
நெடுங்காலம்	65	மடங்கிப் பசிப்பினும்	79
நெறியால் உணராது	108	மடியை வியங்கொள்	168
நோக்கி அறிகல்லாத்	146	மரம்போல் வலிய	225
நோக்கி யிருந்தார்	369	மல்லற் பெருஞ்	360
நோவ உரைத்தாரைத்	59	மறந்தானும் தாமுடைய	207
படரும் பிறப்பிற்கு	220	மராஅ தவனும்	385
பட்ட வகையால்	367	மறுமனத்தன் அல்லாத	250
பண்டின் றென்று	348	மறுமை யொன்றுண்	109
பண்டுருத்துச்	239	மறையாத் தினிதுரைத்	311
பயன் நோக்கா	384	மனக்கொண்டக்	189
பரந்த திறலாரைப்	33	மனத்தினும் வாயினும்	263
பரந்தவர்	400	மன்னவன் ஆணைக்கீழ்	252
பரியப் படுபவர்	86	மாடம் அழிந்தக்கால்	72
பல நாளும் ஆற்றார்	368	மாணப் பகைவரை	100
பல்கிளையுள்	69	மாயவதன் முன்னே	362
பல்லாண்டும்	375	மாரியொன் நின்றி	382
பல்லார் அவை	76	மாற்றத்தை மாற்றம்	308
பன்னாளும் நின்ற	234	மானமும் நாணும்	23
பன்னாள் தொழில்	280	மிக்க பழிபெரிதும்	99
பாப்புக் கொடியார்க்குப்	138	மிக்குடையார் ஆகி	49
பாரதத் துள்ளும்	357	மிக்குப் பெருகி	91
பாற்பட்டு வாழ்ப	246	முகம்புறத்துக்	291
பிண்டியின்	1	முடிந்ததற் கில்லை	162
புரையக் கலந்தவர்	165	முட்டின்று ஒருவர்	134
புரையின்றி நட்டார்	126	முதுமக்கள் அன்றி	120
புலமிக் கவரைப்	8	முயறலே வேண்டா	148
புன் சொல்லும்	192	முல்லைக்குத் தேரும்	75
பூத்தாலும் காயா	94	முழவொலி முந்நீர்	218
பூந்தண் புனற்புகார்ப்	186	முழுதுடன் முன்னே	161
பூவுக்கும் கண்ணாய்	44	முறை தெரிந்து	244
பெரியகுடிப்பிறந்	89	முற்பெரிய நல்விணை	233
பெரியநட் டார்க்கும்	142	முன்நலிந்து ஆற்ற	288
பெரியாரைச் சார்ந்	293	முன்னின்னார் ஆயினும்	353
பெரியாக்குச் செய்	106	முன்னும் ஒருகால்	64
பெருமலை நாட	182	முன்னை உடையது	211
பெற்றாலும் செல்வம்	216	மெய்ந்நீர் ராகி	193
பேதுறவு தீரப்	107	மெய்ம்மையே நின்று	281
பேருவையுள் பெய்த	143	மெய்யா உணரின்	352
பொருத்தம்	245	மொய்கொண் டெழுந்த	84
பொருந்தா தவரைப்	300	யாந்தீய செய்த	144
பொருந்தாப் பழியென்	41	யாவரே யானும்	194
பொருளல்லார் கூறிய	285	யானுமற் நிவ்விருந்த	306
பொலந்தார் இராமன்	258	வருவாய் சிறிதெனினும்	202
பொல்லாத சொல்லி	115	வரைபுரை வேழத்த	319

வலியரைக் கண்டக்கால்	303	விழுமிழை நல்லார்	335
வழங்கலும் துய்த்தாலும்	217	விளக்கு விலைகொடு	4
வழங்கார் வலியிலார்	222	விளிந்தாரே போலப்	183
வழிபட்ட வரை	253	வினைப்பயன் ஒன்றி	45
வளமையும் தேசும்	392	வீங்குதோட் செம்பி	156
வன்சார்பு உடையர்	286	வெஞ்சின மன்னவன்	282
வன்பாட்டவர்பகை	301	வெண்குடைக்கீழ்	248
வன்னெஞ்சி னார்பின்	395	வெள்ளமாண்	179
வாட்டிற லானை	302	வெள்ளம் பகை	298
விடலரிய துப்புடைய	343	வெள்ளம் வருங்காலை	145
விடலமை செய்து	270	வெற்றிவேல் வேந்தன்	268
விட்டுக் கருமம்	170	வென்றடு கிற்பாரை	295
விதிப்பட்ட நூலுண	11	வேந்தன் மதித்துவப்ப	273
விரும்பி அடைந்	221	வேளாண்மை செய்து	152
விலங்கேயும் தம்மோ	127	வைத்ததனை	
விழுத்தொடையர் ஆகி	35	வைப்பென்று	359

★ ★ ★

புறத்திரட்டிலே கண்ட சில மிகைப் பாடல்கள்

அருளுடைமை, கொல்லாமை, ஐந்தடக்கல், வாய்மை,
இருளடையாக் கல்வியொடு, ஈகை, புரை இல்லா
உள்ளத்தில் தீர்த்தம் இவைஉளவா கப்பெற்றால்,
வெள்ளத்தில் தீர்த்தம் மிகை. (146)

'அமையப் பொருள் இல்லார்' என்பது
இமையத்து அனையார்மண் இல்லை; சிமைய
நகையேர் இலங்கருவி நல்வரை நாட!
நகையேதான் ஆற்றி விடும். (1107)

அறியாமையோடு இளமை ஆவதாம்; ஆங்கே
செறியப் பெறுவதாம் செல்வம்; சிறிய
பிறைபெற்ற வாணுதலாய்! தானேயா டும்பேய்
பறைபெற்றால் ஆடதோ பாய்ந்து? (1139)